Ang Mensahe ng Krus

Ang Mensahe ng Krus

Dr. Jaerock Lee

Ang Mensahe ng Krus ni Dr. Jaerock Lee
Inilathala ng Aklat ng mga Urim (Kumakatawan: Kyungtae Noh)
73, Yeouidaebang-ro 22-gil, Dongjak-gu, Seoul, Korea
www.urimbooks.com

Ang lahat ng Karapatan ay nakalaan. Ang aklat na ito o mga bahagi niyaon ay hindi maaaring ipalimbag sa anumang anyo, itago sa ibang mga nakukuhang sistema, o maisalin sa anumang anyo o sa anumang pamamaraan, elektroniks, mekanikal, pagkopya, pagrerecored, o sa makatuwid ng walang paunang sulat pahintulot ng taga-paglathala.

Maliban na lamang na ito ay naipa-alam, ang lahat ng mga siping hango sa Kasulatan na kinuha mula sa Banal na Biblia, Bagong Pamantayang Pambibliya, ©, May karapatan sa Pagkopya © 1960, 1962, 1963, 1968, 1971, 1972, 11973, 1975, 1977, 1977, 1995 ng Lockman Foundation. Ginamit ng may Pahintulot.

Karapatang sipi © 2016 ni Dr. Jaerock Lee
ISBN: 979-11-263-0060-0 03230
Naisaling Siping May karapatan © 2011 ni Dr. Esther K. Chung, Ginamit nang may pahintulot.

Naunang Nailathala sa Koreano ng Mga Aklat ng Urim noong 2002

Unang Limbag Julyo 2010
Ikalawang Limbag Febrero 2016

Sinuri ni Dr. Geumsun Vin
Dinesenyo ng Kagawarang Editoryal ng Mga aklat ng Urim
Para sa karagdagang impormasyon: urimbook@hotmail.com

Paunang salita

Sana'y maunawaan mo ang puso ng Diyos at ang Kanyang dakilang plano dahil sa pag-ibig at magkaroon ka ng matatag na pundasyon para sa iyong pananampalataya...

Ang Mensahe ng Krus ay naging daan para sa hindi mabilang na tao tungo sa kaligtasan magmula pa noong 1986 at ipinamalas ang napakaraming gawain ng Banal na Espiritu sa mga krusada sa ibang mga bansa. Sa wakas, biniyayaan ako ng Diyos Ama na mailimbag ito. Ibinibigay ko ang lahat ng pasasalamat at kaluwalhatian sa Kanya!

Maraming tao ang nagsasabi na sumasampalataya sila sa Diyos na Manlilikha at batid ang pag-ibig ng Kanyang Anak na si Jesu-Cristo, subalit hindi nila maipangaral ang ebanghelyo nang may lakas ng loob. Sa katunayan, iilang Cristiano lang ang nakakaunawa sa puso at kalooban ng Diyos. Bukod rito, may mga Cristiano na nawawalay sa Diyos sapagkat hindi sila nakakatanggap ng malinaw na kasagutan sa maraming tanong tungkol sa Biblia at hindi nila nauunawaan ang mahiwagang pagtustos ng pag-ibig ng Diyos.

Halimbawa, anong sasabihin mo kung ika'y tinanong ng mga

sumusunod: "Bakit inilagay ng Diyos ang punungkahoy ng pagkaalam ng mabuti at masama sa gitna ng Halamanan ng Eden at hinayaan ang tao na kumain ng bunga nito?", "Bakit nilikha ng Diyos ang impiyerno samantalang isinakripisyo Niya ang Kanyang Anak na si Jesu-Cristo para sa mga makasalanan?" at "Bakit si Jesus ang Tanging Tagapagligtas?"

Hindi ko naunawaan ang malalim na plano ng Diyos para sa paglikha (creation) at ang Kanyang lihim na kalooban na nakatago sa krus noong unang mga taon ng aking buhay-Cristiano. Pagkatapos na tawagin ako bilang ministro ng ebanghelyo, sinimulan kong tanungin ang sarili, "Paano ko aakayin ang napakaraming tao tungo sa daan ng kaligtasan para bigyang luwalhati ang Diyos?" Aking natanto na kailangan kong maunawaan ang lahat ng nakasulat sa Biblia sa tulong na rin Niya at ipangaral ito sa buong mundo. Madalas akong nag-ayuno at nanalangin. Pitong taon ang lumipas bago sinimulang ihayag sa akin ng Diyos ang mga ito.

Noong 1985, habang ako'y nananalangin nang taimtim, napuspos ako ng Banal na Espiritu. Sinimulan Niyang ipaliwanag ang lihim na kalooban ng Diyos. Ito ang Mensahe ng Krus. Ipinangaral ko ito sa pananambahan tuwing Linggo sa loob nang 21 linggo. Ang mga cassette tapes tungkol dito ay nakapag-pabagong loob ng maraming tao dito at sa ibang mga bansa. Saan man ipinangangaral ang Mensahe ng Krus, ang Banal na Espiritu ay kumikilos tulad ng lumalagablab na apoy. Maraming tao ang nagsisi sa kanilang mga kasalanan at napagaling sa kanilang mga sakit o karamdaman. Tinalikuran nila ang kanilang mga pag-aalinlangan sa kalooban ng Diyos at natamo ang tunay na pananampalataya at buhay na walang hanggan. Dati rati'y hindi nila tunay na kilala ang Diyos at ang malalim Niyang pag-ibig. Sa pamamagitan ng mensahe ng aklat na ito, naunawaan nila ang plano ng Diyos, nakilala Siya, at nagkaroon ng pag-asa para sa buhay na walang hanggan.

Kung nauunawaan mo ng malinaw kung bakit inilagay ng Diyos ang punungkahoy ng pagkaalam ng mabuti at masama sa Halamanan ng Eden, mauunawaan mo ang Kanyang kalooban para sa pangangalaga ng tao at higit mong mamahalin ang Diyos. Bukod dito, kapag nalaman mo ang tunay na layunin ng buhay mo, malalabanan mo ang iyong mga kasalanan hanggang dumanak ang dugo, magsisikap na tularan ang puso ng Panginoong Jesu-Cristo, at magiging tapat sa Diyos hanggang sa kamatayan.

Ipapakita sa iyo ng *Ang Mensahe ng Krus* ang lihim na kalooban ng Diyos na itinago sa krus at tutulungan kang magkaroon ng matatag na pundasyon para sa isang tunay at mabuting buhay-Cristiano. Kaya't ang sinumang magbabasa ng aklat na ito'y mauunawaan ang malalim na plano at pag-ibig ng Diyos, magkakaroon ng tunay na pananampalataya, pagtitibayin at ipapamuhay ang isang buhay-Cristiano na kalugud-lugod sa Kanyang paningin.

Nagpapasalamat ako kay Dr. Geumsun Vin, direktor ng Editorial Bureau ng Urim Books at sa kanyang mga tauhan na ginawa ang lahat upang mailimbag ang aklat na ito.

Sana'y maraming tao ang makauunawa sa malalim na kalooban ng Diyos, makikilala ang Diyos ng pag-ibig, at maligtas bilang mga tunay na anak Niya – ang lahat ng ito'y idinadalangin ko sa pangalan ng Panginoong Jesu-Cristo!

Jaerock Lee

Pambungad

Ang Mensahe ng Krus ay ang karunungan at ang kapangyarihan ng Diyos, isang Mensahe na dapat tanggapin ng bawat Cristiano sa buong mundo!

Iniaalay ko ang lahat ng pasasalamat at kaluwalhatian sa Diyos Ama na Siyang nanguna sa pagpapalimbag ng *Ang Mensahe ng Krus*. Maraming miyembro ng Manmin sa buong mundo ang nanabik na makita itong limbag na. Ang aklat na ito'y nagbibigay ng malinaw na sagot sa maraming katanungan ng mga Cristiano: Ano ang Diyos na Manlilikha bago pa ang simula? Bakit nilalang ng Diyos ang tao at hinayaan siyang mamuhay dito sa mundo? Bakit inilagay ng Diyos ang punungkahoy ng pagkaalam ng mabuti at masama sa Halamanan ng Eden? Bakit ibinigay ng Diyos ang Kanyang kaisa-isang Anak bilang sakripisyong pantubos (atoning sacrifice)? Bakit nagplano ang Diyos ng kaligtasan sa pamamagitan ng magaspang na krus na kahoy? Ilan lang ito sa maraming katanungan ng mga tao.

Ang aklat na ito'y binubuo ng mga mensaheng puspos ng Espiritu na ipinangaral ni Rev. Dr. Jaerock Lee at magtuturo sa iyo na unawain ang malalim, malawak, at dakilang pag-ibig ng Diyos.

Kabanata 1, "Ang Diyos na Manlilikha at ang Biblia," ipapakilala sa iyo ang Diyos at kung paano Siya kumikilos sa buhay natin. Makakakita ka ng mga pagpapatunay na may buháy na Diyos at mauunawaan mo na totoo ang Biblia sa pamamagitan ng kasaysayan ng sangkatauhan.

Kabanata 2, "Nilalang at Pinangangalagaan ng Diyos ang Tao," patutunayan dito na nilikha ng Diyos ang kalawakan at sansinukob at nilikha ang tao sa Kanyang larawan. Dagdag pa, ituturo dito ang tunay na kahulugan ng buhay ng tao at ang layunin ng Diyos sa pag-huhubog sa kanilang karakter bilang tunay Niyang anak sa espiritu.

Kabanata 3, "Ang Punungkahoy ng Pagkaalam ng Mabuti at Masama," nagbibigay ng kasagutan sa pangunahing tanong para sa lahat ng Cristiano: Bakit naglagay ang Diyos sa gitna ng Halamanan ng Eden ng punungkahoy ng pagkaalam ng mabuti at masama? Ipapaliwanag ng kabanata ang detalyadong dahilan at tutulungan kang maunawaan ang malalim na pag-ibig at mahiwagang kalooban ng Diyos na nangangalaga sa mga tao sa mundo.

Kabanata 4, "Ang Hiwaga na Inilihim Bago pa Nagsimula ang Panahon," ipaliliwanag ang kaugnayan ng batas ng pagtubos ng lupa sa batas-espirituwal sa kaligtasan ng tao (Levitico 25). Ipapaliwanag din dito na ang lahat ng tao'y kailangang tumungo sa daan ng kamatayan dahil sa kanilang kasalanan subalit inihanda ng Diyos ang kamangha-manghang daan para sa kaligtasan nila bago pa man nagsimula ang panahon. Ituturo sa iyo kung bakit itinago ng Diyos ang paraan sa kaligtasan ng tao hanggang sa dumating ang panahon na Kanyang pinili, at kung bakit si Jesus ay karapat-dapat para sa mga kondisyon ng batas sa pagtubos ng lupa.

Kabanata 5, "Bakit si Jesus ang Tanging Tagapagligtas Natin?" ipapaliwanag kung paanong ang plano ng Diyos para sa kaligtasan ng tao na itinago bago pa nagsimula ang panahon ay natupad sa pamamagitan ni Jesu-Cristo, ang dahilan ng Kanyang pagkakapako sa Krus, ang mga biyaya at karapatan ng mga anak ng Diyos, ang kahulugan ng pangalang,"Jesu-Cristo," ang dahilan kung bakit wala ng ibinigay na pangalan ang Diyos sa ilalim ng langit maliban kay Jesu-Cristo para sa kaligtasan ng mga tao, at iba pa. Mararanasan mo ang di-masusukat na pag-ibig ng Diyos kung naunawaan mo na ang espirituwal na mensahe na nais ipaliwanag ng kabanata.

Kabanata 6, "Ang Kalooban ng Diyos sa Krus," lilinawin sa iyo ang malalim na kahulugan ng mga pagdurusa ni Jesus. Bakit isinilang si Jesus sa kulungan ng mga hayop at inihiga sa isang sabsaban kung Siya talaga ang Anak ng Diyos? Bakit Siya maralita sa buong buhay Niya? Bakit Siya hinagupit sa buong katawan, pinutungan ng koronang tinik, at ipinako sa Kanyang mga paa at kamay?

Bakit Siya pinarusahan hanggang sa dumanak ang Kanyang dugo at tubig sa katawan? Ang kabanata ay magbibigay ng mga tiyak na kasagutan sa ganitong mga tanong at tutulungan kang maunawaan ang espirituwal na implikasyon ng Kanyang pagdurusa. Ang lahat ng uri ng sakit at karamdaman, pati na ang mga suliranin tulad ng karalitaan, di-pagkakasundo sa pamilya, kabigatan sa negosyo at iba pa, ay malulutas dahil sa pag-unawa mo at pananalig sa mga espirituwal na kahulugan ng pagdurusa ni Jesus. Tutulungan ka ng kabanata na makilala ang malalim na pag-ibig ng Diyos, maiwaksi ang lahat ng uri ng kasamaan, at makibahagi sa maka-Diyos na pamumuhay.

Kabanata 7, "Ang Huling Pitong Wika (Sinabi) ni Jesus sa

Krus," ipapaliwanag ang espirituwal na implikasyon ng huling pitong wika ni Jesus sa krus bago Siya mamatay. Sa pamamagitan ng pitong huling sinabi sa krus ay tinupad ni Jesus ang misyon na Kanyang tinanggap mula sa Diyos Ama. Binibigyang-diin dito na dapat mong maintindihan ang dakilang pag-ibig ni Jesus para sa sangkatauhan, hintayin ang Kanyang muling Pagbabalik, at makipaglaban ng mabuting pakikipaglaban hanggang sa wakas nang may pag-asa sa muling pagkabuhay.

Kabanata 8, "Ang Tunay na Pananampalataya at ang Buhay na Walang-Hanggan," malalaman mo na ikakasal ka kay Jesu-Cristo sa pamamagitan lamang ng tunay na pananampalataya. Nagbabala ang Biblia tungkol sa ilang tao na nagsasabi na sumasampalataya sila kay Jesu-Cristo na Tagapagligtas subalit hindi sila maliligtas sa Paghuhukom sa huling araw. Binibigyan ng timbang ng Biblia hindi lamang ang pagtanggap kay Jesu-Cristo kundi pati ang pag-kain ng Kanyang laman at pag-inom ng Kanyang dugo upang marating ang buhay na walang hanggan. Maaari kang magkaroon ng tunay na pananampalataya na magdadala sa iyo sa daan ng kaligtasan kung kakain ka ng Kanyang laman at iinom ng Kanyang dugo. Ituturo sa iyo ng kabanata kung ano ang tunay na pananampalataya, paano ito makakamtan, at kung ano ang dapat mong gawin upang marating ang buong kaligtasan.

Kabanata 9, "Upang Maipanganak ng Tubig at ng Espiritu," ay unang binanggit sa pag-uusap nila Jesus at Nicodemo. Pagtitibayin ng palitang-kuro na ito *Ang Mensahe ng Krus*. Dapat na mapanatiling sariwa ng tubig at ng Banal na Espiritu ang puso mo hanggang sa bumalik muli si Jesu-Cristo. Kailangang mapanatili mo na walang kapintasan ang iyong espiritu, kaluluwa, at katawan sa Ikalawang Pagbabalik ng Panginoong Jesu-Cristo, ang takdang panahon na tatanggapin ka ng Panginoon bilang babaeng Kanyang pakakasalan.

Kabanata 10, "Ano ang Erehiya (Hidwang Paniniwala)?" sasaliksikin kung ano ang erehiya at tatalakayin ang mga salungat at maling pag-unawa ng maraming Cristiano ukol dito. Sa ngayon, maraming tao ang nagkakamali o walang ingat na pinararatangan ang mga makapangyarihang gawain ng Diyos na erehiya sapagkat hindi nila alam ang biblikal na kahulugan nito. Pinaaalala ng kabanata na hindi mo dapat paratangan o husgahan ang mga gawain ng Banal na Espiritu. Ipinapaliwanag din kung ano ang erehiya, kung paano mo kikilalanin ang Espiritu ng katotohanan at ang espiritu ng kamalian, at tinatalakay ang ilang sektang erehiya. Sa huli'y binibigyang-diin ng kabanata na dapat lagi kang nakahanda, nananalangin at nananahan sa katotohanan upang hindi ka mabuyo ng espiritu ng kamalian o tukso.

Si apostol Pablo ay nagpahayag ukol sa mensahe ng krus, ang karunungan ng Diyos, sa 1 Mga Taga-Corinto 1:18, *"Sapagkat ang salita ng krus ay kahangalan sa mga napapahamak, ngunit sa atin na inililigtas, ito ay kapangyarihan ng Diyos."* Sinuman ay maaaring magkaroon ng tunay na pananampalataya, makilala ang buháy na Diyos, at maranasan nang lubusan ang masaganang buhay-Cristiano kung nauunawaan na niya ang lihim na nakatago sa krus at napagtanto na ang malalim na kalooban at dakilang pag-ibig ng Diyos para sa sangkatauhan.

Ang Mensahe ng Krus ay ang batayang turo para sa buhay mo. Kaya't ako'y nananalangin sa pangalan ng Panginoon na gagamitin mo ito upang maitatag ang pundasyon para sa iyong buhay-Cristiano at upang marating mo ang buong kaligtasan at buhay na walang hanggan.

Geumsun Vin
Direktor ng Kawanihan ng Patnugutan

Mga Nilalaman

Paunang salita

Pambungad

Kabanata 1 _ Ang Diyos na Manlilikha at ang Biblia • 1

- Ang Diyos ang Manlilikha
- AKO AY ANG AKO NGA
- Batid ng Diyos ang Lahat ng Bagay at Makapangyarihan
- Ang Diyos ang May-akda ng Biblia
- Ang Bawat Salita sa Biblia ay Totoo

Kabanata 2 _ Nilalang at Pinangangalagaan ng Diyos ang Tao • 25

- Lumalalang ng Tao ang Diyos
- Bakit Pinangangalagaan ng Diyos ang Tao?
- Inihihiwalay ng Diyos ang Trigo sa Ipá

Kabanata 3 _ **Ang Punungkahoy ng Pagkaalam ng Mabuti at Masama** • 43

- Si Adan at Eba sa Halamanan ng Eden
- Sumuway si Adan nang Ayon sa Sariling Kagustuhan
- Ang Kabayaran ng Kasalanan ay Kamatayan
- Bakit Naglagay ang Diyos ng Punungkahoy ng Pagkaalam ng Mabuti at Masama sa Gitna ng Halamanan ng Eden?

Kabanata 4 _ **Ang Hiwaga na Inilihim Bago pa Nagsimula ang Panahon** • 69

- Ang Kapangyarihan ni Adan ay Naibigay sa Diyablo
- Ang Batas sa Pagtubos ng Lupa
- Ang Hiwaga na Inilihim Bago pa Nagsimula ang Panahon
- Karapat-dapat si Jesus ayon sa Batas

Kabanata 5 _ **Bakit si Jesus ang Tanging Tagapagligtas Natin?** • 89

- Ang Kaloob na Kaligtasan sa Pamamagitan ni Jesu-Cristo
- Bakit Ipinako si Jesus sa Krus na Kahoy?
- Walang Ibang Pangalan sa Mundo kundi "Jesu-Cristo"

Kabanata 6 _ **Ang Kalooban ng Diyos sa Krus** • 111

- Ipinanganak sa Isang Kulungan ng Hayop at Inihiga sa Sabsaban
- Ang Maralitang Buhay ni Jesus
- Siya'y Hinagupit at Dumanak ang Kanyang Dugo
- Ang Pagsusuot ng Koronang Tinik
- Ang Balabal at Tunika (Kasuotang-panloob) ni Jesus
- Ipinako sa Kanyang Mga Kamay at Paa
- Hindi Binali ang Kanyang Binti Ngunit Tinusok ang Tagiliran

Kabanata 7 _ **Ang Huling Pitong Wika (Sinabi) ni Jesus sa Krus** • 159

- Ama, Patawarin Mo Sila
- Ngayon Ikaw ay Makakasama Ko sa Paraiso
- Babae, Narito ang Iyong Anak!
- *Eloi, Eloi, Lama Sabacthani?*
- Nauuhaw Ako
- Natupad Na
- Ama, sa mga Kamay Mo ay Inihahabilin ko ang Aking Espiritu

Kabanata 8 _ **Ang Tunay na Pananampalataya at ang Buhay na Walang-Hanggan • 191**

- Kay Dakila ng Hiwagang Ito!
- Ang Mga Hindi-Tunay na Pagtatapat ay Hindi Patungo sa Kaligtasan
- Ang Laman at Dugo ng Anak ng Tao
- Kapatawaran Dahil sa Paglakad sa Liwanag
- Ang Pananampalatayang may mga Gawa ay Tunay na Pananampalataya

Kabanata 9 _ **Upang Maipanganak ng Tubig at ng Espiritu • 247**

- Pinuntahan ni Nicodemo si Jesus
- Tinulungan ni Jesus ang Pag-unawang Espirituwal ni Nicodemo
- Kapag Naipanganak ng Tubig at ng Espiritu
- Tatlong Nagpapatotoo: ang Espiritu, ang Tubig, at ang Dugo

Kabanata 10 _ **Ano ang Erehiya (Hidwang Paniniwala)? • 265**

- Ang Biblikal na Kahulugan ng Erehiya
- Ang Espiritu ng Katotohanan at ang Espiritu ng Kamalian

Kabanata 1

Ang Diyos na Manlilikha at ang Biblia

- Ang Diyos ang Manlilikha
- AKO AY ANG AKO NGA
- Batid ng Diyos ang Lahat ng Bagay at Makapangyarihan
- Ang Diyos ang May-akda ng Biblia
- Ang Bawat Salita sa Biblia ay Totoo

Ang Mensahe ng Krus

Nang pasimula, nilikha ng Diyos ang langit at ang lupa.
Genesis 1:1

Ang Diyos ang Manlilikha

Sa panahon ngayon, hindi na mabilang ang mga aklat sa mundo, nguni't walang aklat, maliban sa Biblia ang magbibigay sa iyo ng detalyado at malinaw na kasagutan sa mga katanungan tungkol sa pinagmulan at paglikha sa sansinukob, at sa simula at wakas ng sangkatauhan.

Ang Biblia ay nagbibigay ng malinaw na sagot sa mga tanong tungkol sa pinagmulan ng sansinukob at ng buhay. Sinasabi sa Genesis 1:1, *"Nang pasimula, nilikha ng Diyos ang langit at ang lupa."* Mababasa Sa Mga Hebreo 11:3, *"Sa pananampalataya ay nauunawaan natin na ang mga sanlibutan ay nilikha sa pamamagitan ng salita ng Diyos, anupa't ang mga bagay na nakikita ay nagmula sa mga bagay na hindi nakikita."*

Hindi lahat ng nakikita ay nilikha mula sa bagay na mayroon na. Ang mga ito'y nilikha mula sa "wala" sa pamamagitan ng utos ng Diyos.

Ang tao'y makakalikha ng bagay mula sa bagay na mayroon na, katulad ng pagbabago sa anyo o paghahalò ng materyales na mayroon na upang makalikha ng isa pang bagay, subalit hindi siya makakalikha ng anumang bagay mula sa wala.

Mahirap isipin na ang tao'y maaaring lumikha ng buháy na organismo. Kahit naka-buo na siya ng teknolohiya na kayang gumawa ng *artificial intelligence* (A. I.) computer o mag-*clone* (eksaktong kopya) ng batang tupa, hindi pa rin siya makakalikha ng *amoeba* mula sa wala.

Kaya't ang mga tao'y kumúkúha lang ng buháy na mga organismo mula sa mga bagay na ibinigay ng Diyos, at pinaghahalò ang mga ito sa iba't ibang paraan. Hanggang ganoon lang iyon.

Kaya dapat mong malaman na ang Diyos lamang ang maaaring lumikha mula sa wala. Ang Diyos na Manlilikha lamang ang lumalang ng sansinukob nang iutos Niya ito at Siyang namamahala sa kasaysayan ng daigdig, sa buhay at kamatayan, at sa mga biyaya at sumpa sa sangkatauhan.

Mga Katibayan Upang Sumampalataya Ka sa Diyos na Manlilikha

Ang lahat – ang isang bahay, mesa, o kahit na pako – ay may nag-disenyo. Hindi na kailangang banggitin na may nagdisenyo ng malawak na sansinukob na ito. May nagmamay-ari nito na lumikha at nangangasiwa dito. Ito ang Diyos na Manlilikha na paulit-ulit na sinasabi sa iyo ng Biblia.

Kung titingin ka sa kapaligiran, labis-labis ang ebidensiya ng paglikha. Halimbawa, isipin mo na lang ang napakaraming tao dito sa mundo. Kahit ano pa ang kanilang lipì, gulang, kasarian, estado sa buhay, at iba pa, ang lahat ay may dalawang mata, dalawang tenga, isang ilong na may dalawang butas, at isang bibig.

Kahit na ang bawat hayop ay may kaunting pagkakaiba-iba batay sa uri nito, pare-pareho ang porma ng kanilang mukha.

Halimbawa, ang isang elepante ay may mahabang ilong o trompa, ngunit ito'y nasa gitna ng mukha niya, at sa itaas ng kanyang bibig. Ang kanyang trompa'y wala sa itaas ng mata, o sa ibaba ng bibig, o dili kaya'y nasa ibabaw ng ulo nito. Ang bawat elepante'y may dalawang butas sa ilong, dalawang mata, dalawang tenga, at iisang bibig. Lahat ng ibon sa himpapawid, lahat ng isda sa dagat o ilog, ay may ganitong porma.

Hindi lang magkakatulad sa porma ng mukha ang mga hayop kundi pati ang kanilang sistema sa panunaw ng kinain at reproduksiyon ay magkakatulad din. Bawat isa'y kumakain sa pamamagitan ng bibig, at lahat ng nilulunok ay pumupunta sa tiyan at lumalabas sa katawan. Lahat ng mammals o mánunuso ay humahanap ng kapareha at nanganganak.

Kung pagsasamasamahin mo ang mga malinaw na mga kadahilanang ito, hindi mo maaaring sabihin na nagkataon lamang ito o isang ebidensiya ng ebolusyon na idinikta ng "survival of the fittest." Ni isa dito'y hindi maipapaliwanag ng teorya ng ebolusyon.

Kaya't ang katotohanan na ang mga tao at hayop ay may parehong 'organic structure' ay sapat nang ebidensiya na ang lahat ay nilikha at dinisenyo ng Diyos na Manlilikha. Kung ang Diyos ay hindi lang ang nag-iisang Diyos kundi isa lang sa maraming mga diyos, ang mga nilalang ay magkakaroon ng iba't ibang bilang ng mga bahagi ng katawan at iba't ibang porma na sari-sari ang posisyon sa kani-kanilang katawan.

At isa pa, kung titingnan mo nang malapitan ang kalikasan at ang sansinukob, makakahanap ka ng mas maraming pruweba ng paglikha. Kahanga-hanga na malaman na ang lahat ng bagay sa ating solar system katulad ng pag-ikot ng mundo at pag-inog nito'y nangyayari nang walang ni katiting na mali!

Tingnan mo na lang ang orasan. Sa loob nito'y napakaraming masalimuot na bahagi. Hindi tatakbo ang orasan kung may isang maliit na bahaging nawawala. Gayun din, ang sansinukob na ito'y dinisenyo na gumalaw sa ilalim ng pangangalalaga ng Diyos.

Halimbawa, ang tao at iba pang uri ng buhay ay hindi maaaring mabuhay kung walang buwan na umiinog sa daigdig. Ang buwan ay hindi maaaring nakaposisyon nang mas malayo o kaya'y mas malapit sa daigdig. Inilagay ng Diyos ang buwan sa tamang distansiya mula sa daigdig upang mabuhay ang tao sa lupa.

Dahil sa kasalukuyang posisyon ng buwan, ang gravitational pull nito ang lumilikha ng tide o paglalim at pagbabaw ng tubig-dagat. Ang paglakí at pagliglig ng tubig sa dagat ang humahalo at nagpapadalisay dito. Gayun din, ang lahat ng bagay sa sansinukob ay tinakdang gumalaw ayon sa pangangalaga ng Diyos.

Bakit May Mga Hindi Naniniwala sa Diyos na Manlilikha?

May mga taong sumasampalataya sa Diyos na Lumalang at namumuhay ayon sa Kanyang Salita. Bakit ayaw ng mga tao na nag-iisip at naghahanap ng kasagutan tungkol sa lahat ng bagay sa pamamagitan ng agham, na sumampalataya sa Diyos na Lumalang?

Kung nalaman mo na ang Diyos ay buháy at makapangyarihan mula sa mga Cristianong may pananampalataya mula noong bata pa, hindi mahirap na sumampalataya sa Diyos na Manlilikha. Ngunit sa panahon ngayon, marami sa inyo ang naiimpluwensiyahan ng ebolusyonismo habang lumalaki, at napakarami ang "kaalaman" na hindi naman totoo. Maaaring nakikisama ka rin sa mga hindi sumasampalataya sa Diyos o nag-aalinlangan sa Kanya.

Kapag namumuhay ka sa ganitong kapaligiran, pagkatapos ay pupunta ka sa simbahan at makikinig ng Salita ng Diyos, madalas ay mayroon kang pag-aalinlangan at pag-salungat at ayaw mong sumampalataya sa Kanya na Lumalang dahil ang kaalaman mong nakasanayan ay sumasalungat sa natututunan at naririnig mo dito.

Habang hindi mo iwinawaksi ang mga pag-iisip o kaalaman na natutunan mo sa sanlibutan, kahit ka pumupunta sa simbahan nang regular ay hindi ka magkakaroon ng pananampalatayang espirituwal – isang pananampalatayang nilikha ng Diyos – na malayo sa kahit anong pag-aalinlangan.

Hindi mo mapapaniwalaan ang kaharian sa langit o ang impiyerno kung wala kang pananampalatayang espirituwal. Ang tingin mo sa mundong nakikita'y ito lang ang nag-iisang mundo, at namumuhay ka ayon sa sarili mong kagustuhan.

Ilang teorya na ba ang kinilala at tinanggap mo nang marinig mo ang mga ito, pagkatapos ay binaligtad o napalitan ng iba namang bagong teorya? Patuloy itong binabago o dinadadagdagan ng mga bagong diskubreng mga kaalaman sa pagdaan ng araw.

Sa paglipas ng panahon at sa pag-usad ng siyensiya, ang mga tao'y gumagawa ng mas mainam na mga paliwanag at teorya kahit hindi sila perpekto. Hindi ko sinasabi na ang mga pagsasaliksik ng mga siyentipiko ay mali.

Marami pang bagay sa mundo ang hindi kayang maipaliwanag sa kapasidad ng tao, kaya't kailangang tanggapin mo ang katotohanang ito. Halimbawa, kung tutukuyin natin ang sansinukob, hindi mo pa nararating ang pinakamalayong bahagi nito mula sa daigdig, o hindi mo pa naranasang bumalik sa nakaraang panahon. Ngunit ang mga tao ay nagtatangkang ipaliwanag ang sansinukob sa pamamagitan ng sari-saring palagay at teorya.

Bago pa man marating ng tao ang buwan, inakala natin na, "Mayroon sigurong buháy na mga organismo doon o kaya'y kung saan sa solar system." Ngunit pagkatapos marating ng tao ang buwan, ipinahayag natin na, "Walang buhay doon." Ngayon nama'y sinasabi ng mga siyentipiko, "Maaaring may mga buháy na organismo sa Mars" o "May mga bakas ng tubig sa Pulang Planeta."

Kahit matagal ka nang nagsasaliksik at dumarami na ang iyong kaalaman, kung hindi mo alam ang kagustuhan, ang pangangalaga at kapangyarihan ng Diyos na Manlilikha, ang haharapin mo'y ang limitasyon sa kapasidad ng tao.

Kaya sinasabi sa Mga Taga-Roma 1:20, *"Mula pa nang likhain ang sanlibutan, ang kanyang walang hanggang kapangyarihan at pagka-Diyos, bagaman hindi nakikita, ay naunawaan at nakita sa pamamagitan ng mga bagay na kanyang ginawa, upang wala silang maidadahilan;"*

Sinumang magbubukas ng kanyang puso at magbubulay-bulay ay madarama ang kapangyarihan ng Diyos at ang Kanyang kabanalan. Sa pamamagitan ng mga nilikha tulad ng araw, buwan, mga bituin hinahayaan Niyang malaman mong may buhay na Diyos at sasampalataya ka sa Kanya.

AKO AY ANG AKO NGA

Pagkatapos makarinig ng tungkol sa Diyos na Manlilikha, maraming tao ang nagtatanong, "Paano Siya nabuhay noong simula?" "Saan Siya nanggaling?" "Ano ang naging anyo Niya?"

Ang kaalaman at pag-iisip ng tao ay may limitasyon, kung saan sinasabing kailangan ay may simula at wakas ang lahat ng nilalang. Kaya't naghahanap tayo ng malinaw na kasagutan sa ganitong mga tanong. Ngunit ang pagiging Diyos ay lumalampas sa pag-unawa ng tao, kaya Siya'y "ang Nakaraan", "ang Kasalukuyan" at "ang Darating."

Naglalarawan ang Exodo 3 ng isang tagpo na kung saa'y inutusan ng Diyos si Moises na pangunahan ang mga Israelita sa lupain ng Canaan. Tinanong ni Moises ang Diyos kung paano niya sasagutin ang mga Israelita kung sakaling tanungin siya tungkol sa pangalan ng Diyos.

Sa pagkakataong ito'y sinabi ng Diyos kay Moises, "AKO AY ANG AKO NGA," at iniutos sa kanya na ang isagot ay, *"Sinugo ako sa inyo ni AKO NGA"* (Exodo 3:14).

Ang "AKO NGA" ay ang katagang ginamit ng Diyos na pantukoy sa Kanyang Sarili, at nangangahulugan na walang nagsilang o lumikha sa Kanya. Sa halip, Siya ang ganap na Ako, ang Siyang Manlilikha.

Nang Pasimula, Ang Diyos ay Liwanag na may Tinig

Mababasa sa Juan 1:1, *"Sa simula ay ang Salita, at ang Salita ay kasama ng Diyos, at ang Salita ay Diyos."* Sa ganitong paraan, ang Diyos na siyang Salita sa simula ay nabubuhay nang ganap na nag-iisa na walang lumikha. Paano at saan naman Siya namalagi?

Ang Diyos ay Espiritu, at nasa kaanyuan Siya ng Salita sa pang-apat na dimensyon (fourth dimension), ang espirituwal na kaharian, at hindi sa pangatlo na maaaring makita. Ang Diyos ay walang anyo, kundi isang magandang liwanag na may dalisay at malinaw na tinig, at naghahari Siya sa buong sansinukob.

Kaya't sinasabi sa 1 Juan 1:5, *"At ito ang mensahe na aming narinig sa kanya at sa inyo'y aming ipinahahayag, na ang Diyos ay liwanag, at sa kanya'y walang anumang kadiliman."* Ito ay may espirituwal na kahulugan at naghahayag din ng katangian ng Diyos na liwanag sa pasimula.

Nang pasimula, ang Diyos ay umiral na liwanag na may tinig. Ang tinig Niya'y dalisay, malambing, at mahina, at umaalingawngáw sa buong sansinukob. Mauunawaan ito ng mga nakakakilala sa tinig ng Niya.

Ang Diyos na Manlilikha na umiiral na bago pa man nagsimula ang panahon, ay nagnais na magkaroon ng tunay na mga anak sa espiritu at ginawa Niya ito. Kaya't kung nauunawaan mo na ang Diyos na AKO NGA, kailangang talikuran mo ang sariling mga paraan ng pag-iisip, mga teorya, at mga de-kahon na ideya, at tanggapin ang paglikha ng Diyos.

Ang mga bagay na gawa ng tao ay may mga limitasyon at depekto, hindi tulad ng mga bagay na nilikha ng Diyos. Habang ang kaalaman at sibilisasyon ng tao'y patuloy na umuunlad, nagiging mas mahuhusay ang mga produkto na ginagawa ngunit marami pa rin ang mga kahinaan ng mga nito.

Ang ilan ay gumagawa ng diyus-diyosan mula sa ginto, pilak, at tanso at tinatawag nila ang mga ito ng diyos at kanilang niluluhuran, dinadasalan, at hinihingan ng mga biyaya. Ang mga ito'y mga rebultong kahoy, metál, o bato na hindi humihinga, hindi makapagsalita o kumurap man lang (Habakuk 2:18-19).

Kahit sinasabi nila na sila'y marunong, ang mga tao ay hindi makilala ang katotohanan sa kamalian, at mas nais nilang lumikha ng mga rebulto na tinatawag nilang diyos na kanilang sinasamba (Roma 1:22-25). Di ba isang kahangalan at kahihiyan ito?

Kaya kung ang mga tao'y sumamba at naglingkod sa mga diyus-diyosan dahil sa hindi nila kilala ang Diyos, kailangang pagsisihan nila ito, sumamba sa Diyos na AKO NGA, at isagawa ang mga tungkulin nila bilang mga anak Niya.

Batid ng Diyos ang Lahat ng Bagay at Makapangyarihan

Ang Diyos na Manlilikha na lumalang ng buong sansinukob ay ang perpektong Diyos na nabubuhay na bago pa nagsimula ang panahon. Nalalaman Niya ang lahat at Siya'y makapangyarihan. Nakatala sa Biblia ang napakaraming kamangha-manghang bagay at himala na hindi kayang gawin ng tao sa pamamagitan ng kanyang kapangyarihan at kaalaman.

Ang makapangyarihang mga ginawa ng Diyos na nakababatid ng lahat at makapangyarihan na Siya ring kahapon, ngayon, at magpakailanman, ay nangyari sa panahon ng Bagong Tipan at Lumang Tipan sa pamamagitan ng mga taong pinili ng Niya na pagkalooban ng kapangyarihan.

Nangyari ito dahil – gaya ng sinabi ni Jesus sa Juan 4:48, *"Malibang makakita kayo ng mga tanda at mga kababalaghan ay hindi kayo mananampalataya"* – ang mga tao'y hindi maniniwala kung wala silang nakikitang mga pagkilos ng makapangyarihang Diyos.

Nagpapakita ang Diyos ng mga Kahanga-hangang Kababalaghan at Tanda

Detalyadong nakatala sa aklat ng Exodo ang mga kahanga-hangang himala at tanda na ginawa ng makapangyarihang Diyos na nakaka-alam ng lahat sa pamamagitan ni Moises nang ilabas Niya ang mga Israelita mula sa Ehipto patungo sa lupain ng Canaan.

Halimbawa, nang isugo ng Diyos si Moises kay Faraon, ang hari ng Ehipto, nagpadala Siya ng Sampung Salot sa hari at bayan, hinayaang lumakad ang mga Israelita sa tuyong lupa sa gitna ng dagat nang hawiin niya ang Dagat na Pula at nilunod ang mga nasindak na hukbo ng mga Ehipcio sa gitna ng dagat.

Kahit pagkaraan ng Exodo, bumukal ang tubig mula sa bato nang hampasin ito ni Moises ng kanyang tungkod, tumamis ang mapait na tubig, at umulan ng mana mula sa langit para milyong mga tao ang mabuhay na walang pag-aalala sa pagkain.

Sa Lumang Tipan, makikita din natin ang pagpuspos ng Diyos kay Elias para makapaghayag ng tatlo't kalahating taon ng tagtuyot, manalangin upang umulan muli, at buhayin ang patay.

Sa Bagong Tipan, makikita natin si Jesus, ang Anak ng Diyos, na binuhay si Lazaro na apat na araw nang patay, binuksan ang mata ng mga bulag, at pinagaling ang mga taong may sari-saring mga sakit, kapansanan, at sinaniban ng masasamang espiritu. Lumakad Siya sa ibabaw ng tubig at pinatahimik ang hangin at alon.

Ang Diyos ay gumawa ng mga di-pangkaraniwang himala sa pamamagitan ni apostol Pablo. Nang dinala sa mga may sakit ang mga panyo at tapis na napadikit sa kanyang katawan, sila ay gumaling at lumabas sa kanila ang masasamang espiritu (Ang Mga Gawa 19:11-12). Maraming tanda ang kasunod ni Pedro na isa sa mga magagaling na alagad ni Jesus. Inilabas ng mga tao sa mga lansangan ang mga may sakit, at nilagay sa mga higaan at mga banig para sa pagdaan ni Pedro'y madaanan man lang ng anino niya ang ilan sa kanila (Ang Mga Gawa 5:15).

Gumawa din ang Diyos ng mga kahanga-hangang himala at tanda sa pamamagitan ni Esteban at Felipe sa Biblia, at patuloy Niyang ipinapakita ang mga ito sa ating mga iglesya kahit ngayon.

Ang Diyos ang May-akda ng Biblia

Ang Diyos ay Espiritu, kaya't Siya'y hindi nakikita ngunit ipinapakita Niya ang Kanyang Sarili sa maraming kaparaanan. Inihahayag ng Diyos ang Kanyang sarili sa pamamagitan ng kalikasan at lalò na sa mga patotoó ng mga taong pinagaling at nakatanggap ng sagot sa panalangin mula sa Kanya. Inihahayag din Niya ang Kanyang Sarili sa pamamagitan ng Biblia. Kaya't maaaring mong malaman ang tungkol sa tunay na Diyos sa pamamagitan ng Biblia, makilala Siya at makamtan ang kaligtasan at buhay na walang hanggan sa pamamagitan ng pagkilala sa Kanyang ginawa. Ang isa pa'y maaari ka nang mamuhay nang matagumpay at magbigay-luwalhati sa Diyos sa pamamagitan ng pag-unawa sa puso Niya at matanto kung paano mo Siya mamahalin at kung paano ka din naman Niya mamahalin (2 Timoteo 3:15-17).

Ang Banál na Kasulatan ay Kinasihan ng Diyos

Sinasabi sa 2 Pedro 1:21, "…*ang mga taong inudyukan ng Espiritu Santo ay nagsalita mula sa Diyos*" at sa 2 Timoteo 3:16, "*Ang lahat ng mga kasulatan ay kinasihan ng Diyos…*" Ibig sabihin, ang Biblia, magmula sa Genesis hanggang sa Apocalipsis ay ang Salita ng Diyos na isinulat dahil sa kagustuhan ng Diyos.

Kaya't maraming kataga tulad ng "Sabi ng Diyos," "Sinabi ng PANGINOON," at "Sabi ng PANGINOONG DIYOS." Ang mga ito'y nagpapatunay na ang Biblia ay hindi salita ng tao kundi ng Diyos.

Ang Biblia'y may animnapu't anim na aklat na binubuo ng tatlumpu't siyam na aklat sa Lumang Tipan at dalawampu't pitong aklat sa Bagong Tipan. Ang mga sumulat ng mga ito'y tinatayang tatlumpu't apat. Ang pagsusulat ng Biblia'y nagsimula noong B.C. 1500 hanggang A.D. 100, at inabot ng 1600 taon.

Ito ang kamangha-mangha: Kahit maraming iba't ibang tao ang sumulat nito, ang buong Biblia ay maliwanag mula simula hanggang wakas, at ang bawat talata'y may pagsang-ayon at katugma ng iba pang mga talata.

Sabi sa Isaias 34:16, *"Inyong saliksikin at basahin ang aklat ng PANGINOON: Kahit isa sa mga ito ay hindi magkukulang; walang mangangailangan ng kanyang kasama. Sapagkat iniutos ng bibig ng PANGINOON, at tinipon sila ng kanyang Espiritu."*

Ang mga ito'y maaari lang mangyari dahil ang orihinal na may-akda ng Biblia ay ang Diyos, at ang Banal na Espiritu ang nanguna sa puso ng mga manunulat at Siyang nagtipon ng mga Salita. Ang dapat mong tandaan ay ito: ang mga taong sumulat ng Biblia'y mga pinili lang na magsulat para sa Diyos, at Siya ang pangunahing may-akda.

Gumamit tayo ng isang halimbawa. May isang matandang ina na naninirahan sa lalawigan. Magpapadala siya ng sulat sa kanyang mas batang anak na lalaki na nag-aaral sa lunsod. Hindi siya marunong magbasa at magsulat kaya't inihayag niya ang kanyang mensahe sa mas matandang anak niyang lalaki. Kapag natanggap ng nakababatang anak ang sulat, maiisip niya na ang sumulat ay ang kanyang ina, hindi ang kanyang kapatid. Kahit na siya nga ang sumulat. Ganito rin ang Biblia.

Isang Liham ng Pagmamahal na Punó ng mga Pagpapala at Pangako ng Diyos

Ang Biblia ay isinulat ng mga lingkod ng Diyos na puspos ng

Banal na Espiritu upang maihayag nila Siya bilang Diyos. Kailangan na maniwala ka na ito ang Salita ng matapat na Diyos na nagpapahayag ng Kanyang Sarili.

Ang Salita ng Diyos ay espiritu at buhay (Juan 6:63), kaya't sinumang makaririnig nito at maniniwala ay magkakaroon ng buhay na walang hanggan at ang kanyang kaluluwa'y magkakaroon ng buhay na masagana. Sinumang maniniwala at susunod sa Salita ng Diyos ay magtatamasa ng maunlad na buhay at magiging ganap na nilalang ng Diyos na tulad ni Jesu-Cristo.

Ang Diyos ay pumarito sa lupa at nagkatawang-tao para ipakita ang Kanyang Sarili sa sangkatauhan, at ang nagkatawang-taong ito'y si Jesus. Hindi ito alam ni Felipe, isang alagad ni Jesus, hiniling niyang pautós kay Jesus na ipakita na Siya'y Diyos. Hindi naunawaan ni Felipe na si Jesus ay Diyos na nagkatawang-tao, na tila tumutupad sa kawikaang, "Ang ilaw ng parola ay di nagliliwag sa paanan."

Ang Juan 14:8-10 ay naglalahad ng pag-uusap ni Felipe at Jesus:

> *"Sinabi sa kanya ni Felipe, 'Panginoon, ipakita mo sa amin ang Ama, at kami ay masisiyahan na.' Sinabi sa kanya ni Jesus, 'Mahabang panahon ang ako'y kasama ninyo, at hindi mo ako nakikilala, Felipe? Ang nakakita sa akin ay nakakita sa Ama. Paano mong nasabi, 'Ipakita mo sa amin ang Ama?' Hindi ka ba sumasampalataya na ako'y nasa Ama, at ang Ama ay nasa akin? Ang mga salitang aking sinasabi*

sa inyo'y hindi ko sinasabi mula sa aking sarili, kundi ang Ama na nananatili sa akin ang gumagawa ng kanyang mga gawa."

Kahit na si Jesus ay nagbigay ng nakakakumbinsíng ebidensiya na Siya at ang Ama ay iisa sa pamamagitan ng pag-gawa ng mga himala na imposibleng mangyari kung wala ang kapangyarihan ng Diyos, nais pa rin ni Felipe na ipakita sa kanya ang Ama. Sinabi sa kanya ni Jesus na maniwala sa Kanyang mga turo at sa mga himala bilang pagpapatunay.

Ang Diyos ay pumarito sa lupa at nagkatawang-tao para ipakita ang Kanyang Sarili sa atin, at Kanyang ipinasulat ang Biblia sapagkat imposible na makita Siya ng mga mata ng tao.

Kaya't mapapasa'yo ang mga biyaya at sagot sa mga pangako sa Biblia kapag mayroon kang mahalagang kaugnayan sa buháy na Diyos sa pamamagitan ng Biblia, alam mo ang Kanyang kalooban at pangangalaga, at sinusunod mo ang Kanyang Salita.

Ang Bawat Salita sa Biblia ay Totoo

Ipinapaalam sa iyo ng mga talâ ng kasaysayan ang mga tao o mga pangyayari sa panahong nagdaan. Ang kasaysayan ay isang salaysay tungkol sa mga pagbabago sa panahon at ipinaaalam nito ang mga detalye tungkol sa mga bagay, tao, at paraan ng pamumuhay sa panahong nagdaan.

Ang kasaysayan ng sangkatauhan ay nagpatunay na ang Biblia ay totoo. Makikita mong ang Biblia ay makasaysayan at makatotóhanan, lalo na kapag maingat mong titingnan ang mga pangyayari, tao, lugar, o kaugalian na nakatala dito.

Dahil ang Lumang Tipan ay totoong násálin batay sa mga tunay na pangyayari tulad ng mahalaga o maliliit na kaalaman na nangyari sa mga indibiduwal, mga tao, o grupo ng mga tao mula sa panahon nila Adan at Eba, itinuturing ng Israel ang Lumang Tipan bilang isang sagrado at makasaysayang kasulatan ng kanilang bayan at pamana hanggang sa panahong ito. Kinikilala kahit ng mga mánanalaysay na ang Biblia ay isang mapagkakatiwalaang batayan.

Ang Kasaysayan ay Nagpapatunay sa Katotohanan ng Biblia

Unang-una, batay sa Biblia, nais kong ibahagi sa iyo ang kasaysayan ng Israel at patunayan na ang Salita ng Diyos sa Biblia ay totoo.

Si Adan na ninunò ng mga nilalang ay nagkasala sa Diyos, kaya't ang lahat ng kanyang lahi, lahat ng tao buhat noon ay naging makasalanan din at namuhay nang hindi kilala ang Diyos na Manlilikha nila. Pagkatapos, ang Diyos ay pumili ng isang bayan at nilayon Niyang ihayag ang Kanyang kagustuhan at pangangalaga sa pamamagitan ng bayang ito.

Una, tinawag ng Diyos si Abraham na may pinakamainam na puso, dinalisay siya at ginawa siyang ama ng pananampalataya. Si Abraham ang naging ama ni Isaac, si Isaac naman ang ama ni Jacob, at tinawag si Jacob na "Israel" ng Diyos at gumawa Siya ng labindalawang tribo mula sa kanyang labindalawang anak na lalaki.

Nang si Jacob ay buhay pa, dinala siya ng Diyos sa Ehipto at hinayaang siyang makabuo ng isang bayan sa pamamagitan ng pagpaparami ng kanyang lahi, at pagkatapos ay pinangunahan siya sa lupain ng Canaan.

Ibinigay ng Diyos kay Moises ang Batas habang nasa ilang siya. Sinanay niya ang mga Israelita na mamuhay ayon sa Salita ng Diyos, at pinamunuan sila sa pamamagitan ng Kanyang Salita.

Matapos silang dalhin sa lupain ng Canaan, namuhay sila nang masagana kapag sinusunod nila ang Batas. Nang paglingkuran ng Israel ang mga diyus-diyosan at gumawa ng kasamaan, ang pamunuan nila'y nanghina at sila'y nilusob ng mga kalapit-bayan nila. Ang mga Israelita'y nabilanggo at inalipin. Nang sila'y nagsisi, ang kanilang bayan ay nanumbalik sa dati. Paulit-ulit ang ganitong pangyayari.

Kaya, ipinapakita ng Diyos sa lahat ng nilalang sa pamamagitan ng kasaysayan ng Israel na Siya'y buhay at Kanyang pinamamahalaan ang lahat sa pamamagitan ng Kanyang Salita.

Makikita mo rin na ang mga propesiya sa Biblia'y natupad na at nasa proseso na ng pagtupad. Halimbawa, sa Lucas 19:43-44, tinukoy ni Jesus ang pagbagsak ng Jerusalem nang Kanyang sabihin:

> *"Sapagkat darating sa iyo ang mga araw, na ang mga kaaway mo ay magtatayo ng muog sa palibot mo at papaligiran ka, at gigipitin ka sa bawat panig. At ibabagsak ka sa lupa, ikaw at ang iyong mga anak na nasa iyo. Sa iyo'y hindi sila mag-iiwan ng bato sa ibabaw ng kapwa bato; sapagkat hindi mo kinilala ang panahon ng pagdalaw sa iyo."*

Sa mga talatang ito'y ipinahiwatig ni Jesus na ang siyudad ng Jerusalem ay sisirain dahil sa kanilang lumalalang kasamaan. Ang propesiyang ito'y natupad noong 70 AD nang utusan ni Heneral Titus ng Emperyo Romano ang kanyang mga tauhan na gumawa ng mataas na bakod na palibot sa Jerusalem at patayin ang mga tao sa loob nito. Nangyari ito 40 taon pagkatapos ng propesiya ni Jesus.

Mababasa sa Mateo 24:32, *"Kaya, pag-aralan ninyo mula sa puno ng igos ang kanyang talinghaga: kapag malambot na ang sanga nito at umuusbong na ang mga dahon, alam ninyong malapit na ang tag-araw."* Ang puno ng igos ay sumasagisag sa bayan ng Israel, at ang talinghagang ito ay nagtuturo na ang Israel ay magiging malaya kapag malapit na ang Pangalawang Pagbabalik ni Jesus. Sa wakas, ang kasaysayan ay nagpapatibay na ang Salita ng Diyos ay naging totoo nang ang Israel na bumagsak noong 70 AD, ay mahimalang nabuo muli noong Mayo 14, 1948 – 1900 taon pagkatapos ng pagkakawasak nito.

Ang Propesiya sa Lumang Tipan at ang Katuparan nito sa Bagong Tipan

Papatunayan ko na ang Salita ng Diyos sa Biblia ay totoo sa pamamagitan ng pag-aaral sa kung paanong ang propesiya sa Lumang Tipan ay natupad sa panahon ng Bagong Tipan.

Ang Batas sa Lumang Tipan ay hindi ang perpektong paraan para tayo ay maging tunay na mga anak ng Diyos. Ito'y isang anino lamang ng papapatotoo sa Diyos. Kaya't ang Diyos ay nangako ng pagdating ng Mesyas sa buong Lumang Tipan. Nang panahon na, pinaparito Niya si Jesus sa lupa para tuparin ang Kanyang pangako.

Maliwanag na si Jesus ay pumarito sa lupa 2000 taon na ang nakakalipas. Ang kasaysayan mula sa kanluran ay nahahati sa dalawa bahagi ayon sa kapanganakan ni Jesus. Ang ibig sabihin ng "B. C." ay "before Christ" o ang kasaysayan bago isilang si Cristo. Samantalang ang "A. D." ay Anno Domini, na ang ibig sabihin ay "sa taon o panahon ng ating Panginoon." Kahit ang kasaysayan ay nagpapatunay sa kapanganakan ni Jesus. Tingnan natin ang Genesis 3:15:

> *"Maglalagay ako sa iyo at sa babae ng pagkapoot sa isa't isa, at sa iyong binhi at sa kanyang binhi. Ito ang dudurog ng iyong ulo, at ikaw ang dudurog ng kanyang sakong."*

Ang talata ay nagpropesiya na ang ating Tagapagligtas, bilang anak ng isang babae, ay darating at wawasak sa kapangyarihan ng kamatayan. Ang "babae" sa talata ay ang Israel. Ang totoo, si Jesus ay pumarito sa lupa bilang anak ni Jose, na kasama sa angkan ng Judah ng Israel (Lucas 1:26-32).

Sabi sa Isaias 7:14, *"Kaya't ang Panginoon mismo ang magbibigay sa inyo ng tanda. Naririro, isang birhen ang maglilihi, at manganganak ng isang lalaki, at kanyang tatawagin ang kanyang pangalan na Emmanuel."*

Nagpapahiwatig ito na ang Anak ng Diyos ay ipapadala rito para tubusin sa kasalanan ang sangkatauhan sa ilalim ng kapangyarihan ng Banal na Espiritu. Kaya't si Jesus ay isinilang ni Birhen Maria sa pamamagitan ng Banal na Espiritu (Mateo 1:18-25).

Si Jesus ay naipropesiya na isisilang sa lugar ng Bethlehem, na mababasa sa Mikas 5:2:

> *"Ngunit ikaw, Bethlehem sa Efrata, na maliit upang mapabilang sa mga angkan ng Judah, mula sa iyo ay lalabas para sa akin ang isa na magiging pinuno sa Israel; na ang pinagmulan ay mula nang una, mula nang walang hanggan."*

Bilang pagtupad sa Salita, si Jesus ay isinilang sa Bethlehem na nasa Judea sa panahon ni Haring Herodes. Kahit ang kasaysayan ay nagpapatotoo dito.

Ang pagpatay ni Haring Herodes sa mga inosenteng sanggol sa panahon ng pagsilang ni Jesus (Jeremias 31:15; Mateo 2:16), ang pagpasok ni Jesus sa Jerusalem (Zacarias 9:9; Mateo 21:1-11), at ang pag-akyat ni Jesus sa langit (Awit 16:10; Mga Gawa 1:9) ay naipropesiya at natupad na.

Ang pagtataksil ni Hudas Iscariote, na naging tagasunod ni Jesus nang tatlong taon (Awit 41:9) at pagpapalit niya kay Jesus sa 30 pirasong pilak (Zacarias 11:12) ay naipropesiya at natupad na din.

Kaya't maaari kang maniwala na ang Biblia ay totoo at ito ang Salita ng Diyos, lalong-lalo na kapag nakikita mo ang lahat ng propesiya sa Lumang Tipan ay eksaktong natupad.

Mga Propesiyang nasa Biblia na Hindi pa Natutupad

Ginawa ng Diyos na Tagapagligtas natin si Jesu-Cristo sa pamamagitan ng pagtupad sa mga propesiya sa Lumang Tipan sa panahon ng Bagong Tipan. Bawat isa sa propesiya tungkol kay Jesus, ang mangyayari sa kasaysayan ng Israel at ng sangkatauhan ay natupad nang walang ni isang mali. Kung susuriin ang kasaysayan ng mundo, makikita natin na lahat ng propesiya sa Biblia'y naging totoo at magiging totoo.

Ang mga propeta sa panahon ng Luma at Bagong Tipan ay nag-propesiya ng pagtaas at pagbagsak ng isang makapangyarihan sa mundo, ang pagkawasak at pagtayo muli ng Jerusalem, at ang mga gagawin ng mga mahahalagang tao. Maraming propesiya sa Biblia ang natupad na at natutupad, at ang mga tao'y hinihintay ang Pangalawang Pagdating ni Jesus, ang 'Rapture', ang kaharian ng Milenyo, ang Paghuhukom ng Malaking Tronong Puti. Inihahanda na ng ating Panginoon ang lugar na para sa iyo ayon sa Kanyang ipinangako (Juan 14:2), at dadalhin ka Niya sa isang lugar na walang hanggan.

Ang mundo natin ngayon ay dumaranas ng mga tag-gutom, lindol, abnormál na lagay ng panahon at mga napakalalaking mga sakuna. Huwag mong isipin na ang mga ito'y nagkataon lang; sa halip ay isipin mo na malapit na ang Pangalawang Pagdating ni Jesus (Mateo 24:3-14). Makakamit mo ang kaligtasan kung mananatili kang gising at papalamutian mo ang iyong sarili bilang babaeng ikakasal.

Kabanata 2

Nilalang at Pinangangalagaan ng Diyos ang Tao

- Lumalalang ng Tao ang Diyos
- Bakit Pinangangalagaan ng Diyos ang Tao?
- Inihihiwalay ng Diyos ang Trigo sa Ipá

···Ang Mensahe ng Krus

"Kaya't nilalang ng Diyos ang tao ayon sa kanyang sariling larawan. Ayon sa larawan ng Diyos siya nilalang. Sila'y kanyang nilalang na lalaki at babae. Sila'y binasbasan ng Diyos at sa kanila'y Sinabi ng Diyos, 'Kayo'y magkaroon ng mga anak at magpakarami, punuin ninyo ang lupa at supilin ninyo ito. Magkaroon kayo ng pamamahala sa mga isda sa dagat, sa mga ibon sa himpapawid, at sa bawat bagay na may buhay na gumagalaw sa ibabaw ng lupa.'"

Genesis 1:27-28

May pagkakataon sa buhay mo na maaaring nagtanong ka tungkol sa pinanggalingan, patutunguhan, layunin, at kahulugan ng buhay. Pagkatapos ay nagsikap kang makakuha ng mga kasagutan. Maraming tao na ang humanap ng iba't ibang paraan para masagot ang mga problema ngunit ang mga ito'y nangamatay na nang hindi nakahahanap ng mga kasagutan.

Ang mga batikang pantás tulad nila Confucius, Buddha, o Socrates ay nagsikap ding makahanap ng mga kasagutan. Itinuon ni Confucius ang pansin sa mabuting asal, na binigyan ng diin ang ganap na kabutihan bilang wastong huwaran, at nagkaroon ng maraming mga tagasunod. Gumawa si Buddha ng pagpapakasakit sa mahabang panahon para makaahon sa makamundong pamumuhay. Pinagsikapang makamtan ni Socrates ang katotohanan sa sariling paraan at naghanap ng tunay na katotohanan.

Ngunit wala ni isa sa kanila ang nakahanap ng permanenteng kalutasan, narating ang tunay na katotohanan, o nakamtam ang buhay na walang hanggan. Ito'y dahil ang katotohanan na natatago bago pa nilikha ang sanlibutan ay isang espirituwal na bagay na hindi nakikita o nahahawakan. Hindi mo matatagpuan ang mga malilinaw na kasagutan ukol sa buhay hanggang hindi mo nauunawaan ang kalooban ng Diyos para sa tao.

Lumalalang ng Tao ang Diyos

Ang mahiwagang pagkakabuo ng mga bahagi, himaymáy, at selula (cells), nang katawan ng tao'y napakadakila. Ang Diyos na lumalang sa tao sa ganitong paraan ay nais magkaroon ng mga tunay na anak na maaari Niyang bahagian ng Kanyang pagmamahal magpakailanman. Dahil dito'y nilalang Niya ang tao ayon sa Kanyang sariling larawan, pinangalagaan siya at inihanda ang langit para sa kanya.

Paano nilikha ng Diyos ang lahat ng bagay sa sansinukob at binuo ang tao?

Ang Paglikha ng Diyos sa Loob ng Anim na Araw

Ipinapaliwang nang mabuti sa unang kabanata ng Genesis ang proseso ng paglikha ng Diyos sa langit at lupa sa loob ng anim na araw. Sinabi ng Diyos, *"Magkaroon ng liwanag,"* at nagkaroon ng liwanag (Genesis 1:3). Pagkatapos ay sinabi Niyang, *"Magtipon ang tubig na nasa silong ng langit sa isang dako at hayaang lumitaw ang lupa,"* at alam natin na ito'y nangyari (Genesis 1:9). At marami pang ibang sumunod.

Tulad ng sinabi sa Hebreo 11:3, *"Sa pananampalataya ay nauunawaan natin na ang mga sanlibutan ay nilikha sa pamamagitan ng salita ng Diyos, anupa't ang mga bagay na nakikita ay nagmula sa mga bagay na hindi nakikita."* Nilikha ng Diyos ang buong sansinukob sa pamamagitan ng Kanyang Salita.

Nilikha ng Diyos ang liwanag sa unang araw, ang kalawakan

sa pangalawang araw, at sa pangatlong araw, hinayaang Niyang magtipon ang tubig na nasa silong ng langit sa isang dako at tinawag ang tuyong lugar na "Lupa" at ang tubig na natipon na "Dagat." Hinayaan Niyang sibulan ng halaman ang lupa: mga tanim na nagkakabinhi at ng punungkahoy na namumunga ayon sa binhi nito. Sa ika-apat na araw, nilikha Niya ang araw, buwan at mga bituin sa kalawakan, at hinayaang Niyang mamahala ang araw sa umaga at ang buwan naman sa gabi. Sa ikalimang araw, nilikha Niya ang mga dambuhala sa dagat at bawat nilalang na may buhay na gumagalaw na ibinukal ng tubig, ayon sa kanya-kanyang uri, at lahat ng ibong may pakpak ayon sa kanya-kanyang uri. Sa ika-anim na araw, nilalang Niya ang mga hayop at mga nilalang na gumagapang at maiilap na hayop ayon sa kanya-kanyang uri.

Nilalang ang Tao Ayon sa Larawan ng Diyos

Ang Diyos na Lumalang ay naghanda ng isang kapaligiran o 'environment' sa loob ng anim na araw na kung saa'y maaaring mabuhay ang tao, at pagkatapos ay lumikha Siya ng tao ayon sa Kanyang larawan. Pinagpala Niya ang tao bilang panginoon ng lahat ng nilalang, at inutusan Niya ito na supilin at pamahalaan ang lahat ng ito.

Kaya't nilalang ng Diyos ang tao ayon sa kanyang sariling larawan, ayon sa larawan ng Diyos sila nilalang. Sila'y kanyang nilalang na lalaki at babae. Sila'y binasbasan ng Diyos at sa kanila'y sinabi ng

Diyos, *"Kayo'y magkaroon ng mga anak at magpakarami, punuin ninyo ang lupa at supilin ninyo ito. Magkaroon kayo ng pamamahala sa mga isda sa dagat, sa mga ibon sa himpapawid, at sa bawat bagay na may buhay na gumagalaw sa ibabaw ng lupa"* (Genesis 1:27-28).

Paano nga ba hinugis ng Diyos ang tao?

"At nilalang ng PANGINOONG Diyos ang tao mula sa alabok ng lupa, at hiningahan ang mga butas ng kanyang ilong ng hininga ng buhay; at ang tao ay naging buháy na kaluluwa" (Genesis 2:7).

Sa talatang ito, ang alabok ay tumutukoy sa luwád (clay). Ang isang sanáy na manggagawa ng palayók na gumagamit ng mahusay na uri ng luwad, ay makagagawa ng mamahaling porselanang celadon o porselanang puti. Sa kabilang banda, ang iba namang magpapalayok ay gumagawa ng mga palayok na walang kintab, tisà, o laryo (bricks).

Ang halaga ng isang palayok na yari sa hinurnong luwad ay ayon sa kung sino ang gumawa nito, gaano kahusay ang pagkakagawa nito, uri ng luwad na ginamit, at kung anong uri ng palayok ito. Dahil ang Makapangyarihang Diyos na Manlilikha ang lumalang sa tao ayon sa Kanyang larawan, hindi ba napakaganda ng Kanyang pagkakahugis sa tao?

Pagkatapos Niyang ihugis ang tao mula sa alabok ayon sa Kanya larawan, hiningahan Niya ang mga butas ng ilong nito ng hininga ng buhay, ang sigla ng buhay. Ang tao'y naging buhày na kaluluwa. Ang hininga ng buhay ay ang lakas, kapangyarihan, sigla, at ang espiritu ng Diyos.

Hiningahan ng Diyos ang Tao ng Hininga ng Buhay

Kung iisipin mo ang proseso sa pag-sindi at pag-ningning ng isang fluorescent light, higit na mauunawaan mo ang proseso sa paglikha sa tao bilang buhày na kaluluwa. Kung nais mong magningning ang ilaw na ito, kailangang ihanda mo muna at pagkatapos ay i-plug sa saksakan. Hindi ito sisindi at magniningning kung hindi nakasaksak sa kuryente.

Ang telebisyon sa iyong bahay ay gayon din. Wala kang makikita sa screen kung hindi pa ito nakabukás, ngunit kung bukás na'y iba't iba ang mapapanood mo't maririnig. May makikita sa screen kung bubuksan mo ang telebisyon. Ngunit sa likod nito'y masalimuot ang pagkakabuo ng mga bahagi.

Gayon din, binuo ng Diyos hindi lamang ang hugis ng tao, kundi pati ang panloob na mga bahagi at buto niya mula sa alabok. Ginawa Niya ang mga ugat na pagdadaluyan ng dugo at ang 'nervous system' na gagawa ng mga tungkulin nito nang tama.

Magagawang malambot na balat ng kapangyarihan ng Diyos ang alabok kung nanaisin Niya. Tulad ng pagdaloy ng kuryente, hiningahan ng Diyos ang tao ng hininga ng buhay. Pagkatapos ay nagsimula nang dumaloy ang dugo sa kanyang katawan, at siya'y huminga at gumalaw na.

Gayon din, dahil ang Diyos ang bumubuo ng memory units sa selula ng utak ng mga tao, sila'y nakaaalala ng kanilang naririnig at nararamdaman. Ang mga natututunan at naaalala ay nagiging kaalaman, at ang kaalaman ay ginugunita bilang kaisipán. Kapag isinasabuhay mo ang mga natutunan, tinatawag itong karunungan.

Bagamat mga nilalang lamang, dinagdagan ng mga tao ang kanilang karunungan at kaalaman, at nakabuo ng isang madetalyeng sibilisasyong siyentipiko. Ngayon, ginagalugad nila ang sansinukob at gumagawa ng computers at itinatala ang napakaraming impormasyon dito. Pinapaandar ito ng paulit-ulit kaya't ito nakakapagbibigay sa kanila ng pagkálakí-lakíng benepisyo na tulad ng pagkakagawa ng Diyos sa memory units ng mga selula ng utak. Umabot na sila sa pag-gawa ng artificial intelligence (A.I.) computers na nakakakilala ng letra o boses ng tao at nakikipag-usap sa ibang computers. Pagaling nang pagaling ang mga ito habang tumatagal.

Napakadali para sa Makapangyarihang Diyos na Manlilikha na bumuô ng tao mula sa alabok ng lupa at hingahan siya ng hininga ng buhay para maging isang buháy na tao! Napakadali para sa Diyos na lumikha ng anuman mula sa wala, subalit kamangha-mangha ito at hindî maarók ng tao (Awit 139:13-14).

Bakit Pinangangalagaan ng Diyos ang Tao?

Itinuturo sa atin ni Jesus ang pangangalaga ng Diyos sa pamamagitan ng maraming talinghaga. Siya'y gumamit ng mga bagay na nakikita sa mundo sa mga talinghaga dahil ang kahariang espirituwal ay hindi mauunawaan sa pamamagitan ng kaalaman ng tao.

Marami sa mga talinghaga ay tungkol sa pangangalaga. Halimbawa, nariyan ang talinghaga tungkol sa manghahasik (Mateo 13:3-23; Marcos 4:3-20; Lucas 8:4-15), talinghaga tungkol sa binhi ng mustasa (Mateo 13:31-32; Marcos 4:30-32; Lucas 13:18-19), talinghaga tungkol sa mga damo sa bukid (Mateo 13:24-30; 36-43), talinghaga tungkol sa isang ubasan (Mateo 20:1-16), at talinghaga ng mga katiwala (Mateo 21:33-41; Marcos 12:1-9; Lucas 20:9-16).

Ang mga talinghagang ito'y ipinapakita sa atin na, tulad ng mga magbubukid na nag-bubungkal ng lupa, naghahasik ng binhi, naglilinang, at nag-aani, ang Diyos ay bumubuo at nangangalaga sa mga tao sa sanlibutan at inihihiwalay ang trigo sa ipa.

Nais Ibahagi ng Diyos ang Tunay na Pag-ibig sa Kanyang Mga Anak

Ang Diyos ay hindi lang may pagka-Diyos kundi may pagka-tao din. Ang pagka-Diyos ay ang kapangyarihan ng pagbatid ng kálahát-lahatan at ang pagkakaroon ng walang-hanggang kapangyarihan ng Manlilikha. Ang pagka-tao'y ang isipan ng tao. Samakatwid nilikha ng Diyos ang buong sansinukob at pinamamahalaan ito, pati ang kasaysayan at buhay ng sangkatauhan. Siya'y nakararamdam ng galak, poot, kalungkutan at kasiyahan, at nais Niyang ibahagi ang pag-ibig sa Kanyang mga anak.

Kung ang katangian ng Diyos ay puro pagka-Diyos lamang,

hindi Niya kailangang mamahinga pagkatapos ng anim na araw ng paglikha ng sansinukob. Hindi rin niya nanaisin ang magkaroon ng personal na ugnayan sa atin, at sasabihing, *"Manalangin kayong walang patid"* (1 Mga Taga-Tesalonica 5:17), *"Tumawag ka sa Akin, at Ako'y sasagot sa iyo, at magsasabi sa iyo ng mga dakila at makapangyarihang bagay na hindi mo nalalaman"* (Jeremias 33:3).

Kung minsan ay nais mong mag-isa, ngunit liligaya ka rin kung kasama mo ang isang kaibigan na magbabahagi ng kanyang pag-ibig sa iyo. Gayon din, nilalang ng Diyos ang tao ayon sa Kanyang larawan dahil nais Niya na Siya'y ibigin. Nangangalaga Siya ng mga espiritu ng tao dito sa lupa dahil nais Niyang magkaroon ng mga tunay na anak na makakaunawa sa Kanyang puso at mamahalin Siya ng buong puso.

Nais ng Diyos ng mga Anak na Kusang Sumusunod sa Kanya

Nagtataka ang iba kung bakit lumikha pa ang Diyos ng mga tao at patuloy silang pinangangalagaan samantalang kay rami namang mga masunuring anghel at hukbo sa langit. Ito'y dahil ang mga ito'y walang mga katangian na mahalaga sa pagbabahagi ng pag-ibig. Sa maikling salita, wala silang free will upang gumawa ng pagpili. Sila'y magaling sumunod sa mga inuutos sa kanila tulad ng mga robot, ngunit hindi sila nakakaramdam ng galak, poot, dalamhati, o kasiyahan tulad ng tao. Kaya't hindi sila maaaring magmahal sa Diyos mula sa kaibuturan ng kanilang puso.

Halimbawa, ipagpalagay nating may dalawa kang anak. Ang isa'y sumusunod sa iyo nang hindi naghahayag ng kanyang nararamdaman, iniisip, o pagmamahal, tulad ng isang robot na mahusay ang pagkakagawa. Ang ikalawa'y sinasaktan ang kalooban mo kung minsan, ngunit pinagsisisihan naman niya, yayakap sa iyo nang mahigpit, at ihahayag ang kanyang damdamin sa maraming paraan. Sino ngayon sa kanilang dalawa ang higit mong mahal? Siyempre, ang pangalawa.

Ipagpalagay natin na mayroon kang robot na nagluluto, naglilinis ng bahay, at naglilingkod sa iyo. Kahit ganoon, hindi mo ito mamahalin nang higit sa iyong mga anak. Kahit gaano pa kasipag at gaano pa ito matulungin, hindi ito maaaring maging anak mo.

Gayun man, higit na gugustuhin ng Diyos ang mga tao na kusà at may kagalakang sumusunod sa Kanya, gamit ang kanilang isip at damdamin, hindi tulad ng mga angel at hukbo na kumikilos na gaya ng mga robot. Ang Diyos ay nagbibigay ng free will at ng Kanyang Salita sa tao. Itinuturo Niya sa kanila ang mabuti at masama at kung ano ang daan sa kaligtasan at kamatayan. Matiyaga Siyang naghihintay sa kanila hanggang sila'y maging tunay na mga anak Niya.

Katulad ng sa Isang Magulang ang Pangangalaga ng Diyos sa Tao

Isinulat sa Genesis 6:5-6 na, *"Nakita ng PANGINOON na napakasama na ng tao sa lupa, at ang bawat haka ng mga pag-iisip ng kanyang puso ay palagi na lamang masama.*

Nalungkot ang PANGINOON na kanyang nilalang ang tao sa lupa at nalumbay ang kanyang puso."

Nangangahulugan ba ito na hindi ito alam ng Diyos nang Kanyang lalangin ang tao? Alam Niya ito nang lubusan. Ang Diyos ay nakababatid ng lahat ng bagay at makapangyarihan kaya't alam na Niya ang lahat bago pa nagsimula ang panahon. Gayon pa man, nilalang Niya ang tao at pinangangalagaan pa rin sila.

Kung ika'y magulang, maaaring mas madali mo itong mauunawaan. Napakahirap magsilang at magpalaki ng mga anak! Kapag ang isang babae ay nagdadalang-tao, iba't iba ang mararanasan niyang paghihirap sa loob ng siyam na buwan tulad ng pagduduwal. Sa panganganak ay labis ang sakit na nararanasan ng isang ina. At para mapakain, madamitan at maturuan ang mga bata, ang mga magulang ay nagsisikap at nagtatrabaho sa araw at gabi. Kung ang mga anak ay ginagabi sa pag-uwi, labis na nag-áalalá ang mga magulang. At kung sila'y may sakit, ang mga magulang nila'y higit pa ang nararamdamang paghihirap kaysa sa kanila.

Bakit nagpapalaki pa ang mga magulang ng mga anak sa kabila ng napakaraming paghihirap at pagpupunyagi? Ang dahilan ay nais ng mga magulang na magpalaki ng mga bata na mamahalin at makararanas ng pagmamahal nila, at magmamahal din sa kanila mula sa kaibuturan ng kanilang puso. Para sa mga magulang, nagdudulot ng kaligayahan kahit ang mga paghihirap. Bukod pa rito, napakaganda kung kamukhang-kamukha pa ng mga bata ang kanilang mga magulang! Syempre, hindi lahat ng anak ay nagiging masunurin sa kanilang magulang. Ang ilang bata'y nagmamahal at gumagalang, ngunit ang iba nama'y matigas ang ulo at nagbibigay ng samá ng loob.

Kahit alam na ng mga magulang ang hirap sa pagpapalaki ng anak, hindi nila itinuturing ang mga bagay na ito na kahirapan. Sa halip, nagsusumikap sila, at umaasa silang lalakíng mabubuti ang kanilang mga anak at magiging kagalakan nila. Gayon din, alam ng Diyos na ang tao'y susuway sa Kanya, magiging masamá, at magbibigay ng samá ng loob, ngunit alam din Niya na may magiging tunay na anak na magmamahal sa Kanya. Kaya't ang Diyos ay naglalang ng tao at kusang pinangangalagaan sila noon pa man.

Nais ng Diyos na Luwalhatiin Siya ng Kanyang mga Tunay na Anak

Nangangalaga ang Diyos sa lupa ng mga taong may espiritu hindi lang para magkaroon Siya ng tunay na mga anak kundi para luwalhatiin din Siya ng mga ito. Ang Diyos ay maaaring makatanggap ng luwalhati mula sa malaking hukbo ng mga anghel sa langit. Subalit ang totoong nais Niya'y luwalhatiin Siya ng mga pinangalagaan Niyang tunay na mga anak mula sa kaibuturan ng kanilang puso.

Sinasabi ng Diyos sa Isaias 43:7 na, *"bawat tinatawag sa Aking pangalan, sila na Aking nilikha ay para sa Aking kaluwalhatian, oo, yaong Aking inanyuan, oo, yaong Aking ginawa."* Itinuturo Niya sa iyo sa 1 Mga Taga-Corinto 10:31 na, *"Kaya kung kayo man ay kumakain, umiinom, o anuman ang inyong ginagawa, gawin ninyo ang lahat sa ikaluluwalhati ng*

Diyos."

Ang Diyos ay ang Manlilikha, Pag-ibig at Katarungan. Ibinigay Niya ang Kanyang kaisa-isang Anak para iligtas tayo, at inihanda ang langit at ang buhay na walang hanggan. Higit pa Siya sa karapat-dapat na luwalhatiin. At nais din Niyang ibalik ang kaluwalhatian sa mga lumuluwalhati sa Kanya.

Dahil dito, kailangan kang maging tunay na anak ng Diyos na maaaring makibahagi sa Kanyang pag-ibig magpakailanman sa pamamagitan ng pag-unawa kung bakit nais Niya na maluwalhati Siya ng Kanyang mga pinangangalagaang anak sa espiritu.

Inihihiwalay ng Diyos ang Trigo sa Ipa

Pinagyayaman ng mga magsasaka ang lupa dahil nais nilang umani nang masagana. Pinangangalagaan ng Diyos ang espiritu ng mga tao sa lupa para magkaroon Siya ng tunay na mga anak na hindi lang magmamahal at luluwalhati sa Kanya sa kanilang mga puso kundi makikibahagi rin sa pagmamahal Niya sa langit magpakailanman.

Laging maraming trigo (o palay) at ipa kapag anihan, kaya't pinaghihiwalay ang mga ito ng magsasaka, titipunin at dadalhin ang trigo sa kanilang kamalig, at susunugin ang ipa. Gayon din, ihihiwalay ng Diyos ang trigo sa ipa sa katapusan ng pangangalaga Niya sa espiritu ng mga tao:

"Nasa kamay niya ang kanyang kalaykay at lilinisin niya ang kanyang giikan. Titipunin niya ang kanyang

trigo sa kamalig, subalit ang ipa ay susunugin niya sa apoy na hindi mapapatay" (Mateo 3:12).

Kaya't matatag kang maniwala na pinangangalagaan ng Diyos ang mga espiritu ng tao sa lupa, at sa Kanyang sariling panahon ay titipunin Niya ang trigo – mga tunay na anak Niya – sa Langit para sa buhay na walang hanggan. Ngunit susunugin Niya ang ipa sa hindi mapapatay na apoy ng impiyerno.

Saliksikin pa natin kung anong uri ng tao ang trigo at ang ipa sa mata ng Diyos, at anong uri ng mga lugar ang Langit at ang impiyerno.

Ang Trigo at ang Ipa

Ang trigo ay sumasagisag sa mga taong tumanggap kay Jesu-Cristo, lumalakad sa katotohanan, at nagbabahagi ng pag-ibig ng Diyos. Sila'y mga anak ng liwanag na pinanunubalik ang nawalang larawan o imahe ng Diyos at sinusunod ang anumang iutos Niya.

Sa kabilang banda, ang ipa ay kumakatawan sa mga taong ayaw tanggapin si Jesu-Cristo, o doon sa mga nagsasabing mananampalataya sila ngunit hindi namumuhay ayon sa Salita ng Diyos, kundi para sa kanilang masasamang nasa.

Inilalarawan sa 1 Timoteo 2:4 ang ating Panginoon *"na nagnanais na ang lahat ng tao ay maligtas at makarating sa pagkakilala ng katotohanan."* Kaya, nais ng Diyos na ang lahat ng tao'y maging trigo at makapasok sa kaharian ng langit. Nagsisikap ang Diyos na matanto mo ito sa iba't ibang paraan at dinadala ka sa daan ng kaligtasan. Ngunit may mga taong lalabag sa kalooban ng Diyos sa huli at kikilos ayon sa kanilang sariling kagustuhan. Sa mata ng Diyos, sila'y walang pinagkaiba sa hayop sapagkat nawala na sa kanila ang mga pinahahalagahan ng tao.

Sinusunog ng mga magsasaka ang ipa o kaya'y ginagamit itong pataba sa lupa dahil kung parehong titipunin at ilalagay ang trigo at ipa sa kamalig, mabubulok ang trigo. Kaya't hindi hahayaan ng Diyos na makapasok ang ipa sa kaharian ng langit kung saan papunta ang trigo. Ang tao'y may espiritung walang hanggan dahil hiningahan Siya ng Diyos ng hininga ng buhay nang siya'y lalangin hindi tulad ng mga hayop. Hindi sisirain ng Diyos ang ipa, o hahayaan ito na mabalewala.

Tiyak na titipunin ng Diyos ang trigo para dalhin sa langit at hahayaan silang maranasan ang walang hanggang kaligayahan, at susunugin naman ang ipa sa hindi mapapatay na apoy ng impiyerno magpakailanman. Pakaisipin mo ito para hindi ka maitapon sa apoy ng impiyerno.

Ang Kagandahan ng Langit at ang Nakasisindák na Impiyerno

Sa isang banda, ubod ng ganda ng Langit para maihambing sa anumang bagay sa lupa. Halimbawa, ang bulaklak sa lupa'y nalalantá, ngunit ang bulaklak sa Langit ay hindi nalalantá o nalalaglag dahil ang lahat sa Langit ay walang hanggan. Ang mga lansangan ay purong ginto na kasing linaw ng salamin, ang Ilog ng Buhay na kumikinang tulad ng purong kristal ay dumadaloy, at ang mga bahay ay gawa sa iba't ibang uri ng mga nagniningning na hiyas. Ang lahat ay napakaganda sa hindi maipaliliwanag na paraan (tingnan ang *'Heaven I & II'*).

Sa kabilang banda, ang impiyerno'y kung saan ang uod ay hindi namamatay, at ang apoy ay hindi napapatay. Ang lahat doo'y aasinan ng apoy (Marcos 9:48-49). Bukod dito, may lawa ng nagaapoy na asupre na pitong ulit na mas mainit kaysa sa lawa ng apoy (Apocalipsis 20:10, 15). Ang mga taong hindi ligtas ay mamumuhay sa lawa ng apoy na hindi napapatay o sa lawa ng nagaapoy na asupre magpakailanman. Nakakasindak at nakakakilabot na mamuhay doon magpakailanman! (tingnan ang *'Hell'*)

Kaya't sinabi ni Jesus sa Marcos 9:43, *"Kung ang kamay mo ay nakapagpapatisod sa iyo, putulin mo ito. Mas mabuti pa sa iyo ang pumasok sa buhay na baldado, kaysa may dalawang kamay at mapunta sa impiyerno, sa apoy na hindi mapapatay."*

Bakit kailangang gumawa ang Diyos ng pag-ibig ng kakilákilabot na impiyerno at ng magandang Langit? Kung ang masasama ay hahayaang makapasok sa kung saan ang mga mabubuti at kaibig-ibig sa Diyos ay maninirahan, magiging masakit ito para sa mga mabubuting tao at ang Langit ay parurumihín ng kasamaan. Sa madaling salita, gumawa ang Diyos ng impiyerno dahil mahal Niya ang tao at nais Niyang bigyan lamang ng pinakamabuti ang Kanyang mga anak.

Ang Paghuhukom ng Dakilang Tronong Puti

Tulad ng paghahasik ng isang magsasaka ng binhi at paggapas niya rito taun-taon, ang Diyos ay nangangalaga na ng espiritu ng mga tao magmula nang palayasin Niya si Adan sa

Halamanan ng Eden at ipinagpapatuloy ito hanggang sa muling pagbabalik ni Jesus.

Inihayag ng Diyos ang Kanyang kagustuhan sa mga ninuno ng pananampalataya tulad nila Noe, Abraham, Moises, Juan Bautista, Pedro at apostol Pablo. Ngayon, nagpapatuloy Siya sa pangangalaga ng espiritu ng mga tao sa pamamagitan ng Kanyang mga pastor at manggagawa. Subalit, dahil laging may katapusan ang sinimulan, ang pangangalaga sa espiritu ng mga tao ay may hangganan.

Tinatagubilin sa atin sa 2 Pedro 3:8 na, *"Subalit huwag ninyong kaliligtaan ang katotohanang ito, mga minamahal, ang isang araw sa Panginoon ay tulad ng sanlibong taon, at ang sanlibong taon ay tulad ng isang araw."* Tulad ng pagpapahinga ng Diyos sa ika-pitong araw pagkatapos ng anim-na-araw-na paglikha Niya ng sansinukob, ang pagbabalik ni Jesus, at ang Bagong Milenyo, ang panahon ng Sabbath ay mangyayari pagkaraan ng anim na libong taon pagkatapos ng pagsuway ni Adan. Pagkatapos, sa panahon ng Paghuhukom ng Dakilang Tronong Puti, hahayaan ng Diyos na makapasok ang trigo sa langit at ihahagis Niya ang ipa sa apoy ng impiyerno.

Kaya't pagpalain ka ng Panginoong Jesu-Cristo na iyong maunawaan nang malalim ang awa't tulong at pag-ibig ng Diyos sa Kanyang pangangalaga ng mga tao, mamuhay kang pinagpala, at luwalhatiin ang Diyos na may masidhing pag-asa para sa Langit.

Kabanata 3

Ang Punungkahoy ng Pagkaalam ng Mabuti at Masama

- Si Adan at Eba sa Halamanan ng Eden
- Sumuway si Adan nang Ayon sa Sariling Kagustuhan
- Ang Kabayaran ng Kasalanan ay Kamatayan
- Bakit Naglagay ang Diyos ng Punungkahoy ng Pagkaalam ng Mabuti at Masama sa Gitna ng Halamanan ng Eden?

Ang Mensahe ng Krus

Kinuha ng PANGINOONG Diyos ang lalaki at inilagay sa halamanan ng Eden upang ito ay kanyang bungkalin at ingatan. At iniutos ng PANGINOONG Diyos sa lalaki, na sinabi, "Malaya kang makakakain mula sa lahat ng punungkahoy sa halamanan, subalit mula sa punungkahoy ng pagkakilala ng mabuti at masama ay huwag kang kakain; sapagkat sa araw na ikaw ay kumain niyon ay tiyak na mamamatay ka."

Genesis 2:15-17

Ang mga hindi nakaaalam sa dakilang pag-ibig at malalim at malaking awa at pangangalaga sa tunay na mga anak ng Diyos na Manlilikha'y baka magtanong ng, "Bakit inilagay ng Diyos ang puno na nagbibigay ng kaalaman tungkol sa mabuti at masama sa Halamanan ng Eden?" Bakit hinahayan Niya ang unang tao na tahakin ang daan tungo sa kasáwian?" Sa palagay nila, ang tao'y hindi sana mamamatay sa halip ay dumaranas ng masayang buhay sa Halamanan ng Eden magpakailanman kung hindi inilagay ng Diyos ang punong iyon doon.

Ang ilan sa kanila'y nagsasabi ng mga bagay na tulad ng "Hindi naisip ng Diyos na kakainin ni Adan ang bunga ng puno na nagbibigay ng kaalaman tungkol sa mabuti at masama" dahil hindi sila naniniwala na ang Diyos ay may walang-hanggang karunungan at kapangyarihan. Inilagay ba Niya ang puno sa Halamanan ng Eden ng hindi batid at hindi nalalaman ang gagawing pagsuway ni Adan? O kaya'y sinadya ng Diyos ang paglalagay ng puno doon para dalhin ang tao sa kapahamakan? Tiyak na hindi!

Kaya't bakit inilagay ng Diyos ang puno na nagbibigay ng kaalaman tungkol sa mabuti at masama sa gitna ng Halamanan ng Eden? Bakit sumuway si Adan sa utos ng Diyos at nahulog sa landas ng kamatayan?

Si Adan at Eba sa Halamanan ng Eden

Binuo ng Diyos ang tao mula sa alabok ng lupa at hiningahan ang butas ng kanyang ilong ng hininga ng buhay, at siya'y naging buháy na tao (Genesis 2:7). Ang buháy na tao'y isang espirituwal na nilalang na walang kahit anong uri ng kaalaman nang siya'y unang lalangin. Halimbawa, walang karunungan at kaalaman ang isang bagong silang na sanggol. Ang sanggol ay may memory system sa kanyang utak, ngunit wala pa siyang nakita, narinig, o natutunan na kahit anuman. Kaya't siya'y kikilos ayon sa kanyang likás na ugalì o instinct.

Gayun din, walang karunungang espirituwal o kaalaman si Adan nang siya'y maging isang buháy na tao sa simula.

Natutunan ni Adan ang Kaalaman Ukol sa Buhay Mula sa Diyos

Gumawa ang Diyos ng halamanan sa silangan, sa Eden at inilagay si Adan doon. Binigyan siya ng Diyos ng kaalaman tungkol sa buhay at katotohanan habang magkasama silang naglalakad doon para mapamahalaan niya ang halamanan.

Mababasa sa Genesis 2:19 na, *"Kaya't mula sa lupa ay nilalang ng PANGINOONG Diyos ang lahat ng hayop sa parang at ang lahat ng ibon sa himpapawid; at dinala sa lalaki upang malaman kung anong itatawag niya sa mga iyon. At anuman ang itawag ng lalaki sa bawat buháy na nilalang ay siyang pangalan nito."* Si Adan ay binigyan ng sapat na kaalaman sa buhay upang pamahalaan niya ang lahat ng bagay.

Para sa Diyos, hindi mainam na mag-isa si Adan. Kaya't pinatulog Niya nang mahimbing ang tao upang lumikha ng isang angkop na kasama at katulong niya. Kinuha Niya ang isang tadyang ng tao at pinaghilom ang laman sa lugar na iyon habang siya'y natutulog. Pagkatapos Siya'y naglalang ng isang babae mula sa tadyang, at inilapit ito sa lalaki. Ginawa ng Diyos na ang lalaki'y pumisan sa kanyang asawa, at sila'y naging isang laman (Genesis 2:20-22).

Hindi ito dahil nakaramdam ng kalungkutan si Adan kundi dahil ang Diyos ay matagal nang nag-iisa bago pa nagsimula ang panahon at batid Niya ang kalungkutan. Ang Kanyang dakilang pag-ibig at biyaya ang nag-udyok sa Kanya na lumalang ng katuwang ni Adan. At dahil alam Niya ang magiging katayuan ni Adan sa hinaharap, pinagpala Niya ang lalaki at ang asawa nito upang maging mabunga, umunlad, at magpakarami sa lupa.

Ang Mahabang Buhay ni Adan sa Halamanan ng Eden

Gaano katagal namuhay si Adan at ang kanyang asawa sa Halamanan ng Eden? Hindi tinatalakay ng Biblia ang detalye nito, ngunit dapat mong malaman na namuhay sila doon nang mas matagal kaysa sa iniisip ng marami.

Binanggit ito ng Biblia sa iilang talata lamang. Kaya't maraming tao ang nag-iisip na kinain ni Adan ang bawal na bunga at nahulog sa kapahamakan pagkaraan lang ng maikling panahon pagkatapos siyang ilagay sa halamanan. Ang iba naman ay nagtatanong, "Sinasabi ng Biblia na ang kasaysayan ng tao ay anim na libong taon. Ngunit paano mo maipapaliwanag kung bakit may fossils na ilang daang libong taon ang gulang?"

Ang kasaysayan ng pangangalaga sa tao na makikita sa Biblia'y humigit kumulang sa 6000 taon, magmula sa panahon nang si Adan at Eba'y pinalayas sa Eden. Hindi kasama rito ang mahabang panahon ng kanilang pamamalagi dito. Sa paglipas ng matagal na panahon, nagkaroon ng malalaking pagbabago sa heolohika (geological) at heograpiya (geographical) sa ibabaw ng lupa tulad ng crust reaction at maraming siklo ng pagpaparami at pagkamatay o pagkalipol. Pinatutunayan ito ng maraming fossils na tinalakay sa Kabanata 1.

Tulad ng pagkaloob ng pagpapala ng Diyos kay Adan at Eba sa Genesis 1:28, ang unang taong si Adan, bago siya isinumpa, ay naglakad na kasama ng Diyos sa mahabang panahon at naging ama ng maraming anak sa halamanan. Bilang panginoon ng lahat ng nilikhang bagay, sinupil at pinamahalaan ni Adan ang lupa, pati na ang halamanan.

Sumuway si Adan nang Ayon sa Sariling Kagustuhan

Binigyan ng Diyos si Adan at Eba ng sarili nilang pagpapasiya at hinayaan sila na maranasan ang kasaganaan at kaligayahan sa Halamanan ng Eden. Ngunit may isang bagay na ipinagbawal ang Diyos. Iniutos Niya na huwag nilang kakainin ang bunga ng punungkahoy ng pagkaalam ng mabuti at masama.

Kung naunawaan nang malalim ni Adan ang puso ng Diyos

at minahal Siya nang tunay, hindi sana niya kinain ang ipinagbabawal na bunga sapagkat alam niya ang utos ng Diyos. Subalit hindi niya sinunod ito dahil hindi niya tunay na mahal ang Diyos.

Inilagay ng Diyos ang puno at itinatag ang mahigpit na kautusan sa tao. Hinayaan Niya ang tao na sumunod ayon sa sarili nilang kagustuhan o pasiya. Ito'y sapagkat nais Niyang magkaroon ng tunay na mga anak na susunod sa Kanya mula sa kaibuturan ng kani-kanilang puso.

Binalewala ni Adan ang Salita ng Diyos

Laging nangangako ang Diyos ng mga pagpapala sa mga susunod sa lahat ng mga utos Niya at makikinig sa Kanyang Salita (Deuteronomio 15:4-6; 28:1-14). Ngunit, sino nga ba ang sumusunod sa lahat ng pinag-uutos Niya? Inaamin kahit ng Biblia na kakaunti lang sa mga tao ang makakagawa nito.

Marahil ay tinuruan ng Diyos si Adan na kanyang mararanasan ang buhay na walang hanggan at mga pagpapala kung susunod siya sa Kanya, ngunit mamamatay kung siya'y susuway. Nagbabala ang Diyos sa kanya na huwag kakainin ang bunga ng puno na nagbibigay kaalaman tungkol sa mabuti at masama.

Ngunit binalewala ni Adan at Eba ang utos ng Diyos, at kinain ang ipinagbabawal na bunga. Tinangkang guluhin ni Satanas ang plano ng Diyos na mangalaga ng mga tunay na anak sa espiritu mula pa sa simula. Sa wakas, nagtagumpay si Satanas sa pagtukso sa kanila na kainin ito sa pamamagitan ng ahas na pinakatusô sa lahat ng mababangis na hayop (Genesis 3:1). Sumuway si Adan At Eba sa utos ng Diyos. Paano sumuway si Adan gayong siya'y may buháy na espiritu at tinuruan ng Diyos ng pawang katotohanan lamang?

Sa Genesis 2:15, makikita natin na ibinigay ng Diyos ang pamamahala at pangangalaga ng Halamanan ng Eden kay Adan. Si Adan ay tumanggap ng kapangyarihan at karapatan mula sa Diyos para pamahalaan at bantayan ang halamanan. Pinabantayan Niya ito kay Adan dahil baka makapasok si Satanas. Subalit hindi nabigo si Satanas na gamitin ang ahas at tuksuhin sina Adan at Eba sa pamamagitan nito. Paano ito nangyari?

Sa isang salita, si Satanas ay isang masamang espiritu na may kapangyarihan sa kaharian sa himpapawid. Si Satanas ay walang anyo. Sa Efeso 2:2, siya'y tinawag na *"pinuno ng kapangyarihan ng himpapawid, ng espiritu na ngayon ay gumagawa sa mga anak ng pagsuway."*

Dahil si Satanas ay maihahambing sa radio waves na nasa himpapawid, maaari niyang gamitin ang ahas na nasa halamanan para tuksuhin sina Adan at Eba. May inuulit na natatanging kataga sa Genesis 1. Pagtatapos ng bawat araw ng paglikha, inuulit ng Biblia ang, "At nakita ng Diyos na ito ay mabuti." Hindi ito binanggit sa pangalawang araw nang likhain ng Diyos ang kalawakan.

Muli, naghahayag ang Efeso 2:2, *"na dati ninyong nilakaran, ayon sa lakad ng sanlibutang ito, ayon sa pinuno ng kapangyarihan ng himpapawid, ng espiritu na ngayon ay gumagawa sa mga anak ng pagsuway."* Alam ng Diyos na sa mula't mula pa ang mga masasamang espiritu'y magkakaroon ng kapangyarihan sa kaharian sa himpapawid.

Nahulog si Eba sa Panunukso ng Ahas

Ang ahas ay isa lang sa mga hayop sa bukid. Paano ito nagtagumpay sa pagtukso kay Eba na suwayin ang utos ng Diyos?

Sa Halamanan ng Eden, ang mga tao'y maaaring makipag-usap sa lahat ng bagay na may buhay tulad ng mga bulaklak, puno, ibon, hayop, at iba pa, kasama na ang ahas. Dati-rati, ang mga ahas ay mahal at kasundo mga tao, di tulad ngayon. Ang mga ito'y makikinis, malilinis, mahaba, mabilog at matalino kaya't kanais-nais sila kay Eba. Kabisado nila si Eba at sila'y kinalulugdan naman niya. Tulad sila ng mga aso na kinalulugdan ng kanilang mga amo dahil sila'y matatalino at mas masunurin kaysa sa ibang hayop.

Ngunit maraming tao ang nagsasabing, "Ang mga ahas ay nakakakilabot, makamandag at kasuklam-suklam." Likas na ayaw nila sa ahas dahil ang mga ito ang luminlang sa unang tao na si Adan at ang asawa niyang si Eba upang sumuway sa utos at nagtulak sa kanila tungo sa kamatayan.

Para maunawaan ang likas na ugali ng ahas, dapat mong malaman ang katangian ng lupa noong unang panahon. Bawat lupa ay may kakaibang mga sangkap at magkakaiba rin ang dami ng bawat sangkap. Kaya't ang lupa'y maaaring maganda o hindi, depende sa mga elementong idinagdag doon. Nang likhain ng Diyos ang lahat ng uri ng hayop sa bukid at mga ibon sa himpapawid, pumili Siya ng lupa na bagay sa bawat hayop (Genesis 2:19).

Sa simula'y hindi ginawa ng Diyos na tuso ang ahas. Ginawa Niya itong matalino para magustuhan ng mga tao. Ngunit ito ay naging tuso matapos na lumagos dito ang likas na kasamaan. Kung ang ahas ay hindi nakinig sa tinig ni Satanas, kundi sinunod lang ang kagustuhan ng Diyos, sana'y naging matalino at mabuting hayop ito. Ngunit dahil pinakinggan nito si Satanas, ito ay naging isang mapanlinlang na hayop na tumukso kay Eba upang mahulog sa kamatayan.

Dahil Binago ni Eba ang Salita ng Diyos

Batid ng ahas ang sinabi ng Diyos kina Adan at Eba: *"..malaya kang makakakain mula sa lahat ng puno sa halamanan, subalit mula sa punungkahoy ng pagkakilala ng mabuti at masama ay huwag kang kakain; sapagkat sa araw na ikaw ay kumain niyon ay tiyak na mamamatay ka"* (Genesis 2:16-17). Kayat ang ahas na mapanlinlang ay nagtanong sa babae, *"Sinabi ba ng Diyos, 'Huwag ninyong kakainin ang mula sa alinmang punungkahoy sa halamanan?'"* (Genesis 3:1)

Paano sumagot si Eba sa ahas?

> *"At sinabi ng babae sa ahas, 'Makakain namin ang bunga ng mga punungkahoy sa halamanan; subalit sinabi ng Diyos, 'Huwag ninyong kakainin ang bunga ng punungkahoy na nasa gitna ng halamanan; huwag din ninyo itong hihipuin, kundi kayo'y mamamatay'"* (Genesis 3:2-3).

Nagbigay ang Diyos kina Adan at Eba ng malinaw na babala, *"Subalit mula sa punungkahoy ng pagkilala ng mabuti at masama ay huwag kang kakain; sapagkat sa araw na ikaw ay kumain niyon ay tiyak na mamamatay ka"* (Genesis 2:17). Binigyang-diin Niya na hindi sila mabubuhay kung kakainin nila ang bunga ng puno. Ngunit hindi gaanong maliwanag ang sagot ni Eba. Ang isinagot lang niya ay, "Kayo'y mamamatay." Kinaligtaan niya ang salitang "tiyak." Sa madaling salita, ang ibig niyang sabihin ay, "Kung kakainin mo ang ipinagbabawal na bunga, maaari o hindi ka mamamatay."

Hindi tinandaan ni Eba ang utos ng Diyos at pinagdudahan nang kaunti ang Salita Niya. Nang marinig ng ahas ang hindi maliwanag at may pagdududa niyang sagot, nagmadali na ito sa mahigpitang pagtukso sa kanya. Binaliktad pa nito ang utos ng Diyos. Sinabi ng ahas sa babae, "Tiyak na hindi kayo mamamatay." Sinimulan nitong baguhin ang utos ng Diyos at hinikayat ang babae: *"Sapagkat nalalaman ng Diyos na kapag kayo'y kumain noon, mabubuksan ang inyong mga mata, at kayo'y magiging katulad ng Diyos, na nakakikilala ng mabuti at masama"* (Genesis 3:4-5). Muling tinukso nito ang babae, at lalong binuhay ang kanyang pagka-mausisa.

Sumuway si Eba nang Ayon sa Sariling Kagustuhan

Matapos bulungan ni Satanas ng makasalanang pagnanais ang babae sa pamamagitan ng mga kasinungalingan, ang punungkahoy ay naging kakaiba na para sa babae. Sinasabi sa Genesis 3:6, *"Kaya't nang makita ng babae na ang bunga ng punungkahoy ay mabuting kainin, nakakalugod sa paningin, na dapat nasain upang maging matalino, siya ay pumitas ng bunga nito at kinain ito; at binigyan din niya ang kanyang asawa na kasama niya, at siya'y kumain."*

Dapat ay agad at lubusan nang pinalayas ng babae ang ahas at ang tukso. Tumupok sa babae ang pananabik ng makasalanang tao, ang pagnanasa ng mata, at ang pagmamataas sa buhay, at nagtaboy sa kanya para sumuway.

May mga nagsasabi, "Di ba kinain ni Adan at Eba ang bunga ng punungkahoy ng pagkaalam ng mabuti at masama dahil likas na makasalanan sila?" Hindi sila likas na makasalanan kundi likas na mabuti bago sila sumuway. Maaari nilang sundin ang sarili nilang kagustuhan, kung kakainin nila o hindi ang ipinagbabawal na bunga ng Diyos.

Sa paglipas ng panahon, kinaligtaan nila ang utos ng Diyos. Pagkatapos ay tinukso sila ni Satanas sa pamamagitan ng ahas at sumuko sila sa tukso. Nakapasok ang kasalanan sa kanila sa ganitong paraan, at nilabag nila ang kaayusan na itinatag ng Diyos.

Tulad din ito ng paglago ng kasamaan sa mga bata. Hindi naman masama o baluktot ang isang bata nang siya'y isilang kahit kung minsan ay gumagawa ng masama sa salita at sa gawa. Sa simula, ginagaya niya ang magagaspang na salita o pagmumura ng ibang bata nang hindi naiintindihan ang kahulugan. O kaya'y ginagaya niya ang paghampas ng isang bata sa isa pa, at natutuwa kapag napapaiyak niya ang mga ito. Uulitin na niya ang paghampas sa iba at ang kasamaa'y nabubuo at lumalago sa kanya.

Hindi rin likas na masama si Adan. Nang sumuway siya sa

utos ng Diyos at kinain ang bunga ng puno nang ayon sa sarili niyang pasiya, ang kasamaan ay nabuo at nanatili sa kanyang pagkatao.

Ang Kabayaran ng Kasalanan ay Kamatayan

Tulad ng sinabi ng Diyos kina Adan at Eba, "Huwag kang kakain mula sa puno. Kung ikaw ay kumain niyon ay tiyak na mamamatay ka," sila'y namatay matapos nilang kainin ang bunga sa puno. Sinasabi sa Santiago 1:15, *"At kapag ang pagnanasang iyon ay naipaglihi, ito ay nanganganak ng kasalanan, at ang kasalanan kapag malaki na ay nagbubunga ng kamatayan."*

Itinuturo ng Roma 6:23 sa iyo ang batas sa espirituwal na kaharian ukol sa bunga ng kasalanan, *"Ang kabayaran ng kasalanan ay kamatayan."* Tingnan natin kung paano namatay sina Adan at Eba dahil sa kanilang pagsuway.

Kamatayan ng Kanilang Mga Espiritu

Malinaw na sinabi ng Diyos kay Adan at Eba, "Kung ikaw ay kumain niyon, ay tiyak na mamamatay ka." Ngunit, sila'y hindi agad namatay pagkatapos nilang suwayin ang utos ng Diyos. Nabuhay sila nang matagal at nagka-anak nang marami. Kaya't ano ba ang 'kamatayan' na ibinanta sa kanila ng Diyos?

Ang tinutukoy Niya ay ang kamatayan ng kanilang espiritu, hindi ng kanilang katawan. Ang mga tao ay nilikha nang may espiritu na maaaring makipag-ugnayan sa Diyos, may kaluluwa na lingkod ng kanilang espiritu, at may katawan na kung saa'y nananahan ang kanilang espiritu at kaluluwa. Sinasabi sa 1 Mga Taga-Tesalonica 5:23 na ang mga tao'y may espiritu, kaluluwa, at katawan. Nang sumuway sa utos ng Diyos si Adan at si Eba, ang kani-kanilang espiritu, ang patnugot ng isang tao, ay namatay.

Ang Diyos ay walang-kasalanan at walang dungis, Ang Banal na nananahan sa liwanag na hindi malapitan, kaya't hindi Siya makakapiling ng mga makasalanan. Maaaring makipag-usap sa Diyos si Adan nang buháy pa ang kanyang espiritu, ngunit hindi na ito maaaring mangyari nang ito ay mamatay dahil sa kasalanan.

Ang Simula ng Mahirap na Buhay

Ang Halamanan ng Eden ay isang napakasagana at magandang pook kung saan walang alalahanin at ligalig. Si Adan at Eba ay maaaring tumira doon magpakailanman na kumakain mula sa punungkahoy ng buhay. Ngunit sila'y pinalayas sa Halamanan ng Eden nang sila ay magkasala. Mula noon, nagsimula na ang kanilang mga paghihirap at pasakit.

Ang babae ay nakaramdam na ng matinding pananakit sa kanyang panganganak. Nagkaroon siya ng pagnanais para sa kanyang asawa at ang kanyang asawa na ang siyang namuno sa kanya. Matapos lamang pawisan at mahirapan ang lalaki sa pagbubungkal ng lupang isinumpa'y saka lang siya makakakain sa lahat ng mga araw ng kanyang buhay (Genesis 3:16-17).

Sinabi ng Diyos kay Adan sa Genesis 3:18-19, *"Mga tinik at dawag ang sisibol doon para sa iyo, at kakain ka ng tanim sa parang. Sa pawis ng iyong mukha ay kakain ka ng tinapay, hanggang ikaw ay bumalik sa lupa; sapagkat diyan ka kinuha. Ikaw ay alabok at sa alabok ka babalik."* Sa mga talatang ito'y pinahihiwatig ng Diyos na ang tao'y babalik sa pagiging isang dakot na alabok.

Dahil si Adan, ang ninunó ng sangkatauhan, ay nagkasala dahil sa pagsuway at ang espiritu niya'y namatay, ang lahat ng kanyang inapó ay isinilang na makasalanan at patungo sa landas ng kamatayan.

Nakatalâ sa Roma 5:12 ang di-malilimutan na pamanang ito ni Adan: *"Kaya't kung paanong sa pamamagitan ng isang tao ay pumasok ang kasalanan sa sanlibutan, at sa pamamagitan ng kasalanan ay ang kamatayan, kaya't dumating sa lahat ng mga tao ang kamatayan, sapagkat ang lahat ay nagkasala."*

Ipinanganak nang may Orihinal na Kasalanan ang Lahat ng Tao

Ang Diyos ay nagbibigay-kakayahan sa mga tao na maging mabunga at magpakarami sa pamamagitan ng mga binhi ng buhay na Kanyang ibinibigay kapag nililikha Niya sila. Ang tao'y nabubuo sa pagsasama ng isang sperm at isang egg cell na ibinibigay ng Diyos sa bawat lalaki at babae bilang mga binhi ng buhay. Dahil ang sperm o ang egg cell ay may mga katangian ng bawat magulang, ang sanggol na nabuo sa pagsasama ng mga binhing ito ay may anyo, mga katangian, hilig, ugali, paborito, tindig, at iba pa na kahawig ng kanyang mga magulang.

Sa ganitong paraan, ang likas na makasalanang pagkatao ni

Adan ay nagkasalin-salin sa lahat ng kanyang inapo matapos na siya, ang ninuno ng lahat ng tao, ay nagkasala. Ang tawag dito ay ang "orihinal na kasalanan." Ang mga inapo ni Adan ay isinilang nang may orihinal na kasalanan. Kaya't ang lahat ng tao ay makasalanan.

May mga hindi mananampalatayang nagrereklamo, "Bakit o paano ako naging makasalanan? Wala naman akong ginagawang masama." O ang iba'y nagtatanong, "Paano naisalin sa akin ang kasalanan ni Adan?"

Kunin nating halimbawa ang isang munting bata. May nagpapasusong ina na may anak na wala pang isang taong gulang. May pinapasuso siya na ibang sanggol sa harapan ng kanyang anak. Malamang na mababalisa ang kanyang anak at itutulak ang ibang bata. Kung ang nanay niya'y hindi titigil sa pagpapasuso sa bata o ang ibang bata'y di titigil sa pagsuso sa kanya, maaaring itulak o hampasin ng anak ang kanyang nanay o ang bata. Kung magpapatuloy pa rin ang nanay sa pagbibigay ng gatas sa ibang bata, baka umiyak na ang sarili niyang anak.

Kahit na walang nagturo sa sanggol ng pagka-inggit, pagseselos, pagkapoot, kasakiman, o pananakit, siya'y may ganito nang kasamaan sa loob niya mula nang siya'y isilang. Ipinaliliwanag ng katotohanang ito na ang mga tao'y ipinanganak nang may orihinal na kasalanan na namana nila sa kanilang mga magulang.

Ilang ulit pa kaya na nagkakasala ang bawat tao sa buong buhay niya? Dapat mong unawain na hindi lang kasalanan sa gawa kundi pati ang lahat ng kasamaang iniisip natin ay kasalanan sa harap ng Diyos na Siya mismong liwanag. Nakikita ng Diyos ang kasamaan sa isipan natin tulad ng pagkapoot, kasakiman, panghuhusga, at marami pang iba. Kaya't sinasabi sa atin ng Biblia na walang sinuman ang maihahayag na walang-sala sa mata ng Diyos dahil sa kanyang pagsunod sa kautusan. Walang sinuman ang nakaabot sa kaluwalhatian ng Diyos dahil ang lahat ay nagkasala (Roma 3:20, 23).

Hindi Lamang Tao ang Isinumpa, Kundi Pati ang Lahat ng Bagay

Nang si Adan, ang panginoon ng lahat ng bagay, ay nagkasala at isinumpa, pati ang lupa, mga hayop sa parang, maiilap na hayop, at mga ibon sa himpapawid ay isinumpa din. Mula noon, ang mga nakakasamá at nakakalasong mga kulisap tulad ng langaw at lamok na nagdadala ng iba't ibang sakit ay dumating na. Nagsimulang sumibol sa lupa ang mga tinik at dawag, at ang mga tao'y maka-aani lang ng itinanim para makain pagkatapos pagpawisan dahil sa mabigat na pagtatrabaho. Ang mga tao'y napilitang harapin ang pagluha, pighati, kirot, sari-saring sakit sa katawan, kamatayan dahil sila'y isinumpa dito sa lupa.

Kaya't mababasa sa Mga Taga-Roma 8:20-22, *"Sapagkat ang sangnilikha ay nasakop ng kawalang kabuluhan, hindi sa kanyang kalooban, kundi dahil doon sa sumakop sa kanya, sa pag-asa na ang sangnilikha naman ay mapapalaya mula sa pagkaalipin sa kabulukan tungo sa kalayaan ng kaluwalhatian ng mga anak ng Diyos. Sapagkat nalalaman natin na ang buong sangnilikha ay sama-samang dumaraing at naghihirap sa pagdaramdam hanggang ngayon."*

Paano naman isinumpa ang ahas? Sa Genesis 3:14, sinabi ng Diyos sa tusong ahas na tumukso sa tao para magkasala, *"Sapagkat ginawa mo ito ay isumpa ka nang higit sa lahat ng hayop, at nang higit sa bawat mailap na hayop sa parang; ang iyong tiyan ang ipanggagapang mo at alabok ang iyong kakainin sa lahat ng mga araw ng iyong buhay."* Subalit ang mga ahas ay hindi kumakain ng alabok kundi ng buháy na mga hayop tulad ng mga ibon, palaka, daga, o kulisap. Malinaw na sinabi ng Diyos, *"Alabok ang iyong kakainin sa lahat ng mga araw ng iyong buhay."* Paano mo bibigyang-kahulugan ang talatang ito?

Ang "alabok" dito'y sumasagisag sa "tao na [nilalang] mula sa alabok" (Genesis 2:7), at ang "ahas" ay kumakatawan sa iyong kaaway na demonyo at Satanas (Apocalipsis 20:2). Ang *"alabok ang iyong kakainin sa lahat ng mga araw ng iyong buhay"* ay nagsasaad na si Satanas at ang demonyo'y lalamon sa mga tao na hindi namumuhay ayon sa Salita ng Diyos kundi lumalakad sa kadiliman.

Kahit ang mga anak ng Diyos ay haharap sa mga kaguluhan at paghihirap na dala ni Satanas at ng demonyo kung sila'y gumagawa ng masama at nagkakasala laban sa kagustuhan ng Diyos. Sa panahon ngayon, si Satanas at ang demonyo ay tulad ng leon na gumagala at umaatungal, na humahanap ng kanyang malalapa (1 Pedro 5:8). Kung may mahanap siya, kanyang aalipinin ito sa ilalim ng sumpa ng kasalanan at kakaladkarin sa daan ng kapahamakan. Kung maaari, susubukan niyang tuksuhin kahit ang mga anak ng Diyos.

Tutuksuhin ni Satanas at ng demonyo ang mga nagsasabi ng, "Sumasampalataya ako sa Diyos," ngunit hindi nagtitiwala sa Salita Niya, at aakayin sila sa daan ng kapahamakan. Kadalasan, si Satanas ay nagtatangkang tuksuhin ka sa pamamagitan ng mga taong malapit sa iyo – ang iyong asawa, kaibigan, at kamag-anak – tulad ng pagtukso nila kay Eba sa pamamagitan ng ahas, ang isa sa minamahal niyang alagang hayop.

Halimbawa, tatanungin ka ng asawa o kaibigan mo, "Di pa ba sapat ang dumalo ka sa pang-umagang pananambahan kapag Linggo? Kailangan pa bang lagi kang dumalo sa panggabing pagsamba kapag Linggo?" o "Talaga bang nagtitipon kayo araw-araw?" "Alam naman ng Diyos ang kaibuturan ng puso mo dahil batid Niya ang lahat-lahat at Siya'y makapangyarihan. Kailangan pa bang sumigaw ka sa iyong pananalangin?"

Iniutos sa iyo ng Diyos na alalahanin ang araw ng Sabbath at ingatan itong banal (Exodo 20:8), sikaping magtipun-tipon sa pangalan ng Panginoon (Hebreo 10:25), at tumawag sa Diyos sa pananalangin (Jeremias 33:3). Hindi matutukso ni Satanas ang mga taong nakikinig at isinasagawa nang lubos ang Salita ng Diyos (Mateo 7:24-25).

Tulad ng sinasabi sa Efeso 6:11, *"Isuot ninyo ang buong kasuotang pandigma ng Diyos upang kayo'y makatagal laban sa mga pakana ng diyablo,"* dapat kang tumangan sa Salita ng Katotohanan ng Diyos at buong tapang na palayasin ang kaaway demonyo at Satanas sa pamamagitan ng pananampalataya.

Bakit Naglagay ang Diyos ng Punungkahoy ng Pagkaalam ng Mabuti at Masama sa Gitna ng Halamanan ng Eden?

Naglagay ang Diyos ng puno na nagbibigay-kaalaman tungkol sa mabuti at masama sa halamanan hindi upang itaboy ang tao sa kapahamakan kundi para mabigyan sila ng tunay na kaligayahan. Maraming tao ang may maling pagkakaintindi sa pag-ibig at katarungan ng Diyos at di sumasampalataya sa Kanya dahil hindi nila nauunawaan ang dakilang plano Niyang ito. Namumuhay silang yamot at walang kabuhay-buhay at hindi nasusumpungan ang tunay na layunin ng kanilang buhay.

Bakit nga ba naglagay ang Diyos ng punungkahoy ng pagkaalam sa mabuti at masama sa Halamanan ng Eden, at bakit magdadala ito sa iyo ng malalaking pagpapala?

Hindi Alam ni Adan at ni Eba ang Tunay na Kaligayahan

Ang Halamanan ng Eden ay ubod ng ganda at higit na masagana pa kaysa sa naiisip mo. Pinatubo ng Diyos sa lupa doon ang lahat ng punungkahoy. Ang mga ito'y nakalulugod sa paningin at mabuting kainin. Sa gitna ng halamanan ay may puno ng buhay at ang puno ng pagkaalam tungkol sa mabuti at masama (Genesis 2:9).

Bakit nga kaya inilagay ng Diyos ang dalawang punong ito sa gitna ng halamanan, para ang mga ito'y madaling makita? Hindi nagbalak ang Diyos na itaboy sila sa landas ng kapahamakan sa pamamagitan ng pagtukso sa kanila na kumain ng bunga ng puno. Kalooban ng Diyos na maunawaan natin ang kaugnayan ng puno na nagbibigay-kaalaman tungkol sa mabuti at masama at ng pagiging tunay na mga anak Niya sa espiritu na nakababatid sa tibok ng Kanyang puso.

Dahil dumaranas ang mga tao ng pagluha, dalamhati, kahirapan, o pagkakasakit, iniisip nilang napakaligaya nina Adan at Eba sa Halamanan ng Eden dahil hindi nila naranasan ang mga ito. Subalit dahil hindi naman nila naranasan ang kalungkutan o kabiguan, hindi alam ng mga tao noon sa halamanan kung ano ang tunay na kaligayahan o ang tunay na pag-ibig.

Narito ang isang halimbawa. May dalawang batang lalaki. Ang isa'y ipinanganak na dukha at lumaki sa kahirapan, ngunit ang isa'y ipinanganak na mayaman at lumaki sa karangyaan. Kung bibigyan mo ng regalong mamahaling laruan ang bawat isa sa kanila, ano ang isasagot nila? Sa isang banda, ang batang lumaki sa karangyaan ay hindi magiging mapagpasalamat dahil bihasa na siya sa mamahaling mga laruan. Ngunit ang batang lumaki sa kahirapan ay magiging mapagpasalamat at ituturing ang laruan na napakahalaga.

Ang Tunay na Kaligayahan ay Nagmumula sa Iba't ibang Uri ng Karanasan

Gayun man, ang mga taong nakararanas ng mga bagay na may kaugnayan o may paghahambingan sa kalayaan o kasaganaan ay tunay na nakababatid at nagtatamasa nito.

Maraming magkakaugnay na bagay dito sa mundo, hindi tulad sa Halamanan ng Eden. Kung nais mong malaman at magtamasa ng tunay na halaga ng anumang bagay, kailangan mong maranasan ang mga bagay na may kaugnayan dito at bagay na mapaghahambingan. Hindi mo matatanto ang tunay na halaga ng isang bagay hanggang hindi mo nararanasan ang kasalungat na kalagayan nito.

Halimbawa, kung nais mong mabatid ang tunay na kaligayahan, dapat mong maranasan ang kalungkutan. Kung nais mong mabatid ang kahalagahan ng tunay na pag-ibig, dapat kang makaranas ng pagkapoot. Hindi mo matatanto ang kahalagahan ng iyong kalusugan hanggat di ka nakararanas ng kirot dulot ng mga sakit. Hindi mo mababatid ang kahalagahan ng buhay na walang hanggan at hindi magiging mapagpasalamat sa Diyos Ama na inihahanda ang Langit hanggang hindi mo nauunawaan na tiyak ang kamatayan at impiyerno.

Nagtamasa ang unang tao na si Adan ng anumang nais niyang kainin at may karapatan siyang pamahalaan ang lahat sa Halamanan ng Eden. Nakamtan niya ang lahat ng ito nang hindi siya pinagpapawisan sa pag-gawa ng mabigat. Dahil dito, hindi siya nagpahayag ng pasasalamat sa Diyos na nagbigay sa kanya ng lahat ng ito. Hindi din niya alam ang biyaya at ang pag-ibig ng Diyos sa kanyang puso.

Hindi nagtagal, sumuway si Adan sa utos ng Diyos na huwag kainin ang bunga. Siya'y isang buháy na espiritu dati, subalit nang siya'y nagkasala, namatay ang kanyang espiritu at siya'y naging taong may sariling dugo at laman. Siya at ang kanyang asawa'y pinalayas sa Halamanan ng Eden at namuhay dito sa lupa. Nagsimula siyang magtiis ng mga bagay na hindi pa niya naranasan sa halamanan: pagluha, dalamhati, mga karamdaman, kirot, kasáwian, kamatayan, at iba pa. Sa wakas, naranasan niya ang lahat ng kabaligtaran ng kaligayahan.

Sa ganitong paraan, mauunawaan at mararamdaman ni Adan at Eba kung ano ang kaligayahan o kalungkutan at kung gaano kahalaga ang kalayaan at kasaganaan na ibinigay sa kanila ng Diyos noong nasa halamanan pa sila.

Ang buhay mo'y mawawalan ng saysay kung mabubuhay ka magpakailanman nang di mo nababatid ang kaligayahan at kalungkutan. Kahit may mga paghihirap ka ngayon, ang buhay mo'y higit na magiging mahalaga at may saysay kung mararanasan mo pagkatapos nito ang tunay na kaligayahan.

Halimbawa, kahit umaasa ang mga magulang na ang kanilang mga anak ay magsisikap sa pag-aaral, hinahayaan pa rin nila na sila'y pumasok sa paaralan. Kung mahal nila ang kanilang mga anak, tutulungan nila ang mga ito na mag-aral nang mabuti o maranasan ang mabubuting bagay. Ganito rin ang puso ng Diyos Ama na naglalagay ng mga tao dito sa mundo at pinangangalagaan sila bilang tunay Niyang mga anak sa pamamagitan ng iba't ibang uri ng karanasan.

Ganito rin ang dahilan kung bakit naglagay ang Diyos sa Halamanan ng Eden ng punungkahoy ng pagkaalam ng mabuti at masama at hindi Niya pinigilan sila Adan at Eba na kumain ng bunga ayon sa sarili nilang kagustuhan. Nagplano Siya ng lahat ng bagay para maranasan ng tao ang lahat ng uri ng kagalakan, pagkagalit, dalamhati at kasiyahan sa mundong ito at maging tunay Niyang mga anak sa pamamagitan ng Kanyang pangangalaga.

Mauunawaan nila sa huli ang tunay na kahalagahan at kahulugan ng mga bagay na ito mula sa kaibuturan ng kanilang puso sa pamamagitan ng masasakit na karanasan.

Sapagkat nabatid at naranasan na nila ang tunay na kaligayahan sa pamamagitan ng pangangalaga ng Diyos, ang mga anak Niya'y hindi na Siya ipagkakánuló tulad ng ginawa ni Adan sa halamanan kahit gaano katagal pa ito abutin. Sa halip, higit nilang mamahalin ang Dios, mapupuno ng kagalakan at pasasalamat at magbibigay ng mas malaking kaluwalhatian sa Kanya.

Ang Tunay na Kaligayahan sa Langit

Ang mga anak ng Diyos na nakaranas ng pagluha, dalamhati, kirot, mga sakit, kamatayan, at marami pang iba sa mundong ito'y papasok sa walang hanggang Langit at tatamasa ng walang-katapusang kaligayahan, pag-ibig, kagalakan at pagpapasalamat doon magpakailanman. Mararamdaman nila ang kagalakan ng ganap na kaligayahan sa Langit.

Sa sanlibutan, ang lahat ay nabubulok at namamatay, subalit walang pagkabulok, kamatayan, pagluha, at dalamhati man sa walang hanggan na makalangit na kaharian. Napakataas ng pagtingin sa ginto sa mundong ito, subalit ang lahat ng lansangan sa Bagong Jerusalem sa Langit ay yari sa purong ginto. Ang mga tahanan sa Langit ay gawa sa mga napakaganda at mamahaling hiyas. Kamangha-mangha at kay gaganda nila!

Itinuring ko ang ginto o mga hiyas na pinakamahalaga

hanggang sa nakilala ko ang Diyos. Magmula nang natutunan ko ang tungkol sa walang-hanggang langit, nagsimula akong mag-isip na ang lahat dito sa sanlibutan ay walang halaga. Ang buhay dito sa mundo'y isang iglap lang kung ihahambing sa walang-hanggang kaharian. Kung tunay kang nananampalataya at umaasa sa walang-hanggang Langit, hindi mo pakamamahalin ang sanlibutang ito. Sa halip, ang isasaisip mo'y kung ano ang dapat gawin para makapagligtas pa ng isang nilalang o kung paano mo ibabahagi ang Mabuting Balita sa lahat ng tao sa buong mundo. Hahakot ka ng mga gantimpala sa langit kung ibibigay mo sa Diyos nang buong puso ang pinakamagandang handog mo nang hindi nagsisikap na magtabi ng pansariling kayamanan dito sa lupa.

Nakarating ang apostol Pablo sa huling yugto ng kanyang buhay nang may kagalakan at pagpapasalamat, dahil natunghayan niya ang ikatlong Langit na ipinakita sa kanya ng Diyos sa isang pangitain. Tiniis niya ang katakut-takot na paghihirap bilang apostol sa mga Hentil. Ipinakita sa kanya ng Diyos ang dakilang kagandahan ng Langit at pinalakas ang kanyang loob na magpursigi hanggang sa wakas para sa Langit na ito. Siya'y hinampas ng mga pamalo, limang ulit na tumanggap ng apatnapung hagupit, pinagbabato, madalas na ikinukulong, at nagbuhos ng kanyang dugo habang ipinangangaral ang Magandang Balita ng Panginoong Jesus. Sa kabila ng lahat nang ito, alam ni Pablo na ang lahat ng ito'y gagantimpalaan sa Langit sa paraang hindi natin kayang isipin. At sa huli, ang lahat ng kanyang paghihirap ay hahantong pala sa mga dakilang pagpapala sa Langit.

Ang mga sa Diyos ay hindi umaasa sa sanlibutang ito. Sila'y may pananabik lamang sa makalangit na kaharian. Ang mundong ito'y isang iglap lamang sa paningin ng Diyos, ngunit ang buhay sa makalangit na kaharian ay walang-katapusan. Wala nang luha, dalamhati, paghihirap, o kamatayan sa Langit. Kaya't sila doon ay laging mamumuhay nang may kagalakan, umaasa sa mga dakilang gantimpala na ipagkakaloob ng Diyos sa kanila ayon sa kanilang ipinunla o ginawa.

Pagpalain ka nawa sa ngalan ng ating Panginoong Jesu-Cristo na maunawaan mo ang dakilang pag-ibig at kalooban ng Diyos na Manlilikha at maihanda mo ang iyong sarili sa pagpasok sa Langit para magtamasa ka ng buhay na walang hanggan at tunay na kaligayahan sa maluwalhating Langit na kabigha-bighani ang ganda.

Kabanata 4

Ang Hiwaga na Inilihim Bago pa Nagsimula ang Panahon

- Ang Kapangyarihan ni Adan ay Naibigay sa Diyablo
- Ang Batas sa Pagtubos ng Lupa
- Ang Hiwaga na Inilihim Bago pa Nagsimula ang Panahon
- Karapat-dapat si Jesus ayon sa Batas

Ang Mensahe ng Krus

"Subalit sa mga may gulang na ay nagsasalita kami ng karunungan, gayunma'y hindi ang karunungan ng panahong ito, o ng mga pinuno sa panahong ito, na ang mga ito'y mauuwi sa wala. Kundi nagsasalita kami tungkol sa karunungan ng Diyos, na hiwaga at inilihim, na itinalaga ng Diyos bago ang mga panahon para sa ikaluluwalhati natin. Walang sinuman sa mga pinuno ng sanlibutang ito ang nakaunawa nito, sapagkat kung naunawaan nila, ay hindi sana nila ipinako sa krus ang Panginoon ng kaluwalhatian."

1 Mga Taga-Corinto 2:6-8

Si Adan at Eba ay tinukso ng ahas sa Halamanan ng Eden, sumuway sa utos ng Diyos, at kumain ng bunga ng punungkahoy ng pagkaalam sa mabuti at masama dahil ninais nila na maging tulad ng Diyos. At ang kinahinatnan ay naging makasalanan sila at ang lahat ng kanilang mga inapo.

Sa pananaw ng tao naging miserable si Adan at Eba dahil pinalayas sila sa Halamanan ng Eden at tumungo na sa landas ng kamatayan. Ngunit kung ibabatay sa espirituwal na pananaw, kamangha-manghang pagpapala ito sapagkat may pagkakataon na silang magtamasa ng kaligtasan, buhay na walang hanggan at makalangit na mga pagpapala sa pamamagitan ni Jesu-Cristo.

Dahil sa pangangalaga sa tao, ang hiwaga na inilihim para sa iyong kaluwalhatian bago pa nagsimula ang panahon ay naihayag at ang daan ng kaligtasan ay nabuksan nang maluwang sa lahat ng bansa. Saliksikin nating mabuti kung ano ito.

Ang Kapangyarihan ni Adan ay Naibigay sa Diyablo

Sa Lucas 4:5-6, makikita natin ang pagtukso ng diyablo kay Jesus na katatapos pa lang ng 40-araw ng pag-aayuno:

> *"Pagkatapos ay dinala Siya ng diyablo sa isang mataas na lugar at ipinakita sa Kanya sa isang saglit ang lahat ng mga kaharian sa sanlibutan. At sinabi sa Kanya ng diyablo, 'Ibibigay ko sa Iyo ang lahat ng kapangyarihang ito, at ang kaluwalhatian nila, sapagkat ito'y naibigay na sa akin, at ibinibigay ko kung kanino ko ibig.'"*

Sinabi ng diyablo na ibibigay niya kay Jesus ang kapangyarihan dahil naibigay na ito sa kanya. Bakit pinahintulutan ng Diyos, na namamahala ng lahat ng bagay, na maibigay ang lahat ng kapangyarihan sa diyablo?

Sinasabi sa Genesis 1:28, *"Sila'y binasbasan ng Diyos at sa kanila'y sinabi ng Diyos, 'Kayo'y magkaroon ng mga anak at magpakarami, punuin ninyo ang lupa at supilin ninyo ito. Magkaroon kayo ng pamamahala sa mga isda sa dagat, sa mga ibon sa himpapawid, at sa bawat bagay na may buhay na gumagalaw sa ibabaw ng lupa.'"*

Tumanggap si Adan ng karapatan at kapangyarihan mula sa Diyos na pamahalaan at pamunuan ang lahat ng nilikhang bagay. Siya ang naging panginoon ng lahat ng bagay ngunit pagkaraan ng matagal na panahon, siya at ang kanyang asawa'y natukso ng mapanlinlang na ahas na kainin ang bunga ng punungkahoy ng pagkilala sa mabuti at masama. Sumuway siya sa utos ng Diyos at nagkasala sa Kanya.

Mababasa sa Mga Taga-Roma 6:16, *"Hindi ba ninyo nalalaman na kung kanino ninyo inihahandog ang inyong mga sarili bilang alipin sa pagsunod, kayo'y mga alipin niya na inyong sinusunod; maging ng kasalanan tungo sa kamatayan, o ng pagsunod tungo sa pagiging matuwid?"* Ikaw ay alipin sa kasalanan o sa pagiging matuwid. Kung nagkakasala ka, alipin ka ng kasalanan at patungo sa kamatayan. Ngunit kung susunod ka sa salita ng pagkamatuwid, alipin ka ng pagkamatuwid at makakapasok sa langit.

Sumuway sa Diyos si Adan kaya't siya'y nagkasala at naging alipin ng kasalanan. Hindi na niya maaaring hawakan pa ang lahat ng karapatan at kapangyarihan na ibinigay sa kanya ng Diyos. Kailangan niyang ibigay ang karapatan at kapangyarihan sa diyablo tulad ng likás na pagmamay-ari ng isang amo sa lahat ng ari-arian ng isang alipin. Sa maikling salita, ibinigay ni Adan sa diyablo ang karapatan at kapangyarihan na bigay sa kanya ng Diyos dahil nagkasala siya at naging alipin ng kasalanan.

Ang pagsuway ni Adan ay nagbunga ng mga kasalanan sa lahat ng tao. Ito ang naging dahilan upang pagsilbihan niya at ng kanyang mga inapo ang diyablo bilang mga alipin nito at mahatulan ng kamatayan.

Ang Batas sa Pagtubos ng Lupa

Ano ang dapat gawin ng tao para mapalaya mula sa kaaway na demonyo at Satanas at maligtas sa mga kasalanan at kamatayan? Sinasabi ng iba na, "Pinapatawad ng Diyos ang lahat ng tao nang walang kondisyon sapagkat ang Diyos ay pag-ibig. Mayaman Siya sa awa't habag." Ngunit sinasabi sa 1 Mga Taga-Corinto 14:40, *"Subalit gawin ang lahat ng mga bagay nang nararapat at may kaayusan."* Ginagawa ng Diyos ang anuman nang may kaayusan ayon sa batas ng espirituwal na kaharian. Hindi gumagawa ang Diyos nang salungat sa batas ng espiritu sapagkat Siya ang Diyos ng katarungan at walang kinikilingan.

Sa espirituwal na kaharian, may batas na nagpaparusa sa mga nagkasala na naglalayon ng, *"Ang kaparusahan sa kasalanan ay kamatayan."* May batas din sa pagtubos ng mga nagkasala. Ang batas-espirituwal na ito'y dapat gamitin para bawiin ang karapatan at kapangyarihan ni Adan na naibigay sa diyablo.

Ano nga ba ang batas sa pagtubos ng mga nagkasala? Ito ang batas sa pagtubos ng lupa na nakatala sa Lumang Tipan. Bago pa nagsimula ang panahon, lihim na naghanda ang Diyos Ama ng paraan para sa kaligtasan ng tao ayon sa batas na ito.

Ang Batas sa Pagtubos ng Lupa

Ito ang utos ng Diyos sa mga Israelita sa Levitico 25:23-25:

> *"Ang lupain ay hindi maipagbibili magpakailanman, sapagkat akin ang lupain. Kayo'y mga dayuhan at nakikipamayang kasama ko. Kayo ay magkakaloob ng pantubos sa lupain sa buong lupain na inyong pag-aari. Kung ang iyong kapatid ay naghirap, at ipinagbili ang bahagi ng kanyang mga pag-aari, ang kanyang pinakamalapit na kamag-anak ay darating at tutubusin ang ipinagbili ng kanyang kapatid."*

Ang bawat piraso ng lupa'y pag-aari ng Diyos at hindi dapat

ipagbili nang permanente. Kung may sinuman na ipinagbili ang kanyang lupain dahil sa kahirapan, siya o ang kanyang pinakamalapit na kamag-anak ay pinapahintulutan ng Diyos na bilhin muli ang lupa. Ito ang batas sa pagtubos ng lupain.

Ang mga tao sa Israel ay naghahanda ng katibayan ng kontrata sa lupa ayon sa batas ng pagtubos sa lupain na nagsasaad na hindi nila ipagbibili ang lupa nang permanente, kapag nagbebenta o bumibili sila ng lupa.

Isusulat ng nagbenta at ng bumili ng lupa ang detalye ng kontrata sa katibayan upang maaari itong matubos sa hinaharap ng nagbenta o ng kanyang pinakamalapit na kamag-anak. Gumagawa sila ng mga kopya nito at kanilang tinatatakan ng kani-kanilang selyo sa harap ng dalawa o tatlong saksi. Pagkatapos, ang isang kopya'y seselyuhan at itatago sa bodega ng banal na templo. Ang isa pang kopya ng kontrata'y itatago sa isang silid malapit sa pasukán ng templo, nakabukás at hindi sinelyuhan. Pinapayagan ng batas sa pagtubos ng lupa ang nagbenta ng lupa at ang kanyang pinakamalapit na kamag-anak na tubusin ang lupa sa anumang oras.

Ang Batas sa Pagtubos ng Lupa at ang Kaligtasan ng Tao

Bakit inihanda ng Diyos ang paraan sa kaligtasan ng tao batay sa batas sa pagtubos ng lupa? Ipinakikita sa Genesis 3:19 at 23 na ang batas sa pagtubos ng lupa ay may tiyak na kaugnayan sa kaligtasan ng sangkatauhan.

> *"Sa pawis ng iyong mukha ay kakain ka ng tinapay, hanggang ikaw ay bumalik sa lupa; sapagkat diyan ka kinuha. Ikaw ay alabok at sa alabok ka babalik"* (Genesis 3:19).

> *"Kaya't pinalayas siya ng PANGINOONG Diyos sa halamanan ng Eden upang kanyang bungkalin ang lupaing pinagkunan sa kanya"* (Genesis 3:23).

Sinabi ng Diyos kay Adan pagkatapos ng kanyang pagsuway, *"Ikaw ay alabok at sa alabok ka babalik."* Ang "alabok" dito'y sumasagisag sa mga tao na nilalang mula sa alabok. Kaya't ang mga tao'y nagiging alabok kapag namatay sila.

Sinasaad sa batas sa pagtubos ng lupa na ang lahat ng lupain ay pag-aari ng Diyos at hindi maaaring ipagbili nang permanente (Levitico 25:23-25). Ito ang ibig sabihin sa mga talata: Ang lahat ng tao na nilalang sa alabok ng lupa ay pag-aari ng Diyos at di maaaring ipagbili nang permanente. Dito'y ipinahihiwatig din na ang karapatan o kapangyarihan na tinanggap ni Adan mula sa Diyos sa Halamanan ng Eden ay hindi maaaring ipagbili sapagkat ito'y pag-aari ng Diyos.

Naibigay ang karapatan ni Adan sa ating kaaway na demonyo at Satanas, subalit maaari itong bawiin sa kanya ng sinumang karapat-dapat na tumubos ng nawalang karapatan. Gayon din, naglaan ang Diyos ng katarungan ng isang ganap na manunubos ayon sa batas sa pagtubos ng lupa. Ang manunubos na ito'y ang Tagapagligtas ng sangkatauhan.

Ang Hiwaga na Inilihim Bago pa Nagsimula ang Panahon

Batid na ng Diyos ng pag-ibig na susuway sa Kanya si Adan bago pa nagsimula ang panahon at ang lahat ng inapo nito'y mahuhulog sa daan ng kamatayan. Inihanda na Niya ang paraan sa kaligtasan ng tao at inilihim ito hanggang sa pagdating ng pinili Niyang panahon.

Kung nalaman sana ng diyablo ang paraang ito ng Diyos, baka hinadlangan niya ang paglutas ng Diyos sa kasalanan at kamatayan ng lahat ng tao upang hindi na mawala ang naibigay na karapatan sa kanya. Binigyang-pansin sa 1 Mga Taga-Corinto 2:7 na, *"...nagsalita kami tungkol sa karunungan ng Diyos, na hiwaga at inilihim, na itinalaga ng Diyos bago ang mga panahon para sa ikaluluwalhati natin."*

Si Jesu-Cristo, ang Karunungan ng Diyos

Sinasabi sa Mga Taga-Roma 5:18-19, *"Kaya't kung paanong sa pamamagitan ng isang pagsuway ay dumating ang kahatulan sa lahat ng mga tao; gayundin naman sa pamamagitan ng isang matuwid na gawa ay dumating sa lahat ng mga tao ang pag-aaring-ganap at buhay. Sapagkat kung paanong sa pamamagitan ng pagsuway ng isang tao ang marami ay naging mga makasalanan, gayundin sa pamamagitan ng pagsunod ng isa ang marami ay magiging mga matuwid."*

Lahat ng tao'y magiging matuwid at maliligtas sa pamamagitan ng pagsunod ng isang tao, katulad din ng pagiging makasalanan ng lahat at pagkahulog nila sa landas ng kamatayan dahil sa pagsuway ng isang tao.

Gayunman, isinugo ng Diyos si Jesu-Cristo, na lihim Niyang inihanda bilang Ang Daan sa Kaligtasan, at pinahintulutan Siyang maipako sa krus, at mabuhay na muli. Magmula noon, ang sinuman na mananampalataya sa Kanya'y maliligtas. Sinabi ng Diyos sa 1 Mga Taga-Corinto 1:18, *"Sapagkat ang salita ng krus ay kahangalan sa mga napapahamak, ngunit sa atin na inililigtas, ito ay kapangyarihan ng Diyos."*

Mukhang isang kahangalan para sa ilang tao na ang Anak ng Diyos na Makapangyarihan ay ininsulto at pinatay ng Kanyang mga nilalang. Ngunit ang "hangal" na planong ito ng Diyos ay higit pang matalino kaysa sa pinakamatalinong plano ng tao, at ang "kahinaan" ng Diyos ay higit pang malakas kaysa sa pinakamalaking lakas ng tao (1 Mga Taga-Corinto 1:25). Malinaw na sinasabi sa Biblia na sa pananaw ng Diyos, walang sinuman ang magiging matuwid sa pamamagitan ng pagsunod sa kautusan. Subalit ang Diyos ay nagbukas ng daan para sa kaligtasan ng lahat ng sumasampalataya sa madaling paraan.

Ang kabayaran ng kasalanan ay kamatayan. Samakatuwid, walang sinuman ang maliligtas kung si Jesus ay hindi namatay para sa ating mga kasalanan. Si Jesus ay namatay sa krus para sa ating mga kasalanan at nabuhay na muli dahil sa kapangyarihan ng Diyos. Gayundin, naghanda ang Diyos ng paraan na animo'y walang lakas o isang kahangalan at inilihim ito nang matagal.

Inilihim ng Diyos si Jesu-Cristo at ang Kanyang pagpapakò sa krus sapagkat kung nabatid ito ng kaaway na demonyo at Satanas, hahadlangan nito ang paraan ng kaligtasan ng tao.

Hindi sana pinatay ng diyablo si Jesus sa krus kung nabatid niya na ang Diyos ay naghanda ng paraan ng kaligtasan sa pamamagitan ng krus upang tubusin ang lahat ng tao mula sa kasalanan, iligtas sila sa kamatayan, at bawiin ang karapatan ni Adan mula sa diyablo.

Alalahanin nating muli ang 1 Mga Taga-Corinto 2:7-8, *"Kundi nagsasalita kami tungkol sa karunungan ng Diyos, na hiwaga at inilihim, na itinalaga ng Diyos bago ang mga panahon para sa ikaluluwalhati natin. Walang sinuman sa mga pinuno ng sanlibutang ito ang nakaunawa nito, sapagkat kung naunawaan nila, ay hindi sana nila ipinako sa krus ang Panginoon ng kaluwalhatian."*

Karapat-dapat si Jesus ayon sa Batas

Tulad ng pagkakaroon ng mga alituntunin sa bawat kasunduan, may regulasyon sa espirituwal na kaharian na nagdidikta na ang manunubos ay dapat may kakayahan na bawiin sa diyablo ang nawalang karapatan ni Adan na ayon sa batas sa pagtubos ng lupa.

Ipagpalagay natin na may isang lalaki na nalulugi sa kanyang negosyo. May malaki siyang pagkaka-utang ngunit hindi niya ito kayang bayaran. Kung may kapatid siyang lalaki na mayaman at nagmamahal sa kanya, mababayaran nito agad ang lahat ng kanyang utang.

Ang lahat ng taong makasalanan magmula nang natukso si Adan ay nangangailangan ng isang manunubos na may kakayahang linisin sila mula sa kasalanan. Ano ang mga katangian ng isang manunubos? Bakit sinasabi ng Biblia na si Jesus lamang ang karapat-dapat?

Una, Dapat Isang Lalaki ang Manunubos

Sinasabi sa Levitico 25:25, *"Kung ang iyong kapatid ay naghirap, at ipinagbili ang bahagi ng kanyang mga pag-aari, ang kanyang pinakamalapit na kamag-anak ay darating at tutubusin ang ipinagbili ng kanyang kapatid."* Sinasabi sa batas sa pagtubos ng lupa na kung ang isang tao'y naghirap at ibinenta ang kanyang pag-aari, tutubusin ng pinakamalapit niyang kamag-anak ang kanyang ipinagbili.

Mababasa sa 1 Mga Taga-Corinto 15:21-22, *"Sapagkat yamang sa pamamagitan ng isang tao'y dumating ang kamatayan, sa pamamagitan din ng isang tao'y dumating ang pagkabuhay na muli ng mga patay. Sapagkat kung paanong kay Adan ang lahat ay namamatay, gayundin kay Cristo ang lahat ay bubuhayin."* Ang unang katangian ng Manunubos na magpapanumbalik ng karapatan ni Adan ay dapat na isang lalaki. Ang katotohanang ito'y inilarawan muli sa Apocalipsis 5:1-5:

> *At nakita ko sa kanang kamay ng nakaupo sa trono ang isang aklat na may sulat sa loob at sa likod, na tinatakan ng pitong tatak. At nakita ko ang isang makapangyarihang anghel na nagpapahayag sa malakas na tinig, "Sino ang karapat-dapat magbukas ng aklat at magtanggal ng mga tatak nito?" At*

walang sinuman sa langit, o sa ibabaw ng lupa o sa ilalim man ng lupa, ang makapagbukas ng aklat o makatingin man sa loob nito. Ako'y labis na umiyak, sapagkat walang natagpuang sinuman na karapat-dapat magbukas ng aklat, o tumingin sa loob nito. At sinabi sa akin ng isa sa matatanda, "Huwag kang umiyak. Tingnan mo, ang Leon sa lipi ni Juda, ang Ugat ni David, ay nagtagumpay upang mabuksan niya ang aklat at ang pitong tatak nito."

Ang "isang aklat na may sulat sa loob at likod na tinatakan ng pitong tatak" ay nagpapahiwatig ng kasunduan sa pagitan ng Diyos at ng diyablo nang sumuway si Adan sa Diyos at naging makasalanan. Tumangis si apostol Juan sapagkat walang natagpuan sa langit, sa lupa o sa ilalim ng lupa na karapat-dapat na sumira sa pitong tatak at magbukas ng aklat.

Ito'y sa dahilang hindi tao ang mga anghel sa langit, at ang lahat ng tao sa lupa ay makasalanan bilang mga inapo ni Adan, at sa ilalim ng lupa naman, masasamang espiritu na kampon ng diyablo at mga patay na kaluluwa na patungong impiyerno ang naroon.

Sinabi kay Juan ng isa sa mga matatanda, "Huwag kang manangis. Tingnan mo! Ang Leon mula sa lipi ni Juda, ang Ugat ni David, ang siyang nagtagumpay at may karapatang sumira sa pitong tatak at magbukas ng aklat." Si Jesus ang tinutukoy na "Ugat ni David", na inapo ni Haring David mula sa lipi ng Juda (Ang Mga Gawa 13:22-23). Samakatwid, si Jesus ay karapat-dapat para sa unang itinakda ng batas sa pagtubos ng lupa.

Ang iba'y nagsasabi na, "Ang Diyos ay ganap. Si Jesus ay tiyak na Diyos sapagkat Siya ang Anak ng Diyos. Hindi Siya naging tao." Subalit tandaan na mababasa sa Juan 1:1, *"…at ang Salita ay Diyos,"* at sa Juan 1:14, *"At naging tao ang Salita at tumahang kasama natin…"* Ang Diyos, na Siyang Salita, ay naging tao at nanirahan dito sa lupa sa piling natin.

Siya'y si Jesus na sa kauna-unahan ay Diyos at naging tao na tulad natin. Siya sa kauna-unahan ay ang Salita at ang Anak ng Diyos. Siya'y tao at Diyos. Subalit Siya'y ipinanganak at lumaking tao na tulad natin. Ang kasaysayan ng sangkatauhan ay nahahati sa dalawa, at ang kapanganakan ni Jesus ang nagsisilbing panghati: B. C., *Before Christ,* at A. D., *Anno Domini.* Ito mismo ay nagpapatotoo na si Jesus ay naging tao at pumarito sa lupa. Ang kapanganakan ni Jesus, ang pagpapalaki sa Kanya, at ang pagpapako sa krus ay mga bahagi din ng katotohanang ito.

Si Jesus, samakatwid, ay tao at karapat-dapat na maging Manunubos natin.

Pangalawa, Hindi Siya Dapat Inapo ni Adan

Hindi makakabayad ng utang ng ibang tao ang isang taong may utang. Siya na walang utang at may kakayahan na tumulong sa iba ang maaaring magbayad ng utang ng iba. Gayundin, dapat ay walang-kasalanan at walang dungis ang manunubos para matubos niya ang lahat mula sa kasalanan at kamatayan. Ang lahat ng tao'y mga inapo ni Adan at mga makasalanan sapagkat ang unang ninuno nila ay nagkasala. Wala ni isa sa kanyang mga inapo ang karapat-dapat na maging manunubos ng lahat ng tao sapagkat sila mismo'y mga makasalanan. Hindi maaaring umako sa kasalanan ng iba kahit isa sa mga dakilang tao sa kasaysayan.

May ganito bang katangian si Jesus?

Inilalarawan sa Mateo 1:18-21 ang pagkakapanganak kay Jesus. Siya'y ipinaglihi sa pamamagitan ng Banal na Espiritu, hindi dahil sa pagsasama ng isang lalaki at babae.

> *Ganito ang pagkapanganak kay Jesu-Cristo. Nang si Maria na kanyang ina ay makatakdang ikasal kay Jose, bago sila magsama, si Maria ay natuklasang nagdadalang-tao sa pamamagitan ng Espiritu Santo. Si Jose na kanyang asawa, palihasa'y isang taong matuwid, at ayaw ilagay sa kahihiyan si Maria, ay nagpasiya na lamang na kanyang hiwalayan ito ng lihim. Ngunit samantalang pinag-iisipan niya ito, ang isang anghel ng Panginoon ay nagpakita sa kanya sa panaginip na nagsasabi: "Jose, anak ni David, huwag kang matakot na tanggapin si Maria na iyong asawa sapagkat ang ipinaglilihi niya ay mula sa Espiritu Santo. Siya'y manganganak ng isang lalaki, at ang pangalang itatawag mo sa kanya ay Jesus, sapagkat ililigtas niya ang kanyang bayan sa kanilang mga kasalanan."*

Si Jesus ay inapo ni David ayon sa talaan ng mga angkang pinagmulan Niya (Mateo 1; Lucas 3:23-37). Ngunit Siya'y ipinaglihi sa pamamagitan ng Banal na Espiritu bago nagsama si Maria at Jose. Samakatwid, hindi Siya likas na makasalanan.

Ang lahat ay ipinanganganak nang may orihinal na kasalanan sapagkat minamana nila ang makasalanang likas na ito mula sa kanilang mga magulang. Sa ibang salita, nang magkasala si Adan, ipinamana niya ang makasalanang likas na ito sa lahat ng kanyang mga inapo. Ito'y ipinamamana sa lahat ng tao hanggang sa ngayon, at ang tawag dito ay "orihinal na kasalanan." Dahil dito, ang lahat ng mga inapo ni Adan ay makasalanan at hindi maaaring makatubos ng sinuman.

Kaya't nagplano ang Diyos Ama na ang Kanyang Anak na si Jesus ay ipaglilihi sa pamamagitan ng Banal na Espiritu sa sinapupunan ng Birheng Maria. Sa ganitong paraan, si Jesus ay naging tao at pumarito sa lupa, subalit hindi Siya inapo ni Adan.

Pangatlo, Dapat May Kapangyarihang Magtagumpay ang Manunubos sa Kaaway na Diyablo

Muli, sinasabi sa atin sa Levitico 25:26-27:

> *Subalit kung ang isang tao ay walang manunubos, at siya'y masagana at nagkaroon ng kakayahang tubusin ito, kanyang bibilangin ang mga taon simula nang ito'y ipagbili, at isasauli ang labis sa taong kanyang pinagbilhan; at babalik siya sa kanyang pag-aari.*

Sa maikling salita, dapat may kapangyarihang bilhing muli ng isang manunubos ang ibinentang lupa. Hindi mababayaran ng isang mahirap na tao ang utang ng kanyang kaibigan gustuhin man niya ito. Gayundin naman, ang Manunubos ay dapat na walang-kasalanan para matubos ang lahat ng tao mula sa mga kasalanan. Ang kawalan ng kasalanan ay ang Kanyang kalakasan sa espirituwal na kaharian.

Dapat na may kapangyarihan ang Manunubos na talunin ang kaaway na demonyo at Satanas para mabawi ang nawalang karapatan ni Adan. Ibig sabihin, dapat na walang orihinal na kasalanan o sariling kasalanan ang Manunubos. Tanging ang isang walang-kasalanang Manunubos lamang ang makapagpapalaya sa lahat ng tao mula sa diyablo at makadadaig kay Satanas.

Wala bang kasalanan si Jesus?

Si Jesus ay walang orihinal na kasalanan sapagkat Siya'y ipinaglihi sa pamamagitan ng Banal naEspiritu. Sumunod Siya sa kautusan ng Diyos nang lubós sapagkat lumaki Siya sa ilalim ng patnubay ng mga magulang na may takot sa Diyos. Tinupad Niya ang kautusan nang may pag-ibig. Siya'y tinuli sa ikawalong araw pagkaraan ng Kanyang kapanganakan (Lucas 2:21). Kailanma'y hindi Siya nagkasala at sumunod lamang sa kagustuhan ng Diyos Ama hanggang Siya'y ipinako sa krus sa gulang na 33 (1 Pedro 2:22-24; Hebreo 7:26).

Kayang talunin ni Jesus ang diyablo at maaari Niyang tubusin ang lahat ng tao sapagkat tunay na wala Siyang kasalanan. Ang pagka "walang-kasalanan" Niya ay napatunayan sa kamangha-manga Niyang mga ginawa. Pinalayas Niya ang mga demonyo, binigyan ng paningin ang bulag, pandinig ang bingi, pinalakad ang lumpo, at pinagaling ang anumang sakit na wala nang lunas.

Pumayapa ang malakas na bagyo at huminto ang nangangalit na hangin nang sawayin Niya ito at sabihang, "Pumayapa ka. Tumahimik ka!" (Marcos 4:39).

Panghuli, Dapat Siyang may Pag-ibig na May Pagpapakasakit

Hindi tutubusin ang lupa kahit ng isang taong mayaman kung wala siyang pag-ibig sa tao na nagbenta nito. Gayundin naman, dapat na may sapat na pag-ibig ang Manunubos sa mga makasalanan upang ibuwis Niya ang sariling buhay para malutas nang minsanan ang suliranin sa kasalanan.

Sa Ruth 4:1-6, batid ni Boaz ang kahirapan ni Naomi at sinabi niya sa malapit na kamag-anak ng babae na bilhin ang lupa kung nais niya. Ngunit tumanggi ang lalaki at sinabi kay Boaz, *"Hindi ko ito matutubos ... baka masira ang aking sariling mana. Iyo na ang karapatan ng pagtubos, sapagkat hindi ko ito matutubos"* (t. 6). Hindi niya tinubos ang lupa para kay Naomi at Ruth kahit kaya niya itong gawin. Ito'y sapagkat wala siyang pag-ibig na may malasakit. Kaya't ang susunod na pinakamalapit na kamag-anak na si Boaz, ang tumubos ng lupa dahil may pag-ibig siya na may malasakit.

Si Boaz ang naging manunubos ayon sa batas at naging asawa ni Ruth sapagkat may sapat siyang pag-ibig para tubusin ang lupa ni Naomi. Ang naging anak nila na lalaki, si Obed, ang naging lolo ni Haring David at ang pangalan niya'y nakatala sa lahing pinagmulan ni Jesu-Cristo.

Si Jesus ay nagpapako sa krus nang may pag-ibig. Siya ay ang Salita, subalit Siya'y naging tao at pumarito sa lupa. Hindi Siya inapo ni Adan sapagkat ipinaglihi Siya sa pamamagitan ng Banal na Espiritu. Kaya't ipinanganak Siya na walang orihinal na kasalanan. May kapangyarihan Siyang tubusin ang lahat ng tao mula sa mga kasalanan sapagkat ni minsan ay hindi Siya nagkasala.

Ngunit, hindi pa rin Siya maaaring maging Manunubos kung wala Siyang pag-ibig na may malasakit kahit nasa Kanya na ang tatlong katangian. Upang matubos Niya ang lahat ng tao, kailangan Niyang akuin ang parusa sa kasalanan na patutunguhan ng mga makasalanan.

Itinuring Siyang isang mapanganib na kriminal at ipinako sa magaspang na krus na kahoy. Inalipusta Siya at nilibak, at nagbuhos ng Kanyang dugo para iligtas ang lahat ng tao. Pinagbayaran Niya ito nang napakalaki at kailangang gumawa ng napakalaking sakripisyo.

Wala ka nang makikitang halimbawa sa ating kasaysayan kung saan ang isang walang-kasalanan na prinsipe ay namatay para sa kanyang masasamá at hangal na mga kababayan. Si Jesus, ang nag-iisang Anak ng Diyos na Makapangyarihan, ang Hari ng mga hari, ang Panginoon ng mga panginoon, at ang May-ari ng lahat ng nilikha. Ang dakila, marangal, at walang-kasalanang si Jesus ay ipinako sa krus at namatay at nagbuhos ng Kanyang dugo. Masusukat ba ang Kanyang pag-ibig sa atin?

Ang katotohanan ay kabutihan lamang ang ginawa ni Jesus sa buong buhay Niya. Pinatawad Niya ang mga makasalanan, pinagaling ang lahat ng may-sakit, pinalaya ang maraming tao mula sa pagkakabihag ng mga demonyo, nagdala ng mabuting balita ng kapayapaan, kagalakan, at pag-ibig, at binigyan ang tao ng tunay na pag-asa para sa Langit at kaligtasan. At higit sa lahat, ibinigay Niya ang sariling buhay alang-alang sa mga makasalanan.

Mababasa sa Mga Taga-Roma 5:7-8, *"Sapagkat bihirang mangyari na ang isang tao'y mamatay alang-alang sa isang taong matuwid; bagama't alang-alang sa isang mabuting tao marahil ay may mangangahas mamatay. Subalit pinatutunayan ng Diyos ang kanyang pag-ibig sa atin, na noong tayo'y mga makasalanan pa, si Cristo ay namatay para sa atin."* Pinadala ng Diyos Ama ang Kanyang nag-iisang Anak na si Jesus para sa atin na hindi mabubuti o matutuwid, at hinayaan Siyang maipako sa krus at mamatay doon. Ipinakita Niya ang Kanyang dakilang pag-ibig sa ganitong paraan.

Kaya't umaasa ako na mauunawaan mo na hindi ka maliligtas sa pamamagitan ng iba pang pangalan maliban sa pangalan ni Jesu-Cristo. Sana'y mapasaiyo ang karapatan na maging anak ng Diyos sa pamamagitan ng pagtanggap kay Jesu-Cristo, ipangaral ang Mabuting Balita sa buong mundo na may katiyakan sa kaligtasan at laging makakaranas ng matagumpay na pamumuhay. Sa lahat ng ito'y pagpalain ka sa ngalan ng Panginoong Jesu-Cristo!

Kabanata 5

BAKIT SI JESUS ANG TANGING TAGAPAGLIGTAS NATIN?

- Ang Kaloob na Kaligtasan
  sa Pamamagitan ni Jesu-Cristo
- Bakit Ipinako si Jesus sa Krus
  na Kahoy?
- Walang Ibang Pangalan
  sa Mundo kundi "Jesu-Cristo"

Ang Mensahe ng Krus

"Itong si Jesus, 'ang bato na itinakuwil ninyong mga tagapagtayo ang siyang naging batong panulukan.' Walang kaligtasan sa kanino pa man, sapagkat walang ibang pangalan sa ilalim ng langit na ibinigay sa mga tao na ating ikaliligtas."

Ang Mga Gawa 4:11-12

Pakamamahalin mo ang Diyos nang buong puso kapag naunawaan mo na ang malalim at maasikasong pangangalaga Niya sa tao. Bukod dito, hahanga ka sa pag-ibig Niya at katalinuhan kapag naiintindihan mo ang awa at tulong Niya para sa ating kaligtasan sa pamamagitan ni Jesu-Cristo.

Paano naisagawa ang kaligtasan na itinago bago pa nagsimula ang panahon sa pamamagitan ni Jesu-Cristo? Nasabi ko na sa iyo dati na ang Diyos ng katarungan ay naghanda ng isang karapat-dapat na manunubos ng lahat ng tao ayon sa batas-espirituwal, at wala nang iba sa ilalim ng langit na tumutugon sa ganitong katangian maliban kay Jesus.

Si Jesus ang natatangi na hindi inapo ni Adan sapagkat Siya'y ipinaglihi sa pamamagitan ng Banal na Espiritu at pumarito sa lupa bilang tao. Dagdag pa, may kapangyarihan at pag-ibig Siya upang tubusin ang lahat ng tao. Kaya't maaari Niyang buksan ang daan sa kaligtasan ng sangkatauhan sa pamamagitan ng pagkakapako Niya sa krus.

Kaya't sinabi sa Ang Mga Gawa 4:12, *"Walang kaligtasan sa kanino pa man, sapagkat walang ibang pangalan sa ilalim ng langit na ibinigay sa mga tao na ating ikaliligtas."* Sinumang tumatanggap at sumasampalataya kay Jesu-Cristo ay mapapatawad sa kanyang mga kasalanan at maliligtas. Siya'y tatawagin mula sa kadiliman, tungo sa liwanag at tatanggap ng karapatan at mga biyaya ng mga anak ng Diyos.

Ngayon ay ipaliliwanag ko kung bakit kailangan kang sumampalataya kay Jesus na ipinako sa krus upang ikaw ay maligtas at makatanggap ng karapatan at mga biyaya ng isang anak ng Diyos.

Ang Kaloob na Kaligtasan sa Pamamagitan ni Jesu-Cristo

Inihanda ng Diyos ang daan ng kaligtasan bago pa nagsimula ang panahon. Nagpropesiya ang aklat ng Genesis tungkol kay Jesus at ang lihim sa kaligtasan ng tao sa pamamagitan ng krus.

Mababasa sa Genesis 3:14-15:

> *Sinabi ng PANGINOONG Diyos sa ahas, "Sapagkat ginawa mo ito ay isinumpa ka nang higit sa lahat ng hayop, at nang higit sa bawat mailap na hayop sa parang; ang iyong tiyan ang ipanggagapang mo, at alabok ang iyong kakainin sa lahat ng mga araw ng iyong buhay. Maglalagay ako sa iyo at sa babae ng pagkapoot sa isa't isa, at sa iyong binhi at sa kanyang binhi. Ito ang dudurog ng iyong ulo, at ikaw ang dudurog ng kanyang sakong."*

Ayon sa pagkakatalakay noong una, ang "ahas" ay tumutukoy sa kaaway na diyablo at "ang alabok ang iyong kakainin" ay sumasagisag sa paghahari nito sa mga tao na galing sa alabok ng lupa. Gayundin, ang "babae" ay tumutukoy sa "Israel" at ang "kanyang binhi" ay tumutukoy kay Jesu-Cristo. Ang katagang "ikaw [ang ahas] ang dudurog ng kanyang sakong" ay sumasagisag ng pagpako kay Jesus sa krus, at "ito ang dudurog ng iyong ulo" ay sumasagisag ng pagsira ni Jesu-Cristo sa kampo ng kaaway na demonyo at Satanas dahil sa muling pagkabuhay Niya.

Hindi Matanto ng Kaaway na si Satanas ang Plano ng Diyos

Itinago ng Diyos ang kaloob Niyang kaligtasan upang hindi mabatid at maunawaan ni Satanas ang Kanyang katalinuhan.

Tinangkang patayin ng kaaway na demonyo at Satanas ang anak ng babae bago siya durugin nito. Akala niya'y mapapasakanya na magpakailanman ang karapatan na naibigay sa kanya mula kay Adan, na sumuway sa Diyos. Ngunit hindi nito kilala kung sino ang anak ng babae. Kaya, tinangka niyang patayin ang mga propeta na minahal ng Diyos mula pa sa panahon ng Lumang Tipan.

Nang ipanganak si Moises, pinapatay ng kaaway na si Satanas kay Faraon, ang hari ng Ehipto, ang bawat sanggol na lalaki na isinilang ng mga babaeng Israelita (Exodo 1:15-22). Nang si Jesus ay ipinaglihi sa pamamagitan ng Banal na Espiritu at pumarito sa lupa bilang tao, ganoon din ang ipinagawa ni Satanas kay Haring Herodes.

Ngunit alam ng Diyos ang plano ni Satanas. Isang anghel ng Panginoon ang nagpakita kay Jose sa isang panaginip at sinabihan siya na pumunta sa Ehipto kasama ang sanggol at kanyang ina.

Hinayaan ng Diyos na sila'y manirahan doon hanggang sa mamatay na si Haring Herodes.

Ipinahintulot ng Diyos na Mamatay si Jesus sa Krus

Lumaki si Jesus sa ilalim ng proteksiyon ng Diyos at sinimulan ang Kanyang ministeryo sa gulang na 30. Nilibot Niya ang buong Galilea, nagturo sa mga sinagoga, pinagaling ang iba't ibang uri ng sakit at karamdaman ng mga tao, binuhay muli ang patay, at ipinangaral ang Mabuting Balita sa mga dukha (Mateo 4:23, 11:5).

Samantala, nagbalak muli ang kaaway na demonyo at Satanas upang patayin si Jesus ng punong saserdote, mga guro ng batas, at ng mga Fariseo. Subalit, tulad ng pagkaka-alam mo mula sa Biblia, walang masamang tao ang maaaring gumalaw kay Jesus sapagkat lahat ng pangyayari sa Kanyang buhay ay nangyari sa ilalim ng pangangalaga ng Diyos.

Pinahintulutan lang ng Diyos ang kaaway na demonyo at si Satanas na maipako si Jesus sa krus nang matapos na Siya sa tatlong taong pagmiministeryo. Si Jesus ay pinutungan ng koronang tinik at namatay sa krus pagkatapos ng labis na paghihirap dahil sa pagkakapako sa Kanyang mga kamay at paa.

Ang pagpako sa krus ay ang pinakamalupit na paraan ng pagpatay. Labis na nalugod ang demonyo matapos niyang patayin si Jesus sa ganitong paraan. Umawit sa kagalakan si Satanas dahil sa tagumpay na akala niya'y patuloy na siyang maghahari sa mundo, at wala nang hahadlang sa kanya. Subalit, may natatago na tulong ang Diyos para sa atin.

Nilabag ng Kaaway na Demonyo at Satanas ang Batas-Espirituwal

Hindi ginagamit ng Diyos ang Kanyang kapangyarihan para salungatin ang batas dahil Siya'y matuwid. Inihanda Niya ang daan para sa kaligtasan sa pamamagitan ng batas-espirituwal bago pa nagsimula ang panahon. Ginagawa Niya ang lahat ayon sa batas-espirituwal.

Dahil ang kabayaran sa kasalanan ay kamatayan ayon sa batas-espirituwal (Mga Taga-Roma 6:23), walang sinuman na mamamatay kung wala siyang kasalanan. Ngunit ipinako sa krus ng kaaway na demonyo at Satanas si Cristo na walang-kapintasan at dalisay (1 Pedro 2:22-23). Dahil sa kanyang ginawa, nilabag ni Satanas ang batas-espirituwal at nalinlang ng sarili niyang pandaraya. Naging kasangkapan siya sa kaligtasan ng tao na plano ng Diyos. Ang ulo niya'y dinurog ng anak ng babae ayon sa propesiya sa Genesis.

Lalaban pa rin ang isang ahas kung tatapakan mo ang buntot nito o puputulin ang kanyang katawan. Subalit hindi na ito lalaban kung hahawakan mo ito sa ulo nang mahigpit. Kaya't ang talatang, "Maglalagay ako sa iyo at sa babae ng pagkapoot sa isa't isa, at sa iyong binhi at sa kanyang binhi. Ito ang dudurog ng iyong ulo, at ikaw ang dudurog ng kanyang sakong" sa espirituwal na kahulugan ay mawawala ang karapatan at kapangyarihan ni Satanas dahil kay Jesu-Cristo. Ang espirituwal na kahulugan ng pagdurog ng ahas sa sakong ng anak ng babae ay ipapako ni Satanas si Jesus sa krus. Ito'y nangyari tulad ng pagkakapropesiya sa Genesis 3:15.

Kaligtasan sa Pamamagitan ng Pagkakapako ni Jesus sa Krus

Ang daan sa kaligtasan na itinago ng Diyos bago pa nagsimula ang panahon ay nangyari nang si Jesus ay nabuhay na muli tatlong araw pagkatapos ang Kanyang kamatayan sa krus.

Halos 6,000 taon na ang lumipas nang ibigay ni Adan sa kaaway na demonyo ang kanyang karapatan na mula sa Diyos dahil nilabag niya ang batas-espirituwal bunga ng kanyang pagsuway (Lucas 4:6). Ngunit, pagkatapos ng 4,000 taon, si Satanas naman ang napunta sa daan ng pagkawasak nang lumabag siya sa batas-espirituwal.

Kaya't kailangang palayain ng kaaway na demonyo ang mga taong tumanggap na kay Jesus bilang Tagapagligtas nila at sumasampalataya sa Kanyang pangalan, at tinanggap ang karapatan na maging anak ng Diyos. Kung natanto ng kaaway na demonyo ang katalinuhan ng Diyos, ipinapako pa kaya niya si Jesus? Hindi! Pinaaalalahanan tayo ng 1 Mga Taga-Corinto 2:8 na, *"Walang sinuman sa mga pinuno ng sanlibutang ito ang nakaunawa nito, sapagkat kung nauunawaan nila, ay hindi sana nila ipinako sa krus ang Panginoon ng kaluwalhatian."*

Ang mga di-nakakaunawa sa katotohanang ito sa ngayon ay nagtataka din, "Bakit hindi napangalagaan ng Makapangyarihang Diyos laban sa kamatayan ang Kanyang Anak? Bakit hinayaan ng Diyos na mamatay Siya sa krus?" Ngunit, kung lubusan mong nauunawaan ang kalooban ng Diyos sa pamamagitan ng krus, malalaman mo kung bakit ipinako si Jesus at kung paano Siya magiging Hari ng mga hari at Panginoon ng mga panginoon pagkatapos ng Kanyang pagtatagumpay sa kaaway na demonyo. Kaya't ang sinuman na naniniwala kay Jesus bilang Tagapagligtas na namatay sa krus at nabuhay muli pagkaraan ng tatlong araw upang tubusin ang mga tao sa kasalanan ay ihahayag na matuwid at maliligtas.

Bakit Ipinako si Jesus sa Krus na Kahoy?

Bakit nga ba ipinako si Jesus sa krus na kahoy? Bakit kailangang maging krus na kahoy pa ito? Sa dami ng mga paraan ng pagpatay, si Jesus ay namatay sa krus na kahoy. Ayon sa Galacia 3:13-14, may tatlong espirituwal na dahilan kung bakit si Jesus ay ipinako sa krus na kahoy.

Una, Para Tubusin Tayo sa Sumpa ng Kautusan

Mababasa sa Galacia 3:13, *"Tinubos tayo ni Cristo mula sa sumpa ng kautusan nang siya'y naging sumpa para sa atin – sapagkat nasusulat, 'Sumpain ang bawat binibitay sa punungkahoy.'"* Ipinapaliwanag nito na tinubos tayo ni Jesus mula sa sumpa ng kautusan nang ipinako Siya sa kahoy na krus.

Lahat ng tao ay isinumpa kaya't patungo sa landas ng kamatayan dahil sa pagsuway ng unang tao na si Adan, ayon sa nakasulat sa Mga Taga-Roma 6:23, *"ang kabayaran ng kasalanan ay kamatayan."* Ngunit, ibinigay ng Diyos ang Kanyang Anak na si Jesus para sa sangkatauhan at hinayaan Siyang mabitay sa krus na kahoy para tubusin sila sa sumpa ng kautusan (Deuteronomio 21:23).

Bukod dito, ibinuhos ni Jesus ang Kanyang mahalagang dugo sa krus. Tingnan ang talatang 11 at 14 mula sa Levitico 17:

> *Sapagkat ang buhay ng laman ay nasa dugo, at aking ibinigay sa inyo sa ibabaw ng dambana upang ipantubos sa inyong mga kaluluwa, sapagkat ang dugo'y siyang tumutubos dahil sa buhay* (t. 11).
>
> *Sapagkat ang buhay ng lahat ng laman ay ang dugo nito...* (t. 14).

Isinulat ng may-akda ng Levitico na ang buhay ay nasa dugo dahil ang bawat nilalang ay nangangailangan ng dugo para mabuhay at siya'y mamamatay kung wala nito.

Subalit kung ang isa'y patay na, babalik sa pagiging alabok ang kanyang laman, at ang kanyang kaluluwa'y pupunta sa Langit o sa impiyerno. Para magkaroon ng buhay na walang hanggan, kailangang mapatawad ang lahat ng kasalanan mo. At para mapatawad ang mga kasalanan mo, dapat ay may pagdanak ng dugo gaya ng sinasabi Sa Mga Hebreo 9:22, *"Sa katunayan, sa ilalim ng kautusan, halos lahat ng mga bagay ay nililinis ng dugo, at kung walang pagdanak ng dugo ay walang kapatawaran ng mga kasalanan."* Dahil dito, ang mga tao noong panahon ng Lumang Tipan ay kailangang maghandog ng dugo ng mga hayop tuwing sila'y nagkakasala. Ngunit ibinuhos ni Jesus ang Kanyang mahalagang dugo nang minsanan para ang mga tao'y mapatawad at makatanggap ng buhay na walang hanggan dahil Siya mismo'y walang likas na kasalanan o walang ginawa na anumang kasalanan.

Gayon din, makakatanggap ka ng buhay na walang hanggan dahil sa ibinuhos na dugo ni Jesus. Si Jesus ang namatay sa halip na ikaw at binuksan Niya ang daan para ikaw ay maging anak ng Diyos.

Ikalawa, Upang Pagpalain si Abraham

Sinasabi sa unang bahagi ng Galacia 3:14 na, *"upang kay Cristo Jesus ang pagpapala ni Abraham ay dumating sa mga Hentil."* Ibig sabihin, binibigyan ng Diyos ng pagpapala si Abraham hindi lamang para sa mga Israelita, kundi para din sa mga Hentil na idineklarang matuwid nang kanilang tanggapin si Jesus bilang Tagapagligtas.

Tinagurian si Abraham na "ama ng pananampalataya" at "kaibigan ng Diyos," at namuhay na pinagpala sa mga anak, kalusugan, mahabang buhay, kayamanan, at iba pa. Nakasulat sa Genesis 22:16-18 ang dahilan kung bakit pinagpala nang labis si Abraham:

> *At sinabi niya, "Sumumpa ako sa aking sarili," wika ng PANGINOON, "sapagkat ginawa mo ito at hindi mo ipinagkait sa akin ang iyong anak, ang iyong kaisa-isang anak; tunay na pagpapalain kita, at pararamihim ko ang iyong binhi, na gaya ng mga bituin sa langit at mga buhangin sa baybayin ng*

dagat; at makakamit ng iyong binhi ang pintuang-bayan ng kanyang mga kaaway. At sa pamamagitan ng iyong binhi ay pagpapalain ang lahat ng bansa sa lupa, sapagkat sinunod mo ang aking tinig."

Sumunod si Abraham nang sabihin sa kanya ng Diyos na, *"Umalis ka sa iyong lupain, sa iyong mga kamag-anak, sa bahay ng iyong ama, at pumunta ka sa lupaing ituturo ko"* (Genesis 12:1). Sumunod din siya nang walang daing nang sabihin ng Diyos na, *"Kunin mo ngayon ang iyong anak, ang iyong kaisa-isang anak na si Isaac, na iyong minamahal at pumunta ka sa lupain ng Moria. Iaalay mo siya bilang handog na susunugin sa itaas ng isa sa mga bundok na aking sasabihin sa iyo."* Nagawa ito ni Abraham dahil naniniwala siya na kayang buhayin ng Diyos ang patay (Hebreo 11:19). Naging isa siyang pagpapala at ama ng pananampalataya dahil matatag ang kanyang pananampalataya.

Kaya't ang mga anak ng Diyos na tumanggap na kay Jesus bilang Tagapagligtas ay kailangang magkaroon ng pananampalataya na tulad ng kay Abraham. Makakapagbigay-luwalhati ka sa Diyos sa pamamagitan ng pagtanggap ng lahat ng pagpapala sa lupa.

Ikatlo, Upang Maibigay ang Pangako ng Espiritu

Mababasa sa pangalawang bahagi ng Galacia 3:14, *"upang ating tanggapin ang pangako ng Espiritu sa pamamagitan ng pananampalataya."* Ibig sabihin, sinuman na naniniwala na si Jesus ay namatay sa krus na kahoy para sa lahat ng tao ay napalaya na sa sumpa ng kautusan at tatanggapin ang ipinangakong Espiritu. Dagdag pa, sinuman na tumanggap kay Jesus bilang Tagapagligtas Niya ay tatanggap ng karapatan bilang anak ng Diyos at ng Banal na Espiritu bilang kaloob at katiyakan (Juan 1:12; Mga Taga-Roma 8:16).

Kapag tinanggap mo ang Espiritu Santo, maaari mo nang tawagin ang Diyos na "Abba! Ama" (Mga Taga-Roma 8:15), ang pangalan mo'y nakasulat na sa Langit (Lucas 10:20), at mamamayan ka na ng Langit (Filipos 3:20). Ito'y sapagkat aakayin ka sa buhay na walang hanggan ng Banal na Espiritu na siyang puso't kalakasan ng Diyos sa pamamagitan ng pagtulong sa iyo na maunawaan ang Salita Niya at sa pamumuhay nang may pananampalataya ayon dito.

Subalit maliligtas ka hindi lamang kung kikilalanin mo si Jesus bilang Tagapagligtas kundi sasampalataya rin ng buong puso na winasak Niya ang kapangyarihan ng kamatayan at Siya ay nabuhay muli. Tungkol dito ang Mga Taga-Roma 10:9: *"Sapagkat kung ipapahayag mo sa pamamagitan ng iyong bibig si Jesus na Panginoon, at sasampalataya ka sa iyong puso na binuhay siyang muli ng Diyos mula sa mga patay, ay maliligtas ka."*

Bago pa nagsimula ang panahon, ang Diyos ay nagtalaga ng dakilang plano na ang sinumang sasampalataya kay Jesus bilang Tagapagligtas ay makikipag-kaisa sa Diyos at aakayin patungo sa kaligtasan. Kahanga-hanga at mahiwaga ang planong ito. Ang mga tao'y kailangang mamatay dahil sa kasalanan ng unang tao, ayon sa batas ng espirituwal na kaharian, na nagsasabing "ang kabayaran ng kasalanan ay kamatayan." Ngunit sila'y makalalaya sa sumpa ng kautusan at maliligtas sa pamamagitan ng pananampalataya batay sa nabanggit na batas na nilabag ni Satanas.

Ang mga tao'y dumaranas ng paghihirap dahil sa sakit, kaguluhan, at kamatayan na dinala ng kaaway na demonyo nang sila'y naging alipin ng kasalanan dahil sa pagsuway. Ngunit ang sinumang tatanggap kay Jesus bilang Tagapagligtas at sa Banal na Espiritu ay magkakaroon ng kaligtasan, buhay na walang hanggan, muling pagkabuhay, at umaapaw na mga pagpapala.

Ang Karapatan at Pagpapala ng mga Anak ng Diyos

Ang sinumang magbubukas ng kanyang puso at tatanggapin si Jesu-Cristo ay papatawarin, makakatanggap ng karapatan para maging anak ng Diyos, at makakaranas ng kapayapaan at kagalakan sa kanyang puso. Posible ito sapagkat inako ni Jesus ang lahat ng ating mga kasalanan nang minsan Siyang ipako sa krus. Sabi sa Mga Awit 103:12, *"Kung gaano ang layo ng silangan sa kanluran, gayon inilayo niya sa atin ang ating mga pagsuway."* Mababasa rin Sa Mga Hebreo 10:17-18, *"Sinabi rin niya, 'At ang kanilang mga kasalanan at mga kasamaan ay hindi ko na aalalahanin pa.' Kung saan may kapatawaran ng mga ito, ay wala ng pag-aalay para sa kasalanan."*

Walang anumang bagay sa mundo ang hihigit pa sa karapatan ng mga anak ng Diyos na ibinibigay dahil sa pananampalataya. Sa mundong ito, makapangyarihan ang karapatan ng mga anak ng isang hari o pangulo. Gaano pa ka-dakila ang karapatan ng mga anak ng Diyos na Manlilikha na naghahari sa buong mundo at namamahala sa kasaysayan ng sangnilikha at ng sansinukob?

Hindi itinuturing ng Diyos na tunay na pananampalataya ang

pag-amin mo lamang ng "Si Jesus ay Tagapagligtas." Kailangang maunawaan mo kung sino si Jesu-Cristo, bakit Siya lang ang tanging Tagapagligtas mo, at pagkakaroon ng tunay na pananampalataya batay sa kaalamang ito. Pagkatapos, sa pamamagitan ng tunay na pananampalatayang ito, matatanto mo na ang kalooban ng Diyos na natatago sa krus at maihahayag mo mula sa iyong puso na, "Si Cristo'y ang Panginoon at ang Anak ng Diyos na buháy." Bukod pa rito, mamumuhay ka na ayon sa kagustuhan ng Diyos. Kung wala sa iyo ang ganitong tunay na pananampalataya, magiging napakahirap para sa iyo na magkaroon ng pananampalatayang mula sa puso at mamuhay nang ayon sa Salita ng Diyos.

Kaya't sinabi sa atin ni Jesus sa Mateo 7:21, *"Hindi lahat ng nagsasabi sa akin 'Panginoon, Panginoon', ay papasok sa kaharian ng langit, kundi ang gumaganap ng kalooban ng aking Ama na nasa langit."* Malinaw na inihayag ni Jesus na tanging ang mga taong nagsasabi kay Jesus ng "Panginoon, Panginoon" at namumuhay ayon sa kagustuhan Niya at sa Salita ng Diyos ang maliligtas.

Walang Ibang Pangalan sa Mundo kundi "Jesu-Cristo"

Inilalarawan sa Ang Mga Gawa 4 ang isang tagpo kung saan si Pedro at Juan ay matapang na nagpatotoo sa pangalan ni Cristo sa harap ng Sanhedrin. Dahil buong-puso silang sumasampalataya na wala nang ibang pangalan bukod kay "Jesu-Cristo" kung saan ang tao'y maliligtas, nagpahayag si Pedro na "puspos ng Banal na Espiritu," na *"Walang kaligtasan sa kanino pa man, sapagkat walang ibang pangalan sa ilalim ng langit na ibinigay sa mga tao na ating ikaliligtas"* (Ang Mga Gawa 4:12).

Anu-ano ang espirituwal na pahiwatig ng pangalang "Jesu-Cristo"? At bakit wala nang ibinigay na pangalan ang Diyos sa atin maliban dito para sa ating ikaliligtas?

Ang Pagkakaiba ng "Jesus" at "Jesu-Cristo"

Sinasabi sa atin sa Ang Mga Gawa 16:31 na *"Manampalataya ka sa Panginoong Jesus at maliligtas ka, ikaw at ang iyong sambahayan."* May mahalagang dahilan kung bakit ang mababasa natin ay "Panginoong Jesus," at hindi basta "Jesus" lang.

Dito, tumutukoy ang "Jesus" sa isang taong magliligtas sa Kanyang bansa mula sa kanilang mga kasalanan. Ang "Cristo" ay salitang Griyego na ang ibig sabihin ay Mesyas o Messiah sa wikang Hebreo. Siya ang "inyong pinahiran" (Ang Mga Gawa 4:27) at tumutukoy sa Tagapagligtas na Tagapamagitan sa Diyos at sa mga tao. "Jesus" ang pangalan ng magiging tagapagligtas, subalit "Cristo" ang pangalan ng Tagapagligtas na nagligtas na ng mga tao.

Sa panahon ng Lumang Tipan, pumipili ang Diyos ng hari, o saserdote, o propeta sa pamamagitan ng pagbubuhos ng langis sa ulo ng hinirang (Levitico 4:3; 1 Samuel 10:1; 1 Mga Hari 19:16). Ang langis ay simbolo ng Banal na Espiritu. Kaya, ang pagbuhos ng langis ay nangangahulugang ibinibigay ang Banal na Espiritu sa taong hinirang ng Diyos.

Si Jesus ay hinirang o pinahiran ng langis bilang Hari, Punong Saserdote, at Propeta at pumarito sa lupa sa laman upang iligtas ang sangkatauhan, ayon sa kalooban ng Diyos na naitalaga bago pa man nagsimula ang panahon. Ipinako Siya sa krus para tubusin tayo, at naging Tagapagligtas natin nang Siya'y mabuhay na muli sa ikatlong araw. Siya ang Tagapagligtas na tumapos ng plano ng Diyos para sa ating kaligtasan. Ibig sabihin, Siya ang Cristo.

Siya'y si Jesus bago nangyari ang pagkakapako sa Kanya sa krus. Ngunit pagkatapos nito at nang muling pagkabuhay, Siya'y tatawagin nang "Jesu-Cristo," "Panginoong Jesus," o "Ang Panginoon."

Dapat mong malaman na may malaking pagkakaiba sa kapangyarihan ng "Jesus" at "Jesu-Cristo." Jesus ang tawag sa Kanya bago Niya tinupad ang plano ng kaligtasan at hindi masyadong natatakot ang kaaway na demonyo sa pangalang ito. Subalit ang pangalang "Jesu-Cristo" ay nagpapahiwatig ng tatlong bagay: ang dugo na tumubos sa atin mula sa kasalanan; ang muli Niyang pagkabuhay na nagwasak ng kapangyarihan ng kamatayan; at buhay na walang hanggan. Sa pangalang ito'y nangangatog ang kaaway na demonyo.

Hindi pinapansin ng marami ang katotohanang ito sapagkat hindi nila nauunawaan ang pagkakaiba ng dalawang pangalan. Subalit totoo na maiiba ang pagkilos at pagtugon ng Diyos dahil sa pangalan na pantawag mo sa Kanya (Ang Mga Gawa 3:6).

Kung ikaw ay mananalangin sa Diyos sa pangalan ng ating Panginoong Jesu-Cristo at tatandaan ito, magkakaroon ka nang matagumpay, na buhay na puno ng maagap at masaganang kasagutan mula sa iyong Diyos na Makapangyarihan.

Ang Lubos na Pagsunod ni Jesus

Bagaman si Jesus ay Diyos, hindi Niya itinuring na isang bagay na dapat panghawakan ang pagiging kapantay ng Diyos o kumapit sa Kanyang karapatan bilang Diyos. Hinubad Niya ang lahat ng katangian ng pagka-Diyos; kinuha ang anyong alipin at naging katulad ng tao.

Walang sariling kagustuhan ang isang mabuting lingkod. Naglilingkod siya ayon sa kagustuhan ng kanyang amo. Tungkulin ng isang lingkod na sumunod sa kagustuhan ng kanyang amo, ayon man ito o hindi sa sarili niyang kagustuhan o nararamdaman. Sinunod ni Jesus ang kagustuhan ng Diyos nang may puso ng isang mabuting lingkod, kaya't natupad Niya ang Kanyang misyon para sa kaligtasan ng tao.

Itinaas ng Diyos si Jesus, na sumunod sa kagustuhan Niya, na sumagot ng "Oo" at "Amen", sa pinakamataas na lugar at hinayaang ipahayag ng mga tao na Siya ang Panginoon.

> *Kaya Siya naman ay itinaas ng Diyos, at Siya'y binigyan ng pangalang higit sa lahat ng pangalan; upang sa pangalan ni Jesus ay lumuhod ang bawat tuhod, sa langit at sa lupa, at sa ilalim ng lupa, at ipahayag ng bawat dila na si Jesu-Cristo ay Panginoon, sa ikaluluwalhati ng Diyos Ama* (Filipos 2:9-11).

Ang Pangalang "Panginoong Jesus" ay Nagpapatotoo sa Kapangyarihan ng Diyos

Sinasabi sa Juan 1:3, *"Lahat ng mga bagay ay ginawa sa pamamagitan Niya at kung wala Siya ay hindi nagawa ang anumang bagay na ginawa."* Dahil ang lahat ng bagay sa mundo'y nilikha sa pamamagitan ni Jesus, Siya'y may karapatan na maghari sa lahat ng bagay bilang Manlilikha. Nang si Jesus na Anak ng Diyos na Manlilikha ay nag-utos, sumunod sa Kanya ang walang buhay na bagay tulad ng mala-bagyong hangin at alon na humupa, at ang puno ng igos ay natuyot agad nang isumpa Niya ito.

May karapatang magpatawad si Jesus ng mga kasalanan at iligtas sa kaparusahan ang mga makasalanan. Kaya't sinabi ni Jesus sa isang lumpo sa Mateo 9:2, *"Anak, lakasan mo ang iyong loob, pinapatawad na ang iyong mga kasalanan",* at sinabi sa talata 6, *"Ngunit upang malaman ninyo na sa lupa ay may awtoridad ang Anak ng Tao na magpatawad ng mga kasalanan..."*

At dagdag pa, si Jesus ay may kapangyarihan na magpaling ng lahat ng uri ng sakit at kapansanan, at bumuhay ng patay. Inilalarawan sa Juan 11 ang isang tagpo kung saan ang patay na si Lazaro ay lumabas sa libangan, na ang mga kamay at paa'y natatalian ng telang panlibing, nang si Jesus ay sumigaw, "Lazaro, lumabas ka!" Apat na araw na siyang patay at nangangamoy na, ngunit lumabas siya sa libingan na isang malusog na tao.

Gayon din, ibibigay sa iyo ni Jesus ang anumang hihilingin mo nang may pananampalataya dahil nasa Kanya ang kahanga-hangang kapangyarihan ng Diyos.

Si Jesu-Cristo, ang Pag-ibig ng Diyos

Tulad ng sinabi sa 1 Juan 4:10, *"Narito ang pag-ibig, hindi sa tayo'y umibig sa Diyos, kundi siya ang umibig sa atin, at sinugo ang kanyang Anak na pantubos sa ating mga kasalanan,"* ipinakita ng Diyos ang Kanyang kamangha-manghang pag-ibig sa atin. Ibinigay Niya ang kaisa-isang Anak bilang sakripisyong pantubos nang tayo'y makasalan pa. Tiniis ng Diyos ang matinding sakit at binuksan ang daan sa kaligtasan ng tao nang ang Kanyang Anak na si Jesus ay ipinako sa krus at nagbuhos ng dugo. Anong naramdaman ng Diyos ng pag-ibig nang makita Niya ang kaisa-isang Anak na nakapako sa krus? Hindi makayang tumingin ng Diyos na naka-upo sa Kanyang trono. Sinasabi sa atin sa Mateo 27:51-54 kung gaano naghirap ang Diyos nang si Jesus ay ipako sa krus.

> *At nang sandaling iyon, ang tabing ng templo ay napunit sa dalawa, mula sa itaas hanggang sa ibaba; nayanig ang lupa; at nabiyak ang mga bato. Nabuksan ang mga libingan at maraming katawan ng mga banal na natulog ay bumangon, at paglabas nila sa mga libingan pagkatapos ng kanyang muling pagkabuhay ay pumasok sila sa banal na lunsod at nagpakita sa marami. Nang makita ng senturion at ng mga kasamahan niyang nagbabantay kay Jesus ang lindol at ang mga bagay na nangyari, sila'y lubhang*

natakot, at nagsabi, "Tunay na ito ang Anak ng Diyos!"

Malinaw na ipinapakita nito na si Jesus ay ipinako sa krus hindi dahil sa kanyang sariling mga kasalanan kundi dahil sa dakilang pag-ibig ng Diyos upang akayin ang lahat ng tao sa daan ng kaligtasan. Ngunit tinatanggihan o di nauunawaan ng napakaraming tao ang kamangha-manghang pag-ibig ng Diyos.

Ang mga tao'y hindi na maaaring makasama ng Diyos pagkatapos ng pagsuway ni Adan at sila'y naging taong makasalanan. Ngunit pumarito sa lupa si Jesus at naging Tagapamagitan ng Diyos at ng mga tao upang maibigay Niya ang pagpapala ni Emmanuel sa lahat ng tao (Mateo 1:23). Sa pamamagitan ng pagpapasakit at pagdurusa ni Jesus sa krus, nakamtan natin ang kapayapaan at kapahingahan.

Kaya umaasa akong mauunawaan mo ang dakilang pag-ibig ng Diyos na nagbigay sa atin ng Kanyang kaisa-isang Anak bilang pantubos sa atin mula sa kasalanan at kamatayan na walang hanggan, at ang mapagmalasakit na pag-ibig ng Panginoon, na ipinako sa krus alang-alang sa atin bagama't wala Siyang kasalanan, at binuksan ang daan ng kaligtasan.

Kabanata 6

Ang Kalooban ng Diyos sa Krus

- Ipinanganak sa Isang Kulungan ng Hayop at Inihiga sa Sabsaban
- Ang Maralitang Buhay ni Jesus
- Siya'y Hinagupit at Dumanak ang Kanyang Dugo
- Ang Pagsusuot ng Koronang Tinik
- Ang Balabal at Tunika (Kasuotang-panloob) ni Jesus
- Ipinako sa Kanyang Mga Kamay at Paa
- Hindi Binali ang Kanyang Binti Ngunit Tinusok ang Tagiliran

Ang Mensahe ng Krus

"Tunay na kanyang pinasan ang ating mga karamdaman, at dinala ang ating mga kalungkutan; gayunma'y ating itinuring siya na hinampas, sinaktan ng Diyos at pinahirapan. Ngunit siya'y nasugatan dahil sa ating mga pagsuway, siya'y binugbog dahil sa ating mga kasamaan; ipinataw sa kanya ang parusa para sa ating kapayapaan, at sa pamamagitan ng kanyang mga latay ay gumaling tayo. Tayong lahat ay gaya ng mga tupang naligaw; bawat isa sa atin ay lumihis sa kanyang daan; at ipinasan sa Kanya ng PANGINOON ang lahat nating kasamaan."

Isaias 53:4-6

Ang pinakamahalagang bahagi sa plano ng Diyos na magkaroon ng tunay na mga anak ay ang pagparito ni Jesus sa ating mundo sa laman, dumanas ng lahat ng uri ng pagdurusa, at namatay sa krus. Sa pamamagitan ng lahat ng ito'y tinupad Niya ang paraan para sa kaligtasan ng tao.

May malalim na espirituwal na kahulugan ang kalooban ng Diyos sa krus. Siya na kaisa-isang Anak ng Diyos ay iniwan ang kaluwalhatian sa langit. Si Jesus ay ipinanganak sa kulungan ng mga hayop, at namuhay nang maralita sa buong buhay Niya.

Dagdag pa, Siya'y hinagupit at ipinako sa Kanyang mga kamay at paa, sinuotan ng koronang tinik at nagbuhos ng dugo at tubig nang tusukin ng sibat ang Kanyang tagiliran. Napapaloob ang puspos na pag-ibig ng Diyos sa bawat pagdurusa na dinanas ni Jesus.

Kapag lubusan mong naunawaan ang kahulugang-espirituwal ng krus at ng mga pagdurusa ni Jesus, tiyak na mapupukaw ang puso mo sa pag-ibig ng Diyos at magkakaroon ka ng tunay na pananampalataya. Maaari ka ring tumanggap ng mga kasagutan sa lahat ng bumabagabag sa buhay mo tulad ng karalitaan at karamdaman, at pati na rin ang walang-hanggang kaharian ng Langit.

Ipinanganak sa Isang Kulungan ng Hayop at Inihiga sa Sabsaban

Si Jesus, bilang Diyos, ay ang Panginoon ng lahat ng bagay na nasa Langit at nasa lupa at ang pinaka-dakila. Pumarito Siya sa laman sa mundong ito upang tubusin ang tao mula sa kasalanan at akayin sila sa kaligtasan.

Si Jesus ang kaisa-isang Anak ng Makapangyarihang Diyos na Manlilikha. Kaya bakit hindi Siya ipinanganak sa isang marangyang lugar o kahit sa maginhawang silid man lang? Maaari kayang hayaan na lang Siya ng Diyos na ipanganak sa isang napakagandang lugar? Bakit Niya hinayaan na maipanganak si Jesus sa kulungan ng mga hayop at maihiga sa sabsaban?

May malalim na kahulugang-espirituwal para dito. Dapat mong malaman na si Jesus ay ipinanganak sa espiritu sa isang napakamaluwalhating paraan. Kahit na ito'y hindi nakikita ng pisikal na mga mata ng mga tao, labis ang kagalakan ng Diyos sa kapanganakan ni Jesus kaya't pinaligiran Niya ang sanggol ng mga ilaw ng kaluwalhatian sa presensiya ng napakalaking hukbo ng langit at mga anghel. Mararamdaman mo ang Kanyang kagalakan sa Lucas 2:14 na itinala ang sumusunod: *"Luwalhati sa Diyos sa kataas-taasan, at sa lupa'y kapayapaan sa mga taong kinalulugdan Niya."* Inihanda din ng Diyos ang mga pastol ng mga kawan at ang mga Pantas na galing sa silangan at dinala sila upang sambahin ang sanggol na si Jesus.

Lahat ng pagpuri at pagsamba'y nangyari dahil bubuksan ni Jesus ang pinto tungo sa kaligtasan sa Kanyang pagparito sa mundo, katakut-takot na dami ng tao ang makakapasok sa walang hanggang langit bilang mga anak ng Diyos, at si Jesus na Anak Niya ay magiging Hari ng mga hari at Panginoon ng mga panginoon.

Natatago ang Kalooban ng Diyos sa Kapanganakan ni Jesus

Naglabas ng utos si Augusto Cesar na magpatala ang buong Emperyo ng Roma nang ipanganak si Jesus. Ang mga Judio'y nasa ilalim ng pamamahalang kolonyal ng Roma at nagsibalik sa kani-kanilang tinubuang-nayon bilang pagsunod sa utos ni Cesar.

Pumaroon din si Jose na kasama ang kanyang magiging asawang si Maria mula sa bayan ng Nazaret sa Galilea, patungo sa Judea, sa lunsod ni David, na ang tawag ay Bethlehem, dahil siya'y mula sa sambahayan at lipi ni David. Ipapakasal kay Jose si Maria at naglihi sa pamamagitan ng Banal na Espiritu bago pa sila pumunta doon, at nagsilang sa panganay niyang si Jesus habang naroroon sila.

Ang ibig sabihin ng "Bethlehem" ay bahay ng tinapay, at ito ang lupang tinubuan ni Haring David (1 Samuel 16:1). Nakasulat ang tungkol sa Bethlehem sa Mikas 5:2, *"Ngunit ikaw, Bethlehem sa Efrata, na maliit upang mabilang sa mga angkan ng Juda, mula sa iyo ay lalabas para sa akin ang isa na magiging pinuno sa Israel; na ang pinagmulan ay mula nang una, mula nang walang hanggan."* Ang Bethlehem ay hinulaan na magiging bayan kung saan isisilang ang Mesyas.

Wala nang lugar para kay Maria at Jose sa bahay-panuluyan

noong panahong iyon dahil napakarami ng tao sa Bethlehem para magpatala. Nagsilang si Maria ng kanyang sanggol sa isang kulungan ng hayop. Binalot niya ang sanggol ng mga lampin at inihiga sa isang sabsaban o kainan ng mga baka o kabayo.

Kaya't bakit ipinanganak sa napakababa at hamak na paraan si Jesus, na dumating bilang Tagapagligtas ng sangkatauhan?

Upang Tubusin ang mga Taong Animo'y Hayop

Mababasa sa Eclesiastes 3:18, *"Sinabi ko sa aking puso tungkol sa mga tao, na sinusubok sila ng Diyos upang ipakita sa kanila na sila'y mga hayop lamang."* Ang mga tao, na wala na ang larawan ng Diyos sa kanila, ay tulad ng mga hayop sa paningin ng Niya. Ang unang lalaking si Adan, ay isang nilalang na nilikha sa larawan ng Diyos. Isa rin siyang espirituwal na tao sapagkat Salita ng Katotohanan lang ang itinuro sa kanya ng Diyos.

Ngunit kinain ni Adan ang bunga ng punungkahoy ng pagkaalam ng mabuti at masama na laban sa utos ng Diyos, kayat namatay ang kanyang espiritu at hindi na maaring makipag-ugnayan sa Diyos. At dagdag pa, hindi na siya ang panginoon ng sangnilikha. Sinulsulan si Adan ni Satanas na sundin ang kanyang makasalanang likas, at ang kanyang dalisay at matapat na puso'y naging marumi at sinungaling.

Marahil, sa araw-araw na buhay mo'y narinig mo na ang kasabihang "Daig pa niya ang hayop." Madalas mong naririnig ang tungkol sa mga taong masahol pa sa hayop sa media. Madali nilang nalilinlang at nadadaya ang kanilang mga kapitbahay, tagasunod, kaibigan, at miyembro ng pamilya para sa kanilang sariling pakinabang. Kinasusuklaman ng mga magulang at mga anak ang isa't isa at kung minsa'y handa silang magpatayan.

Nagagawa ng mga tao ang ganitong masasamang gawain sapagkat ang kanyang sariling kaluluwa na ang naging amo mula nang namatay ang kanyang espiritu, at nawala na sa kanila ang larawan ng Diyos dahil sa kasalanan. Tulad ng mga hayop na may kaluluwa at katawan lamang, ang ganitong mga tao'y hindi makakapasok sa langit o makakatawag sa Diyos ng "Abba Ama." Ipinanganak si Jesus sa isang kulungan ng mga hayop para tubusin ang mga nilalang na animo'y mga hayop.

Si Jesus ang Tunay na Pagkaing-Espirituwal

Inihiga si Jesus sa isang sabsaban, na lalagyan ng pagkain para sa mga kabayo upang maging tunay na pagkaing-espirituwal ng mga tao na animo'y mga hayop (Juan 6:51).

Sa ibang salita, maka-Diyos na pagkalinga ang akayin ang tao sa lubos na kaligtasan sa pamamagitan ng pagbibigay sa kanya ng kakayahan na maibalik ang nawalang larawan ng Diyos at magampanan ang buong katungkulan ng tao. Ano nga ba ang buong katungkulan ng tao? Nagbibigay sa atin ng kaalaman ang Eclesiates 12:13-14:

> *"Ito ang wakas ng bagay; lahat ay narinig. Matakot ka sa Diyos, at sundin mo ang kanyang mga utos; sapagkat ito ang buong katungkulan ng tao. Sapagkat dadalhin ng Diyos ang bawat gawa sa*

paghuhukom, pati ang bawat lihim na bagay, maging ito'y mabuti o masama."

Anong ibig sabihin ng "matakot sa Diyos"? Sinasabi sa atin ng Mga Kawikaan 8:13 na, *"Ang takot sa PANGINOON ay pagkamuhi sa kasamaan."* Samakatuwid, ang matakot sa Diyos ay ang hindi na pagtanggap sa kasamaan at kasabay ang pagwawaksi ng anumang uri ng kasamaan mula sa iyong puso.

Kung tunay kang natatakot sa Diyos, dapat mong gawin ang iyong makakaya para iwaksi ang anumang uri ng kasamaan, makipaglaban sa kasalanan at iwaksi ito hanggang sa dumanak ang dugo. Tulad ng mga estudyanteng nag-aaral nang mabuti para magkaroon ng magandang kinabukasan, dapat mong gawin ang iyong makakaya para matakot ka sa Diyos at tuparin ang buong katungkulan ng tao upang makamit ang pag-ibig at pagpapala ng Diyos.

Makikita mo sa Biblia ang mga utos ng Diyos sa Kanyang mga anak tulad ng "gawin ito; huwag gawin iyan; sundin ito; at iwaksi iyan." Sa isang banda, sinasabi ng Diyos na ang Kanyang mga anak ay dapat "manalangin, magpasalamat, at iba pa." Sa kabilang banda, iniuutos sa atin ng Diyos na huwag gawin ang mga bagay na patungo sa kamatayan tulad ng pagkasuklam, pangangalunya at paglalasing.

Sinasabi din Niya na may mga utos na dapat nating sundin, tulad ng "Ipangilin ang araw ng Sabbath," "Tuparin ang iyong mga pangako," at iba pa. Tinatagubilin din ng Diyos na ating iwaksi ang mga bagay na makakasamâ sa pagsasabing, "Layuan ang lahat ng uri ng kasamaan'," Iwaksi ang kasakiman"at marami pang iba.

Ang buong katungkulan ng tao ay ang matakot sa Diyos at sumunod sa Kanyang mga utos. Pananagutin tayo ng Diyos sa bawat ginawa natin sa Araw ng Paghuhukom, sa bawat natatagong bagay, masama o mabuti man ito. Kaya't kung namumuhay ka tulad ng isang hayop na hindi ginagampanan ang buong katungkulan ng tao, natural lamang na mahuhulog ka sa impiyerno dahil sa paghuhukom ng Diyos.

Gayun man, ipinanganak si Jesus sa isang kulungan ng mga hayop at inihiga sa sabsaban upang tubusin ang mga tao na animo'y mga hayop at upang maging tunay na pagkaing-espirituwal nila.

Ang Maralitang Buhay ni Jesus

Sinasabi sa Juan 3:35, *"Minamahal ng Ama ang Anak at inilagay sa Kanyang kamay ang lahat ng mga bagay."* Mababasa sa Colosas 1:16, *"Sapagkat sa pamamagitan Niya nilalang ang lahat ng mga bagay sa Langit at sa lupa, ang mga bagay na nakikita at ang mga bagay na hindi nakikita, maging mga trono o mga pagka-panginoon, maging mga pinuno o mga may kapangyarihan – lahat ng mga bagay ay nilalang sa pamamagitan Niya at para sa Kanya."* Sa ibang salita, si Jesus ay ang kaisa-isang Anak ng Diyos na Manlilikha, at ang Panginoon ng lahat ng bagay sa Langit at sa lupa.

Kaya't bakit Siya pumarito sa mundong ito sa hamak at abang kalagayan at namuhay sa karalitaan samantalang Siya ang Diyos na Makapangyarihan at tunay na mayaman?

Upang Tubusin ang mga Tao Mula sa Karalitaan

Mababasa sa 2 Mga Taga-Corinto 8:9, *"Sapagkat nalalaman ninyo ang biyaya ng ating Panginoong Jesu-Cristo, na bagaman Siya'y mayaman, subalit alang-alang sa inyo ay naging dukha, upang sa pamamagitan ng Kanyang kadukhaan ay maging mayaman kayo."* Inihahayag dito ang kahanga-hangang pag-ibig ng Diyos. Bagaman Siya ang Hari ng mga hari, Panginoon ng mga panginoon, at ang kaisa-isang Anak ng Diyos na Manlilikha, tinalikuran ni Jesus ang kaluwalhatian ng Langit, pumarito sa mundong ito, at namuhay sa karalitaan, pinagtiisan ang paghamak at pagmamalupit ng tao upang tubusin ang sangkatauhan mula sa karalitaan.

Sa simula, nilikha ng Diyos ang tao para pumitas at kumain ng mga bunga nang hindi pinagpapawisan at magtamasa ng masaganang buhay nang walang pagpapakapagod. Ngunit, pagkatapos na sumuway ang unang tao na si Adan sa Salita ng Diyos at naging makasalanan, makakakain lamang ang tao sa pamamagitan ng mabigat na pagtatrabaho at pagpapawis. Madalas silang nabubuhay nang salat at naghihikahos dahil dito.

Hindi kasalanan ang pagiging maralita kaya hindi nagbuhos ng dugo si Jesus para tubusin tayo mula sa karalitaan. Gayun pa man, nagkaroon ng ganitong sumpa pagkatapos ng pagsuway ni Adan sa Diyos. Kaya't pinayaman ka ni Jesus nang Siya'y namuhay nang maralita.

May mga nagsasabi na karalitaan sa espirituwal ang ibig

sabihin ng pagiging maralita ni Jesus sa buong buhay Niya. Ngunit, dahil ipinaglihi si Jesus sa pamamagitan ng Banal na Espiritu at Siya at ang Diyos Ama ay iisa, hindi tama na isipin na Siya'y maralita sa espiritu.

Dapat mong isa-isip ang katotohanang namuhay si Jesus na maralita upang tubusin ka mula sa karalitaan at akayin ka sa masaganang buhay nang may pasasalamat sa pag-ibig at biyaya ng Diyos.

May mga nagsasabi na mali na humingi ng pera sa pamamagitan ng panalangin. Iniisip ng iba na kung Cristiano ka, dapat kang mamuhay nang maralita. Subalit tiyak na hindi ito ang kagustuhan ng Diyos.

Mababasa mo sa Biblia ang maraming salita ng pagpapala. Halimbawa, sa Deuteronomio 28:2-6 ang:

> *"At ang lahat ng pagpapalang ito ay darating sa iyo at aabot sa iyo, kung iyong susundin ang tinig ng PANGINOON mong Diyos. Magiging mapalad ka sa lunsod, at magiging mapalad ka sa parang. Magiging mapalad ang bunga ng iyong katawan, ang bunga ng iyong lupa, ang bunga ng iyong mga hayop, ang karagdagan sa iyong bakahan at ang mga anak ng iyong kawan. Magiging mapalad ang iyong buslo at ang iyong masahan ng harina. Magiging mapalad ka sa iyong pagpasok at magiging mapalad ka sa iyong paglabas."*

Hinihikayat tayo sa 3 Juan 1:2, *"Minamahal, aking*

idinadalangin na sa lahat ng mga bagay ay mapabuti ka at magkaroon ng kalusugan, kung paanong nasa mabuti ring kalagayan ang iyong kaluluwa." Ang totoo, ang lahat ng piniling lalaki ng Diyos tulad nila Abraham, Isaac, Jacob, Jose, at Daniel ay namuhay nang masagana.

Upang Mamuhay nang Masagana

Sa Kanyang pagkamakatuwiran, pinapa-ani ng Diyos sa iyo ang inihasik mo. Tulad ng mga magulang na nais lamang ibigay ang mabubuting bagay sa kanilang mga anak, ang mapagmahal mong Diyos ay nagnanais na ibigay ang anumang hihilingin mo nang may pananampalataya (Marcos 11:24).

Nais ng Diyos na mabigyan ka ng mga kasagutan at mga pagpapala, ngunit hindi ka makakatanggap ng anuman kung hindi ka hihingi o kung humingi ka nang walang karunungan o pagkáintindi. Kaya't kung binabalak mong umani ng anuman samantalang wala ka namang inihasik, niloloko mo ang Diyos at sinasalungat ang batas-espirituwal.

May ibang nagsasabi, "Gusto kong maghasik, pero hindi pwede dahil napakahirap ko." Ngunit makahahanap ka sa Biblia ng mga tao na ubod ng hirap ngunit ginawa nila ang makakaya nila para makapaghasik at sila'y pinagpala nang lubos bilang gantimpala.

Makikita natin sa 1 Mga Hari na nagkaroon ng tatlo at kalahating taong tag-gutom sa lupain. Habang tag-gutom, gumawa ng munting tinapay para sa propetang Elias ang isang babaeng balo sa Zarefta sa Sidon mula sa isang dakot na harina sa tapayan at kaunting langis sa banga na tanging naiwan sa kanya.

Natuwa ang Diyos sa pagsisilbi ng babae sa Kanyang lingkod at lubos siyang pinagpala: ang tapayan ng harina ay hindi nagkukulang at ang banga ng langis ay "hindi mauubusan hanggang sa araw na magpaulan ang PANGINOON sa ibabaw ng lupa" (1 Mga Hari 17:14).

Sa isang okasyon noong panahon ni Jesus, isang maralitang babaeng balo ang naghulog ng dalawang kusing, na ang halaga'y halos isang pera sa kabang-yaman. Gayon pa man, pinuri ni Jesus ang ginawa niya at sinabing ang dukhang balong ito'y nagbigay nang higit kaysa lahat nang nagbigay sa kabang-yaman. Sapagkat sa kanyang kasalatan ay inihulog ng balo ang lahat ng nasa kanya, ang kanyang buong kabuhayan, samantalang ang iba'y naghulog mula sa kanilang kasaganaan (Marcos 12:42-44).

Ang pinakamahalaga ay ang iyong motibo kung bakit ibibigay ang lahat sa Diyos. Hindi tinitingnan ng Diyos kung gaano kalaki ang handog mo subalit nalalanghap Niya ang kasiya-siyang samyo ng pag-ibig at pananampalataya na napapaloob dito at pagpapalain ka Niya ng masagana.

Siya'y Hinagupit at Dumanak ang Kanyang Dugo

Nilibak at hinamak ng mga sundalong Romano si Jesus bago ang pagpapako sa krus sa pamamagitan ng pagsampal at pagdura sa Kanya. Hinagupit din Siya ng latigong balat na may nakalawit na mga pirasong tingga.

Sa panahong iyon, ang mga sundalong Romano ay ang

pinakamatipunò, disiplinado, at pinakamalakas na hukbo sa buong mundo. Gaano kaya katindi ang kirot nang hubaran nila Siya at hagupitin? Nag gutay-gutay ang Kanyang laman nang latiguhin nila ang Kanyang katawan, lumantad ang mga buto at dumanak ang dugo.

Hindi tinangka ni Jesus na iwasan ang paghahagupit para matupad ang propesiya ni Isaias (Isaias 50:6), *"Iniharap ko ang aking likod sa mga tagahampas, at ang aking mga pisngi sa mga bumunot ng balbas; hindi ko ikinubli ang aking mukha sa kahihiyan at sa paglura."*

Upang Pagalingin ang Karamdaman at Sakit

Bakit kaya hinagupit si Jesus ng latigo at bakit Siya nagbuhos ng dugo? Bakit pinahintulutan ng Diyos na mangyari ito sa Kanyang Anak? Ipinapaliwanag sa Isaias 53 ang layunin ng mga paghihirap at mga pasakit kay Jesus.

> *Ngunit siya'y nasugatan dahil sa ating mga pagsuway, siya'y binugbog dahil sa ating mga kasamaan; ipinataw sa kanya ang parusa para sa ating kapayapaan, at sa pamamagitan ng kanyang mga latay ay gumaling tayo. Tayong lahat ay gaya ng mga tupang naligaw; bawat isa sa atin ay lumihis sa kanyang sariling daan; at ipinasan sa kanya ng PANGINOON ang lahat ng ating kasamaan* (Isaias 53:5-6).

Nasugatan at binugbog si Jesus dahil sa iyong mga pagsuway at mga kasamaan. Siya'y pinarusahan, hinagupit, at nagbuhos ng dugo para mabigyan ka ng kapayapaan at mapalaya ka sa lahat ng mga sakit.

Nang pagalingin ni Jesus ang isang lumpong nakaratay sa higaan sa Mateo 9, una muna Niyang nilutas ang problema nito sa kasalanan, nang sabihin Niya, *"Pinapatawad na ang iyong mga kasalanan"* (t. 2). At saka lang sinabi ni Jesus sa kanyang, *"Tumindig ka, buhatin mo ang iyong higaan, at umuwi ka sa bahay mo"* (t. 6).

Sa Juan 5, nang pagalingin ni Jesus ang tao na tatlumpu't walong taon nang maysakit, sinabi Niya sa kanyang, *"Tingnan mo, ikaw ay gumaling na; huwag ka nang magkasala, baka may mangyari pa sa iyo na lalong masama"* (Juan 5:14).

Sinasabi sa iyo ng Biblia na nagkakasakit ka dahil sa iyong mga kasalanan. Kaya't kailangan mo ng isang tao na makakalutas ng problema mo sa kasalanan, upang gumaling ka sa mga karamdaman. Ngunit kung walang pagbuhos ng dugo, hindi magkakaroon ng kapatawaran (Levitico 17:11).

Kaya't noong panahon ng Lumang Tipan, kung may taong nagkasala magkakatay ang saserdote ng isang hayop bilang isang sakripisyong pantubos. Ngunit, ngayo'y hindi mo na kailangang magkatay ng mga hayop bilang handog na pantubos sa kasalanan pagkatapos na pumarito sa mundo si Jesus at nagbuhos ng Kanyang walang dungis at makapangyarihang dugo. Ang banal na dugo ni Jesus ang tumubos sa lahat ng mga kasalanan ng mga tao sa nagdaan, sa kasalukuyan at sa hinaharap.

Upang Pasanin ang Ating mga Sakit at Karamdaman

Mababasa sa Mateo 8:17, *"Ito ay upang matupad ang sinabi sa pamamagitan ni propeta Isaias: 'Kinuha Niya ang ating mga sakit at pinasan Niya ang ating mga karamdaman.'"* Samakatuwid, kung alam mo kung bakit hinagupit si Jesus at nagbuhos ng Kanyang dugo, at naniniwala dito, hindi mo kailangang maghirap sa mga sakit at karamdaman.

Mababasa sa 1 Pedro 2:24b, *"Dahil sa Kanyang mga sugat ay gumaling kayo"* (By his wounds you have been healed). Sa Ingles na salin ng talata, ang ginamit na anyo ng pandiwa ay ang present perfect tense dahil tinubos na ni Jesus ang lahat ng mga kasalanan ng mga tao.

Bakit ang iba sa atin ay nagkakasakit pa rin sa kabila ng pahayag na naniniwala tayo na inako ni Jesus ang ating mga sakit at pinasan ang ating mga karamdaman sa pamamagitan ng paghagupit sa Kanya at pagdanak ng Kanyang dugo?

Mababasa sa Exodo 15:26, *"Kung iyong diringgin ng buong tiyaga ang tinig ng PANGINOON mong Diyos, at iyong gagawin ang matuwid sa kanyang mga mata, at iyong tutuparin ang lahat ng kanyang mga batas, wala akong ilalagay na karamdaman sa iyo, na gaya ng inilagay ko sa mga Ehipcio; sapagkat ako ang PANGINOON na nagpapagaling sa inyo."* Ibig sabihin, kapag gagawin mo ang tama sa paningin ng Diyos, walang sakit ang magpapahirap sa iyo, sapagkat pangangalagaan ka mula sa mga ito ng mga mata ng Diyos na tulad ng nagliliyab na apoy.

Kumuha tayo ng isang halimbawa. Kapag ang isang bata'y

umuwi sa bahay na umiiyak pagkatapos suntukin ng anak ng kapitbahay, ang tugon at saloobin ng mga magulang sa nangyari ay magkaka-iba batay sa kanilang pananampalataya.

Tuturuan ng isa ang kanyang anak nang ganito: "Bakit lagi kang sinusuntok? Kung sinuntok ka, suntukin mo rin siya nang dalawa o tatlong beses." Ang isa nama'y pupuntahan ang magulang ng nanakit na bata at magrereklamo sa kanila. Ang tugon naman ng iba ay hindi tulad ng una o pangalawang magulang, ngunit maaaring itinatago ang inis o galit sa kanilang puso.

Ngunit sinasabi ng Diyos na daigin mo ng mabuti ang masama, mahalin kahit ang kaaway mo, at makipamuhay nang mapayapa sa lahat ng tao, at *"Kung ikaw ay sampalin ng sinuman sa kanang pisngi, iharap mo rin sa kanya ang kabila"* (Mateo 5:39b).

Samakatwid, kung gagawin mo ang matuwid sa Kanyang paningin, hindi magiging mahirap sa iyo na sundin ang mga utos at batas ng Diyos. Kapag patuloy kang nananalangin at ginagawa ang buo mong makakaya, pupuspusin ka ng biyaya at kapangyarihan ng Diyos at madali mong magagawa ang anuman sa tulong ng Banal na Espiritu.

Kung iwawaksi mo ang mga kasalanan at gagawin ang matuwid sa paningin ng Diyos, hindi ka dadapuan ng mga sakit. Kung magkasakit ka man, patatawarin ng Diyos na nagpapagaling ang iyong mga kasalanan at pagagalingin ka nang lubusan kung sisikapin mong alamin ang hindi matuwid sa paningin ng Diyos at magsisisi nang buong puso.

Kahit na ipinapahayag ng dila mo na ang Diyos ay makapangyarihan ngunit umaasa ka sa sanlibutan o pumupunta sa ospital kung may problema o sakit, hindi nalulugod sa iyo ang

Diyos sapagkat nagpapakita ito na hindi ka tunay na sumasampalataya sa makapangyarihan ng Diyos (2 Chronica 16).

Ang Pagsusuot ng Koronang Tinik

Ang isang korona ay para talaga sa isang hari na may maringal na balabal. Bagaman si Jesus ang kaisa-isang Anak ng Diyos, ang Hari ng mga hari at ang Panginoon ng mga panginoon, nag-suot Siya ng koronang gawa sa mahahaba at matitigas na tinik sa halip na isang korona na yari sa ginto, pilak at mga hiyas.

> *"Sila'y gumawa ng isang koronang tinik, ipinatong ito sa Kanyang ulo, at inilagay sa kanang kamay Niya ang isang tambo. Lumuhod sila sa harapan Niya at Siya'y kanilang nilibak, na nagsasabi, "Mabuhay, Hari mga Judio!" Siya'y kanilang niluraan. Kinuha nila ang tambo at hinampas ang Kanyang ulo"* (Mateo 27:29-30).

Ang mga sundalong Romano'y nagtirintas ng mga tinik para makalikha ng koronang mas maliit para kay Jesus, at ipinatong ito nang madiin sa Kanyang ulo. Kaya't tumusok sa ulo at noo Niya ang mga tinik, at tumulo ang dugo sa Kanyang mukha. Bakit hinayaan ng Diyos na Makapangyarihan na magsuot ng koronang tinik, magdusa ng matinding kirot, at magbuhos ng Kanyang dugo ang Kanyang kaisa-isang Anak?

Una, Isinuot ni Jesus ang Koronang Tinik Upang Tubusin Tayo

Mula sa mga Kasalanang Ginagawa Natin sa Isipan Nang ang tao, na nilikha ng Diyos, ay nakikipag-usap sa Kanya at sinusunod ang Kanyang Salita, hindi siya nagkakasala sapagkat lagi siyang nag-iisip nang ayon sa kagustuhan ng Diyos.

Ngunit, mula nang tinukso siya ng ahas at tinanggap ang kaisipang galing kay Satanas, nagkasala na siya. Kailanma'y hindi niya inisip na kainin ang bunga ng punungkahoy ng pagkaalam ng mabuti at masama. Ngunit nang matukso siya, kinain niya ito dahil mukhang mabuti itong kainin, nakalulugod sa paningin at dapat nasain upang maging matalino.

Gayon din, gumagawa ngayon si Satanas para pangunahan kang magkasala sa iyong isipan, na siyang nanguna din sa unang lalaki na si Adan at si Eba na sumuway sa Diyos.

May mga selula sa utak ng tao na para sa alaala. Mula nang ipanganak ka, ang mga nakita, narinig, at natutunan mo'y inilagay sa mga selula para sa alaala at kasama dito ang mga naramdaman mo sa mga pangyayari, mga indibiduwal, at impormasyon. Ang tawag natin dito'y "knowledge "o kaalaman. Ang tinatawag natin na "thought" o iniisip ay isang proseso ng "pagkopya" ng nailagay na kaalamang ito sa pamamagitan ng iyong kaluluwa.

Ang mga tao'y nagsisilaki sa iba't ibang kapaligiran. Ang nakita, narinig, at natutunan nila'y magkaka-iba at ang nailagay sa kanilang utak ay magkaka-iba din. Kahit pare-pareho ang kanilang nakita, narinig, at natutunan, ang bawat isa'y may sariling naramdaman, kaya't hindi maiiwasan na ang mga tao'y iba't iba ang pinapahalagahan.

Madalas, hindi akma ang Salita ng Diyos sa ating sariling kaalaman at teorya. Halimbawa, maaari mong isipin na upang maitaas o mapuri ka, dapat mong gawin ang lahat ng mga hakbang para madaig ang iba. Ngunit itinuturo ng Diyos sa iyo na ang sinumang magpapakababa ay itataas (Mateo 23:12).

Iniisip ng maraming tao na natural lang na kasuklaman ang kanilang kaaway, ngunit sinasabi sa iyo ng Diyos na "Mahalin ang iyong kaaway" at "kung ang iyong kaaway ay nagugutom, pakainin siya; kung siya'y nauuhaw, bigyan siya ng inumin."

Ang kaisipan ng Diyos ay espirituwal ngunit ang kaisipan ng tao'y makamundo. Bibigyan ka ni Satanas ng makamundong kaisipan para matukso kang iwasan ang Diyos, gagambalain ka sa pagkakaroon ng tunay na pananampalataya at itutulak na sumunod sa mga makamundong paraan, na sa bandang huli'y patungo sa pagkakasala at sa kamatayang walang-hanggan.

Sa Mateo 16:21 at sa mga sumusunod na talata, ipinaliwanag ni Jesus sa Kanyang mga alagad na dadaan Siya sa mga paghihirap, at mamamatay Siya sa krus at muling bubuhayin sa ikatlong araw. Nang marinig ito ni Pedro, niyaya niya si Jesus sa isang tabi at pinagsabihan ng ganito, *"Hindi, Panginoon. Hindi kailanman mangyayari ito sa iyo"* (t. 22). Ngunit hinarap siya ni Jesus at sinabihan, *"Layuan mo ako, Satanas! Hadlang ka sa aking landas. Ang iniisip mo'y hindi sa Diyos kundi sa tao"* (t. 23). Nang sabihin ni Jesus, "Layuan mo ako, Satanas," hindi Niya ibig sabihin na si Pedro ay si Satanas, kundi si Satanas mismo ang gumawa sa isipan ni Pedro para hadlangan ang mga bagay ng Diyos.

Ito'y sapagkat kailangang pasanin ni Jesus ang krus para sa

kaligtasan ng tao ayon sa kagustuhan ng Diyos, subalit nagtangka si Pedro na hadlangan Siya sa pagtupad sa kagustuhan ng Diyos sa pamamagitan ng kanyang maka-laman na kaisipan.

Isinulat ni Apostol Pablo sa 2 Mga Taga-Corinto 10:3-6 ang sumusunod:

> *Sapagkat bagaman kami ay lumalakad sa laman, ay hindi kami nakikipaglaban ayon sa laman. Sapagkat ang mga sandata ng aming pakikipaglaban ay hindi makalaman, kundi maka-Diyos na may kapangyarihang makagiba ng mga kuta. Aming ginigiba ang mga pangangatuwiran at bawat palalong hadlang laban sa karunungan ng Diyos, at binibihag ang bawat pag-iisip upang sumunod kay Cristo; na handang parusahan ang bawat pagsuway, kapag ang inyong pagsunod ay ganap na.*

Kailangan mong gibain ang itinayo mong mga pangangatuwiran at mga paliwanag na kadalasa'y humahadlang sa kaharian ng Diyos. Bihagin mo ang bawat pag-iisip para makasunod ka kay Cristo at makapamuhay ayon sa katotohanan, at magiging isang tao ka ng espiritu at pananampalataya kung ganoon.

Dapat mong iwaksi ang pag-iisip na kailangan mong hampasin nang dalawang beses ang isang tao para hindi ka mapahiya kung hinahampas ka niya dahil ang maka-laman na pag-iisip na ito'y laban sa katotohanan.

Kaya't dapat mong iwaksi ang lahat ng mga kasalanan na

nanggagaling sa iyong pag-iisip. Para malutas nang lubusan ang problema sa kasalanan, unang-una, kailangan mong talikuran ang mga paghahangad ng isang makasalanang tao, ang pagnanasa ng mga mata, at ang pagmamataas sa buhay. Ang mga ito'y mga kasinungalingan kung saan nalulugod si Satanas.

Ang mga paghahangad ng isang makasalanang tao, o ang mga nasa loob ng kanyang pag-iisip, ay mga hangarin na laban sa kagustuhan ng Diyos. Nakalista sa Galacia 5:19-21 ang mga ito:

> *Ngayon ay hayag ang mga gawa ng laman, ang mga ito ay pakikiapid, karumihan, kahalayan, pagsamba sa diyus-diyosan, pangkukulam, alitan, pagtatalo, paninibugho, pagkagalit, pagkamakasarili, pagkakabaha-bahagi, mga pagkakampi-kampi, pagkainggit, paglalasing, kalayawan, at mga tulad nito. Binabalaan ko kayo, gaya ng aking pagbabala noong una sa inyo, na ang mga gumagawa ng gayong mga bagay ay hindi magmamana ng kaharian ng Diyos.*

Paghahangad ng makasalanang tao ang mismong pagnanasa na gawin ang bagay na iniuutos ng Diyos na talikuran mo.

Ang ibig sabihin ng pagnanasa ng mga mata ay ito: ang pag-iisip ng isang tao'y masyadong naiimpluwensiyahan ng kanyang nakikita at naririnig at nagsisikap na siyang matamo ang mga hangaring kanyang naiisip. Kung minamahal niya ang sanlibutan at hinahanap ang pagnanasa ng mga mata, ang mga bagay na ito ay nagiging pinaka-mahalaga at siya'y hindi na maaaring masiyahan sa kahit ano pa man.

Nagiging hambog ang isang tao kapag napapasakanya ang kasiyahan sa mundo na sinisikap niyang matamo para mabigyang-kasiyahan ang paghahangad ng makasalanang tao at ang pagnanasa ng kanyang mga mata. Ang tawag dito'y ang pagmamataas sa buhay.

Upang matubos tayo mula sa lahat ng uri ng imoralidad, hindi-pagkilala sa batas, at sa kasamaan, nagsuot si Jesus ng koronang tinik at nagbuhos ng Kanyang dugo. Dahil sa ang walang bahid na dugo ni Jesus lamang ang maaaring tumubos sa atin mula sa ating mga kasalanan, tinubos Niya tayo mula sa lahat ng mga kasalanang ginawa natin sa isipan sa pamamagitan ng pagsuot ng koronang tinik sa Kanyang ulo at pagbuhos ng Kanyang dugo.

Pangalawa, Nagsuot si Jesus ng Koronang Tinik Upang Makapagsuot ang Tao ng mas Mabubuting Korona sa Langit

Dahil natubos ka Niya mula sa karalitaan at nabigyan ka ng kayamanan dahil sa pagiging maralita, nagsuot Siya ng koronang tinik para magkaroon ka ng mas mabuting korona sa Langit.

Hindi mabibilang ang mga korona na inihanda sa Langit para sa mga anak ng Diyos. Kung may mga gantimpala tulad ng ginto, pilak, o tansong medalya na iginagawad sa mga nanalo sa isang paligsahan ng manlalaro, may mga iba't ibang korona din sa Langit.

May koronang walang pagkasira na inilarawan sa 1 Mga Taga-Corinto 9:25: *"Ang bawat nakikipaglaban sa mga palaro ay nagpipigil sa sarili sa lahat ng mga bagay; ginagawa nila iyon upang sila ay makatanggap ng isang korona na may pagkasira, ngunit tayo'y sa walang pagkasira."* Inihahanda ang koronang ito para sa mga anak ng Diyos na nagsisikap na iwaksi ang kanilang mga kasalanan. Ang putong ng kaluwalhatian ay inihahanda para sa mga taong iwinawaksi ang kanilang mga kasalanan at namumuhay ayon sa Salita ng Diyos at niluluwalhati Siya (1 Pedro 5:4). Ang putong ng buhay ay inihahanda din para sa mga taong nagmamahal nang dakila sa Diyos, nananatiling matapat sa Kanya hanggang sa kamatayan, at nagiging banal dahil sa pagtalikod sa lahat ng uri ng kasamaan (Santiago 1:12; Apocalipsis 2:10).

Ang putong ng katuwiran ay ibibigay sa mga naging banal sa pamamagitan ng pagwawaksi ng kanilang mga kasalanan katulad ni apostol Pablo, dagdag pa, sa mga tumupad ng kanilang layunin na naaayon sa kalooban ng Diyos (2 Kay Timoteo 4:8).

Inilarawan din sa Apocalipsis 4:4 ang, *"At sa palibot ng trono ay may dalawampu't apat na trono, at ang nakaupo sa mga trono ay dalawampu't apat na matatanda, na nakasuot ng mapuputing damit; at sa kanilang mga ulo ay may mga koronang ginto."* Ang koronang ginto ay inihahanda sa mga taong naka-abot sa pagiging matanda (elder) at tutulong sa Diyos sa Bagong Jerusalem.

Hindi tumutukoy ang "matanda" dito sa mga taong binigyan ng ganitong titulo sa mga iglesya sa sanlibutang ito, kundi naglalarawan ito sa mga taong kinikilala ng Diyos bilang matatanda dahil sila'y banal at matapat sa lahat ng tahanan ng Diyos, at may di-nagbabagong pananampalatayang ginto.

Nagbibigay ang Diyos ng iba't ibang korona sa Kanyang mga anak ayon sa kung gaano nila iwinaksi ang mga kasalanan at tinupad ang layunin ng Diyos. Magiging dakila sa langit ang mga anak ng Diyos at magkakaroon ng mas mabubuting korona kung hindi nila iisipin kung paano pagbibigyan ang paghahangad ng makasalanang likas kundi kikilos nang ayon sa Salita Niya (Mga Taga-Roma 13:13-14), kung ang kanilang kaluluwa'y kasama nila sa paglalakad ayon sa Espiritu (Galacia 5:16), at kung tapat nilang gagawin ang kanilang tungkulin at misyon!

Gayun pa man, tinubos ka ni Jesus sa lahat ng mga kasalanan na nagawa mo sa isipan sa pamamagitan ng pagsuot ng koronang tinik at pagbuhos ng Kanyang dugo. Dapat maging mapagpasalamat ka sapagkat inihahanda Niya sa langit ang mas mabubuting korona para sa iyo ayon sa iyong pananampalataya at pag-gawa.

Samakatwid, dapat mong matanto na isang dakilang karangalan ang maging karapat-dapat na tumanggap ng mga koronang ito. Kaya, kailangan mong magkaroon ng puso ng iyong Panginoon sa pamamagitan ng pagwaksi ng lahat ng uri ng kasamaan, pag-gawa nang mabuti ng iyong misyon, at pagiging matapat sa lahat ng tahanan ng Diyos. Umaasa akong tatanggapin mo ang pinakamabuting korona para sa iyo sa langit.

Ang Balabal at ang Tunika (Kasuotang-panloob) ni Jesus

Nakarating sa Kalbaryo (Golgota) si Jesus, ang lugar ng pagpapako sa krus, nakasuot ng koronang tinik at tumutulo ang dugo sa buong katawan dahil sa matinding paghagupit. Nang maipako Siya ng mga sundalong Romano, kinuha nila ang Kanyang mga kasuotan at hinati sa apat na bahagi, isang bahagi sa bawat sundalo. Hindi nila pinunit ang tunika kundi nagpalabunutan sila para malaman kung kanino mapupunta ito.

> *Nang maipako ng mga kawal si Jesus, kanilang kinuha ang Kanyang mga kasuotan at hinati sa apat na bahagi, sa bawat kawal ay isang bahagi. Gayundin ang tunika, at ang tunika ay walang tahi, na hinabing buo mula sa itaas. Kaya't sinabi nila sa isa't isa, "Huwag natin itong punitin, kundi tayo'y magpalabunatan kung kanino mapupunta." Ito ay upang matupad ang kasulatan, na nagsasabi, "Pinaghatian nila ang aking mga kasuotan, at ang aking balabal ay kanilang pinagpalabunutan"* (Juan 19:23-24).

Bakit ipinapaliwanag ng Salita ng Diyos ang mga detalye tungkol sa damit at tunika ni Jesus? Ang kasaysayan ng Israel mula noong 70 A.D. ay malalim na nakabaon sa espirituwal na implikasyon ng pangyayaring ito.

Hinubaran at Ipinako sa Krus

Ayon sa Mateo 27:22-26, sa kahilingan ng mga Israelita na hindi kinikilala si Jesus bilang Mesyas, Siya ay hinatulan ni Pilato na mapako sa krus matapos Siyang kutyain at hamakin sa iba't ibang paraan.

Pagkatapos isuot sa Kanya ang koronang tinik, pinasan Niya ang krus hanggang sa Kalbaryo at ipinako doon. Inutusan ni Pilato ang mga sundalo na ilagay sa itaas ng Kanyang ulo ang nakasulat na paratang na, *"ITO SI JESUS, ANG HARI NG MGA JUDIO"* (Mateo 27:37).

Ang pamagat na ito'y nakasulat sa Hebreo, Latin at Griyego. Hebreo ang kinaugaliang wika ng mga Judio, ang piniling bayan ng Diyos. Latin ang opisyal na wika ng Emperyo ng Roma, ang pinakamakapangyarihang bansa sa panahong iyon, at Griyego ang wika na nangingibabaw sa kultura ng mundo. Kaya't ang titulo na isinulat sa tatlong wikang ito'y sumasagisag na kinilala ng buong mundo si Jesus bilang hari ng mga Judio at Hari ng mga hari.

Ayon sa Juan 19:21-22, matapos mabasa ang titulo, maraming Judio ang tumutol at sinabi kay Pilato na huwag isulat ang, "Hari ng mga Judio" kundi ang "Sinasabi ng taong ito, Ako ang hari ng mga Judio." Ngunit sinagot sila ni Pilato ng, "Ang naisulat ko ay naisulat ko na," at hindi ito binago. Ibig sabihin, kinilala si Jesus, kahit ni Pilato, bilang hari ng mga Judio.

Kung si Jesus ay kinilala ni Pilato bilang hari ng mga Judio, Siya nga ang kaisa-isang Anak ng Diyos, ang Hari ng mga hari, at ang Panginoon ng mga panginoon. Gayon pa man, si Jesus ay hinubaran ng Kanyang damit at tunika sa harap ng mga taong nanonood, at ipinako sa krus. Tiniis Niya sa ganitong paraan ang matinding kahihiyan.

Namumuhay tayo sa masamang mundong ito, na kinalimutan na ang buong tungkulin ng tao. Hinubaran ng Kanyang damit at tunika si Jesus na Hari ng mga hari at dumanas ng kahihiyan habang pinapanood ng maraming tao upang tubusin tayo mula sa lahat ng uri ng kahihiyan, maruruming bagay, kasamaan, paglaban sa batas, at imoralidad. Kung nauunawaan mo ang espirituwal na kahulugan dito, hindi mo magagawang hindi magpasalamat.

Paghahati sa Kasuotan ni Jesus sa Apat na Bahagi

Hinubaran si Jesus ng mga sundalong Romano at ipinako sa krus. Kinuha nila ang Kanyang mga damit at hinati ang mga ito sa apat na bahagi ngunit nagpalabunutan sila para sa Kanyang tunika.

Batid na natin na ang Kanyang mga damit ay hindi maganda o mamahalin. Kaya't bakit pinaghatian ng mga sundalo ang mga ito?

Nabatid kaya nila, na sa hinaharap, si Jesus ay pararangalan bilang Mesyas at nais nilang makakuha ng kahit isang bahagi ng kasuotan para maibigay sa kanilang mga inapó bilang mahalagang kayamanan ng pamilya? Ngunit hindi ganito ang naging pangyayari.

Ang propesiya sa Mga Awit 22:18 ay, *"Kanilang pinaghatian ang aking mga kasuotan."* Hinayaan ng Diyos ang mga sundalong Romano na makuha ang Kanyang mga damit upang matupad ito (Juan 19:24).

Kaya't ano ang mga espirituwal na kahulugan ng mga kasuotan ni Jesus? Bakit kumuha ng tig-iisang bahagi mga sundalo? Bakit hindi nila pinaghatian ang Kanyang tunika? Bakit hinayaan ng Diyos na maisulat ito bago pa man mangyari?

Ang mga damit ni Jesus ay tumutukoy sa bayan ng Israel o sa mga Judio dahil Siya ang hari ng mga Judio. Nang pinaghatian ng mga sundalong Romano ang mga damit sa apat na bahagi, nawala ang hugis ng mga damit. Ipinahihiwatig nito na ang Israel bilang isang bansa ay mawawasak. Ipinapakita din nito na ang pangalang Israel ay mananatili tulad ng mga bahagi ng mga damit. Ang mga salitang naisulat tungkol sa Kanyang mga damit ay nag-propesiya na ang mga Judio'y ikakalat sa lahat ng dako dahil sa pagkakawasak ng kanilang bansa. Nagpapatunay ang kasaysayan ng Israel na natupad ang propesiyang ito.

Apatnapung taon pagkaraan ng kamatayan ni Jesus sa krus, isang Romanong heneral na nagngangalang Titus ang nagwasak sa Jerusalem. Lubos na nasira ang templo ng Diyos ay at walang batong naiwan sa ibabaw ng isa pang bato. Dahil nawala na ang bansang Israel, ang mga Judio'y napadpad kung saan-saan, inusig, at pinapatay pa. Ito'y nagpapaliwanag kung bakit ang mga Judio'y nakatira sa lahat ng dako ng mundo hanggang sa mga araw na ito.

Inilalarawan sa Mateo 27:23 ang isang nakapangingilabot na tagpo kung saan sinasabi ni Pilato sa masamang madla na si Jesus ay walang kasalanan, ngunit lalo pa silang nagsigawan na ipako Siya sa krus. Dahil dito, kumuha ng tubig si Pilato at naghugas ng kanyang mga kamay para ipakita na wala na siyang kinalaman sa kamatayan ni Jesus na walang kasalanan. Sabi niya, *"Wala akong kasalanan sa dugo ng taong ito. Kayo na ang bahala"*

(t. 24). At sumagot ang mga tao, *"Pananagutan namin at ng aming mga anak ang kanyang dugo"* (t. 25).

Isang kapansin-pansin na bagay at malinaw na ipinapakita ng kasaysayan ng Israel na marami sa mga Judio at sa kanilang inapo ang nagbuhos ng dugo, na para bang pagtupad sa hiningi nila kay Pilato. Apat na dekada pagkatapos ng kamatayan ni Jesus, mga 1.1 milyong Judio ang pinatay. At noong Ikalawang Digmaang Pandaigdig, ang mga Nazi sa Germany ay pumatay ng halos anim na milyong Judio. Naglalarawan ng kalunus-lunos na mga tagpo ang pelikulang "Schindler's List" kung saan ang mga Judio, lalaki man o babae, matanda o bata, ay pinatay nang nakahubad. Pinahihintulutang magsuot ng malinis na damit kahit ang isang kriminal kapag siya'y papatayin na, ngunit ang mga Judio'y hinubaran nang sila'y pinagpapatay.

Hindi kinilala si Jesus bilang Mesyas ng mga Judio, hinubaran Siya at ipinako sa krus. Nang isigaw nila, "Pananagutan namin at ng aming mga anak ang kanyang dugo," katakut-takot na pagdurusa ang dumating sa mamamayan ng Israel sa mahabang panahon.

Ang Tunika ni Jesus na Walang Tahi at Hinabi nang Buo

Inilalarawan sa Juan 19:23 ang tunika ni Jesus: *"... ang kanyang tunika ay walang tahi at hinabi nang buo mula sa itaas hanggang sa ibaba."* Ang ibig sabihin ng "walang tahi" dito ay hindi binuo ang tunika mula sa mga piraso ng tela.

Ang karamihan sa mga tao'y hindi interesado sa kung paano ginawa ang kanilang kasuotan o kung ang mga ito'y hinabi nang buo mula sa itaas hanggang sa ibaba o kaya ay mula sa ibaba hanggang sa itaas. Kaya't bakit inilalarawan ng Biblia ang mga detalye sa kasuotan ni Jesus?

Sinasabi sa Biblia na ang ninuno ng sangkatauhan ay si Adan, ang ninuno ng pananalig ay si Abraham, at ang ninuno ng Israel ay si Jacob. Tinuturo ng Diyos sa atin na ang ninuno ng Israel ay hindi si Abraham kundi si Jacob sapagkat ang labindalawang lipi ng Israel ay nanggaling sa labindalawang anak na lalaki ni Jacob. Ang nagtatag ng bansang Israel ay si Jacob samantalang ang ninuno ng pananalig ay si Abraham.

Pinagpala ng Diyos si Jacob sa Genesis 35:10-11 sa ganitong paraan:

> *Sinabi ng Diyos sa kanya, "Ang pangalan mo'y Jacob; hindi ka na tatawagin pang Jacob kundi Israel ang magiging pangalan mo." Kaya siya ay tinawag na Israel. At sinabi ng Diyos sa kanya, "Ako ang Diyos na Makapangyarihan sa lahat. Ikaw ay lumago at magpakarami; isang bansa at maraming mga bansa ang magmumula sa iyo, at mga hari ang magmumula sa iyo."*

Ayon sa mga talatang ito na Salita ng Diyos, ang labindalawang anak na lalaki ni Jacob ang nasa likod ng bansang Israel at ito'y iisang bansa hanggang sa nahati ito sa Israel sa hilaga at Juda sa timog noong panahon ni Haring Rehoboam.

Nang tumagal, ang Israel sa hilaga ay nakihalo sa mga Hentil ngunit ang Juda ay nanatiling iisa. Sa panahon ngayon, ang mga taga-Juda ay tinatawag na Judio. Ang katotohanan na ang tunika ni Jesus ay walang tahi, at hinabi nang buo mula sa itaas hanggang sa ibaba ay nangangahulugan na iningatan ng bansang Israel ang kanyang pagkaka-isa at pagkakákilanlán bilang mga inapo ni Jacob hanggang sa ngayon.

Nagpalabunutan para sa Tunika ni Jesus na Hindi Pinunit

Ang tunika ay kumakatawan sa puso ng mga tao. Pinapahiwatig na puso ng mga Judio ang tunika ni Jesus dahil Siya ang hari ng Israel.

Bilang mga taong pinili ng Diyos sa pamamagitan ng kanilang ninuno sa pananalig na si Abraham, ang mga Judio ay sumasamba sa tunay na Diyos sa lahat ng bagay. Ang katotohanang hindi nila pinunit ang tunika ay nagpapahiwatig na ang espiritu ng mga Judiong taga-Israel na sumasamba sa Diyos ay napangalagaan nang husto at hindi pinagpira-piraso samantalang may mga panahong ang mismong pamahalaan o bayan ng Israel ay nawasak na.

Sa katunayan, hinulaan sa Biblia na hindi malilipol ng mga Hentil ang espiritu ng mga Judio na nananahan nang malalim sa kanilang mga puso. Sa maikling salita, ang kanilang mga puso o pananampalataya sa Diyos ay walang-pagbabago, kahit na ang bayan ng Israel ay winasak ng mga Hentil. Dahil walang pagbabago sa kanilang puso, pinili ng Diyos ang Israel at sa pamamagitan nila itinayo ang Kanyang kaharian at pagkamakatuwiran.

Kahit sa ngayon, sinisikap ng mga Israelitang sundin ang batas nang may pusong di-nagbabago. Ito'y dahil sila ang mga inapo ni Jacob na may ganitong ring puso. Pinamangha ng mga Israelita ang buong mundo nang kanilang makamtan ang kanilang kalayaan noong Mayo 14, 1948, pagkaraan ng napakahabang panahon matapos silang mawalan ng bansa. Mula noon, sila'y mabilis na lumago bilang isa sa mga mauunlad at maimpluwésiyáng bansa, at muling ipinamalas ang kanilang pambansang espiritu at kahusayan.

Hindi mawawasak ng mga Hentil ang espiritu ng mga Israelita na sumasamba sa Diyos. Katulad ng mga sundalong Romano na hindi hinati ang tunika ni Jesus na walang tahi at hinabi nang buo mula sa itaas hanggang sa ibaba. Ang mga Israelita bilang mga inapo ni Jacob ay nagtatag ng malayang bansa at tinupad ang kagustuhan ng Diyos bilang bayan na pinili Niya.

Ang Israel sa Wakas ng Panahon ay Nai-propesiya na sa Biblia

Tulad ng pag-propesiya ng Diyos sa kasaysayan ng Israel sa pamamagitan ng damit at tunika ni Jesus, nagbigay din Siya sa atin ng pahiwatig ukol sa mga huling araw ng mundo.

Mababasa sa Ezekiel 38:8-9:

Pagkatapos ng maraming araw ay tatawagin ka. Sa mga huling taon ay hahayo ka laban sa lupain na ibinalik mula sa digmaan, ang lupain na ang mga

> *bayan ay natipon mula sa mga bundok ng Israel, na naging laging giba. Ang mga bayan nito ay kinuha mula sa mga bansa at silang lahat ay naninirahan ngayong tiwasay. Ikaw ay sasampa, ikaw ay darating na parang bagyo; ikaw ay magiging parang ulap na tatakip sa lupain, ikaw at ang lahat mong mga pulutong, at ang maraming tao na kasama mo.*

Ang "pagkatapos ng maraming araw" sa mga talata ay ang panahon mula sa kapanganakan ni Jesus hanggang sa Kanyang Muling Pagbabalik, at ang "mga huling taon" ay tumutukoy sa mga taon bago ang Muling Pagbabalik Niya. Ang "mga bundok ng Israel" ay nagpapahiwatig sa Jerusalem, na matatagpuan sa mataas na lugar na humigit-kumulang ay 790 metro ang taas mula sa dagat. Samakatwid, ang sinasabing sa hinaharap ay maraming tao na galing sa iba't ibang mga bayan ay nagpapahiwatig na ang mga Israelita na nasa buong mundo'y babalik sa kanilang lupain kung nalalapit na ang Pagbabalik ni Jesus.

Ang hulang ito'y naging totoo nang ang Israel ay winasak ng Emperyo Romano noong 70 A.D., at nakamtan ang kanilang kalayaan noong 1948. Ang Israel ay matagal nang parang disyerto bago ito naging malaya, subalit mabilis itong lumago hanggang sa maging isa sa mga pinakamaunlad na bansa sa mundo.

Nai-propesiya din sa Bagong Tipan ang pagiging malaya ng Israel. Sinasabi ni Jesus sa atin ang mga sumusunod sa Mateo 24:32-34:

> *Kaya, pag-aralan ninyo mula sa puno ng igos ang*

kanyang talinghaga: kapag malambot na ang sanga nito at umuusbong na ang mga dahon, alam ninyong malapit na ang tag-araw. Gayundin naman kayo, kapag nakita ninyo ang lahat ng mga bagay na ito, alam ninyong siya'y malapit na, nasa mga pintuan na. Katotohanang sinsabi ko sa inyo, hindi lilipas ang lahing ito, hanggang sa maganap ang lahat ng mga bagay na ito.

Ito ang naging tugon ni Jesus sa Kanyang mga alagad, na nagtanong sa Kanya ng tanda ng Kanyang Muling Pagdating at ng katapusan ng panahon.

Ang puno ng igos sa talata ay tumutukoy sa Israel. Kapag naglalagas ang mga dahon ng mga puno at umiihip na ang malamig na hangin, alam mong papalapit na ang taglamig. Gayundin, kapag ang sanga ng puno ng igos ay lumalambot na at umuusbong na ang mga dahon, alam mong papalapit na ang tag-araw. Sa talinghagang ito, pinapaliwanag ni Jesus na kapag ang Israel ay naibalik na sa dating kalagayan pgkaraan ng mahabang panahon ng pagkawasak, ibig sabihi'y nakamit na ng mga Israelita ang kanilang kalayaan, at ang Muling Pagbabalik ni Jesus ay papalapit na.

Mga Palatandaan sa Katapusan ng Panahon

Nang tinanong si Jesus ng Kanyang mga alagad tungkol sa mga palatandaan ng katapusan ng panahon sa Mateo 24, ipinaliwanag Niya ang mga detalye nito.

Ngunit hindi Niya sinabi ang eksaktong oras at araw, *"Subalit tungkol sa araw at oras na iyon ay walang nakakaalam, kahit ang mga anghel sa langit, ni ang Anak kundi ang Ama lamang"* (Mateo 24:36).

Nangangahulugan lang na hindi Niya alam ito bilang Anak ng Tao na pumarito sa mundo. Ngunit hindi nangangahulugan na hindi ito nalaman ni Jesus bilang isa sa Tatlong Persona ng Diyos pagkatapos ng Kanyang pagkakapako sa krus, pagkabuhay na muli at pag-akyat sa langit.

Nagbabala si Jesus sa paghahayag Niya tungkol sa mga palatandaan sa katapusan ng panahon, *"Dahil sa paglaganap ng kasamaan, ang pag-ibig ng marami ay lalamig. Subalit ang magtiis hanggang sa wakas ay siyang maliligtas"* (Mateo 24:12-13).

Mararamdaman mong matindi ang paglaganap ng kasamaan at panlalamig ng pag-ibig ng marami sa kasalukuyan. Halos wala ka nang makikita na kasiglahan ng pagtanggap. Sinabi ni Jesus, Mateo 24:14 *"At ang Mabuting Balitang ito ng kaharian ay ipahahayag sa buong daigdig bilang patotoo sa lahat ng mga bansa; at pagkatapos ay darating ang wakas."* Ang Mabuting Balita'y naipahayag na sa lahat ng dako ng mundo.

Bukod dito, tayo'y nakatira sa isang "global village" (pabilog na mundo) na kung saan ang bawat sulok ng mundo'y madaling marating sa pamamagitan ng transportasyon o komunikasyon. Ang hindi pangkaraniwang bagay na ito'y nai-propesiya sa Daniel 12:4, *"Ngunit ikaw, O Daniel, ilihim mo ang mga salita, at tatakan mo ang mga aklat hanggang sa panahon ng wakas. Marami ang tatakbo ng paroo't parito, at ang kaalaman ay lalago."* Ang Mabuting Balita ay naipamahagi na nang mabilis sa buong mundo sa ganitong kapaligiran.

Tototo pa rin na kahit naihayag na ang Mabuting Balita sa buong mundo, may mga tao na ayaw pa ring tanggapin si Jesus dahil ayaw nilang buksan ang kanilang puso. O kaya'y may mga liblib na pook pa rin na kung saa'y hindi pa naihahasik ang binhi ng Mabuting Balita.

Lahat ng mga propesiya sa Lumang Tipan ay natupad na at halos lahat ng mga propesiya sa Bagong Tipan ay natupad na rin. Ang buong Kasulatan ay kinasihan ng Banal na Espiritu. Samakatwid, ang Salita ng Diyos ay tama at walang mali. Hindi mababago ang pinakamaliit na titik o ang pinakamaliit na hagod ng pluma na nasa Salita. Tinutupad ng Diyos ang Kanyang Salita at mga pangako, at kaunti na lamang ang hindi pa natutupad, kasama rito ang Muling Pagbabalik ng ating Panginoong Jesu-Cristo, Ang Pitong Taon ng Tribulasyon (Pitong Taon ng Matinding Pagdurusa), Ang Bagong Milenyo, at Ang Dakilang Paghuhukom ng Tronong Puti.

Ipinako sa Kanyang Mga Kamay at Paa

Ang pagpako sa krus ay isa sa pinakamalupit na paraan ng pagpatay sa mga mamamatay-tao o mga traydor. Ang mga braso'y iuunat sa kahoy na krus. Ipapako sa kanyang mga kamay at paa. Ibibitin siya sa krus hanggang sa mamatay. Kaya't maghihirap siya sa matinding sakit hanggang sa kahuli-hulihang hininga.

Mabubuti lang ang ginawa ni Jesus na Anak ng Diyos at walang bahid ng kasalanan. Kaya't, bakit ipinako si Jesus sa Kanyang mga kamay at paa at bumuhos ang dugo sa krus?

Ang Kirot sa Pagkakapako sa mga Kamay at Paa

Nahatulan si Jesus na mamatay sa krus at nakarating Siya sa lugar ng pagbibitayan, sa Golgota. Isang sundalong Romano na may hawak na malaking pako na bakal at martilyo ang nagsimulang ipako ang Kanyang mga kamay at paa sa utos ng isang senturyon. Pagkatapos ay kanilang itinayo ang krus. Alam mo ba kung gaano kasakit ito?

Ang walang kasalanang si Jesus ay nagdusa ng matinding sakit nang ibaon ang malalaking pako sa Kanyang katawan at nang mahatak ang Kanyang katawan ng sarili Niyang bigat (nang itayo ang krus) at nalaslas ang ipinakong bahagi ng katawan.

Kapag ang isang tao ay pinugutan ng ulo, ang kirot ay tapos agad sa isang iglap. Ngunit mas matindi ang sakit ng pagpapako sa krus sapagkat ikaw ay ibibitin, magdudugo, at makakaranas ng pagka-uhaw at pagkahapo hanggang sa malagutan ng hininga.

At, sa mainit na araw sa disyerto, lahat ng uri ng kulisap at mga bérmin ay nagliparan sa buong gutay-gutay na katawan Niya para sipsipin ang dugo na dumadaloy mula sa mga sugat sa ipinakong mga kamay at paa. Bukod dito, Siya'y dinuro-duro ng masasamang tao, dinuraan, hinamak, isinumpa at ininsulto nang katakut-takot. Inalipusta Siya ng ilang tao na nagsabi, *"Ikaw na gigiba sa templo, at sa ikatlong araw ay itatayo ito, iligtas mo ang iyong sarili! Kung ikaw ang Anak ng Diyos, bumaba ka sa krus!"* (Mateo 27:40)

Hindi matitiis na kirot ang naramdaman ni Jesus nang ipako Siya sa krus. Subalit alam Niya na ang Kanyang pagpasan sa mga kasalanan at sumpa sa pamamagitan ng pagkamatay dito ang nagbukas ng daan para matubos Niya ang sangkatauhan mula sa kanilang mga kasalanan at maging anak sila ng Diyos. Ang totoong kirot na naranasan Niya'y may ibang pinagmulan. Mayroon pa ring mga tao na hindi alam ang kaloobang ito ng Diyos o kaya'y di nakatanggap ng kaligtasan dahil sa kanilang kasamaan. Ito ang nagdulot sa Kanya ng mas matinding kirot.

Mga Kasalanang Ginawa ng mga Kamay at Paa

Kapag may nabuo sa puso na isang masamang kaisipan, hinihimok ng puso ang mga kamay at paa na gumawa ng masama. Dahil may batas-espirituwal na ang kabayaran ng kasalanan ay kamatayan, kung ikaw ay magkakasala, ikaw ay pupunta sa impiyerno at magdurusa doon magpakailanman.

Kaya sinabi ni Jesus, *"Kung ang paa mo'y nakapagpapatisod sa iyo, putulin mo ito. Mas mabuti pa sa iyo ang pumasok sa buhay na pilay kaysa may dalawang paa ka at maitapon sa impiyerno, [kung saan ang mga uod ay hindi namamatay, at ang apoy ay hindi napapatay.] Kung ang mga mata mo'y nakapagpapatisod sa iyo, dukutin mo ito. Mas mabuti pa sa iyo ang pumasok sa kaharian ng Diyos na may isang mata, kaysa may dalawang mata at mabulid sa impiyerno"* (Marcos 9:45-47).

Ilang beses ka nang nagkasala sa pamamagitan ng iyong mga kamay at paa mula nang isilang ka? May mga taong nananakit ng kapwa kapag sila'y galit. Ang iba'y nagnanakaw at may ilan na inuubos ang kanilang kayamanan sa pagsusugal. May mga taong nagiging marahas sa pamamagitan ng kanilang mga paa at pumupunta sa hindi nila dapat puntahan. Samakatwid, kung ang paa mo'y nakakapagpatisod sa iyo, mas mabuti na putulin mo ito at makapasok sa langit kaysa maitapon ka sa impiyerno na may dalawang paa.

Ilang beses ka nang nagkasala sa pamamagitan ng iyong mga mata? Napupuno ka ng kasakiman at pakikiapid kapag may nasisilayan ka na hindi mo dapat makita. Kaya't sinabi ni Jesus na kung ang mga mata mo'y nakapagpapatisod sa iyo, mas mabuti pa na dukutin mo ito at pumasok sa langit kaysa maitapon sa impiyerno matapos magkasala sa iyong mga mata.

Noong panahon ng Lumang Tipan, kapag may taong nagkasala sa pamamagitan ng kanyang mata, ito'y dudukutin; kapag may nagkasala sa pamamagitan ng kanyang kamay o paa, ito'y puputulin; kapag may nakapatay o naki-apid, babatuhin siya hanggang sa mamatay (Deuteronomio 19:19-21).

Kung wala ang pagdurusa ni Jesu-Cristo sa krus, kahit ngayon ay puputulin ng mga anak ng Diyos ang kanilang mga kamay o paa kung nagkasala sila sa pamamagitan ng mga ito. Ngunit tinanggap ni Jesus ang krus, ipinako sa Kanyang mga kamay at paa at nagbuhos ng Kanyang dugo. Dahil sa ginawa Niya, hinugasan Niya ang mga kasalanang ginawa mo sa pamamagitan ng mga kamay at paa mo. Hindi mo na kailangang magdusa pa o pagbayaran ang mga kasalanan mo. Napakadakila ng pagmamahal

Niya!

Dapat mong isaisip na pananatilihin ka Niyang dalisay kapag lumalakad ka sa liwanag na tulad Niya na nasa liwanag, at ipinagtatapat mo sa Kanya ang mga kasalanan mo at lumalapit sa Kanya (1 Juan 1:7).

Samakatwid, napakahalaga na punuin mo ang puso mo ng pawang katotohanan para makapamuhay ka nang matagumpay at may mapagpasalamat at mapagmahal na puso na laging nakatuon sa Diyos.

Hindi Binali ang Kanyang Binti Ngunit Tinusok ang Tagiliran

Namatay si Jesus sa araw ng Biyernes, ang araw bago ang Sabbath. Sa panahong iyon, ang araw ng Sabado'y ang Sabbath, at ayaw ng mga Judio na manatili ang mga katawan na namatay sa krus sa araw ng Sabbath.

Mababasa sa Juan 19:31 na hiniling ng mga Judio kay Pilato na baliin ang kanilang mga binti at sila'y alisin sa krus.

Sa pahintulot ni Pilato, binali ng mga kawal ang mga binti ng mga magnanakaw na ipinako sa krus sa magkabilang tabi ni Jesus. Ngunit hindi nila binali ang mga binti ni Jesus dahil patay na Siya. Sa panahong iyon, ang mga taong ipinako sa krus ay ipinapalagay na isinumpa kaya't binabali ng mga kawal ang kanilang mga binti. Kaya't makikita ang pangangalaga ng Diyos sa katotohanang hindi nila binali ang mga binti ni Jesus.

Bakit Hindi Binali ang mga Binti ni Jesus?

Si Jesus, na walang kasalanan, ay isinumpa at ibinitin sa krus upang tubusin ang mga tao mula sa sumpa ng kautusan. Hindi mabali ni Satanas ang mga binti ni Jesus dahil sa pangangalaga ng Diyos.

Bukod pa rito, pinangalagaan ng Diyos na hindi mababali ang mga buto ni Jesus para matupad ang sinasabi sa Mga Awit 34:20, *"Lahat nitong mga buto ay iniingatan niya, sa mga iyon ay hindi nababali ni isa."*

Sinabi ng Diyos sa mga Israelita sa Mga Bilang 9:12 na hindi nila babaliin ang buto ng paskuwa o batang tupa na kanilang kakainin. Sinabi din Niya sa Exodo 12:46 na maaaring kainin ng mga Israelita ang paskuwa ngunit huwag nilang babaliin kahit isang buto niyon.

Ang "paskuwa" ay tumutukoy kay Jesus na walang bahid o kapintasan, ngunit isinakripisyo ang Kanyang Sarili upang tubusin ang sangkatauhan mula sa kanilang mga kasalanan dahil sa Kanyang pag-ibig sa atin. Ayon sa Kasulatan, "Huwag ninyong babaliin kahit isang buto ng paskuwa," walang binali ni isa man sa mga buto ni Jesus.

Tinusok ng Sibat ang Kanyang Tagiliran

Inilalarawan sa Juan 19:33-34 ang isa pang kalagim-lagim na tagpo:

Ngunit nang dumating sila kay Jesus at makitang

patay na, ay hindi na nila binali ang kanyang mga binti. Subalit tinusok ng sibat ng isa sa mga kawal ang kanyang tagiliran at biglang lumabas ang dugo at tubig.

Bakit pa tinusok ng sibat ng kawal ang tagiliran ni Jesus kahit alam na niya na patay na ito kaya't biglang lumabas ang dugo at tubig? Ito'y naglalarawan ng kasamaan ng tao.

Bagaman Siya'y Diyos, hindi hiningi o pinanghawakan ni Jesus ang Kanyang mga karapatan bilang Diyos. Sa halip ay nagpakababa Siya; kinuha ang anyong alipin at naging katulad ng tao. Naging masunurin Siya hanggang sa kamatayan, maging sa kamatayan ng isang kriminal sa krus. Sa ganitong paraan ay binuksan ni Jesus ang pinto para sa kaligtasan mo (Filipos 2:6-8).

Noong Siya'y nabubuhay dito sa lupa, binigyan ni Jesus ng kalayaan ang mga bilanggo, binigyan ng kayamanan ang mga maralita, at pinagaling ang mga may karamdaman at ang mga mahihina. Wala Siyang sapat na oras para kumain o matulog dahil ginawa Niya ang Kanyang makakaya upang ipahayag ang Salita ng Diyos para maligtas ang maraming kaluluwa. Pumunta Siya sa burol upang manalangin habang natutulog naman ang Kanyang mga alagad.

Hinamak Siya ng maraming Judio samantalang puro kabutihan ang Kanyang ginawa. Sa huli, ipinako Siya sa krus dahil sa kanilang kasamaan. At saka, kahit alam na patay na, tinusok Siya ng sibat ng isang kawal na Romano. Sinasabi nito sa atin na umaapaw na ang kasamaan ang mga tao.

Ipinakita sa iyo ng Diyos ang Kanyang kamangha-manghang

pag-ibig nang Kanyang ipadala ang kaisa-isa Niyang Anak na si Jesu-Cristo na ipinako sa krus upang tubusin ka sa mga kasalanan, sa kabila ng kasamaan mo.

Dumaloy ang Dugo at Tubig Mula sa Kanyang Tagiliran

Nabanggit na tinusok Siya ng sibat ng isang kawal na Romano kahit na alam nitong patay na Siya. Dumaloy ang dugo at tubig mula sa katawan ni Jesus. May tatlong kahulugan ang pangyayaring ito.

Una, nagpapakita ito sa iyo na si Jesus ay pumarito sa laman bilang Anak ng Tao. Sinasabi sa Juan 1:14, *"At naging tao ang Salita at tumahang kasama natin, at nakita namin ang Kanyang kaluwalhatian, kaluwalhatiang gaya ng sa tanging Anak ng Ama, puspos ng biyaya at katotohanan."* Pumarito ang Diyos sa mundong ito sa laman at Siya'y si Jesus.

Hindi maaaring makita ng mga makasalanan ang Diyos sapagkat mamamatay sila kapag nakita Siya. Dahil ang Diyos ay hindi maaaring magpakita nang harapan sa kanila, pumarito si Jesus sa lupa bilang tao at nagpakita ng maraming katibayan para sumampalataya tayo sa Diyos.

Sinasabi ng Biblia na si Jesus ay tao rin na tulad mo. Mababasa sa Marcos 3:20, *"At pumasok Siya sa isang bahay at muling nagkatipon ang maraming tao, kaya't sila'y hindi man lamang makakain."* Sinasabi sa atin sa Mateo 8:24, *"At dumating ang isang malakas na bagyo sa dagat, anupa't matatabunan na ng alon ang bangka; ngunit Siya ay natutulog."*

May mga tao na nagtataka kung bakit si Jesus na Anak ng Diyos ay nagugutom o nasasaktan. Dahil si Jesus ay may katawan na binubuo ng buto at laman, kailangan Niyang kumain at matulog. Siya rin ay nakararanas ng kirot tulad natin.

Ang katotohanan na dumaloy ang dugo at tubig mula sa Kanyang katawan nang Siya'y tusukin ng sibat, ay nagbibigay sa iyo ng kapani-paniwalang katibayan na si Jesus ay pumarito sa mundong ito sa laman, bagaman Siya'y ang Anak ng Diyos.

Pangalawa, ito'y isa pang katibayan na maaari ka ring magpakabanal kahit na may katawan ka. Nais ng Diyos na maging banal at sakdal na tulad Niya ang Kanyang mga anak. Kaya't sinabi Niya, *"Kayo'y maging banal, sapagkat Ako'y banal"* (1 Pedro 1:16), at *"Kaya't kayo nga'y maging sakdal, gaya ng inyong Ama sa langit na sakdal"* (Mateo 5:48). Pinalalakas din Niya ang loob mo sa pagsasabi ng, *"Gayon Niya ipinagkaloob sa atin ang Kanyang mahahalaga at mga dakilang pangako upang sa pamamagitan ng mga ito ay makatakas kayo sa kabulukang nasa sanlibutan dahil sa masamang pagnanasa, at maging kabahagi kayo sa likas ng Diyos"* (2 Pedro 1:4), at ng *"Magkaroon kayo sa inyo ng ganitong pag-iisip na kay Cristo Jesus din naman"* (Filipos 2:5).

Pumarito si Jesus sa mundong ito sa laman at naging alipin ayon sa kagustuhan ng Diyos, at tinupad ang buong tungkulin Niya. Tinupad din Niya ang kautusan nang may pag-ibig nang pagtagumpayan Niya ang lahat ng pagsubok at paghihirap, at namuhay ayon sa Salita ng Diyos.

Bagaman Siya'y tao na tulad mo, tinanggap Niya ang lahat ng

pasakit nang maluwag sa kalooban, sinunod ang kagustuhan ng Diyos nang may pagtitiis at pagpipigil sa sarili, at isinakripisyo ang Kanyang sarili na mamatay sa krus nang may pag-ibig at walang pagtutol o pagdaing.

Paano ngayon tayo makikibahagi sa likas ng Diyos nang may puso ni Cristo Jesus?

Kailangan mong ipako sa krus ang makasalanan mong likas, na binubuo ng mga pagkahumaling at pagnanasa, magkaroon ng pag-ibig na espirituwal at taimtim na manalangin na maging banal sa pamamagitan ng pagkakaroon ng saloobing tulad ng kay Cristo.

Sa isang banda, ang makamundong pag-ibig ay mapaghanap ng pansariling kapakanan, at ang pag-ibig na ito'y lumalamig habang tumatagal. Ang mga taong may ganitong uri ng pag-ibig ay nagtataksil sa isa't isa at nagdurusa sa sakit kung sila'y di nagkakasundo.

Sa kabilang banda, nais ng Diyos na mapasaiyo ang pag-ibig na may pagtitiyaga, may kagandahang-loob at hindi makasarili. Kaya't ito'y isang espirituwal na pag-ibig na hindi nagbabago kundi lumalago araw-araw. Maaaring mapasaiyo ang saloobin ni Jesus kapag mayroon kang espirituwal na pag-ibig at iwinawaksi mo ang lahat ng uri ng kasamaan sa pamamagitan ng tapat na panalangin.

Gayun pa man, ang lahat ay makakatanggap ng biyaya at kapangyarihan ng Diyos kung hahangarin nila ang Kanyang tulong sa pamamagitan ng pag-aayuno at tapat na panalangin. Tutulungan din sila ng Diyos na alisin ang lahat ng uri ng kasamaan. Sisikat kang tulad ng araw sa makalangit na kaharian kung mayroon kang espirituwal na pag-ibig, mamumunga ng siyam na bunga ng Banal na Espiritu (Galacia 5) at tatanggapin ang turo ni Jesus tungkol sa mapapalad (Mateo 5).

Pangatlo, sapat na makapangyarihan ang dumaloy na dugo at tubig mula sa katawan ni Jesus upang akayin ka sa tunay at walang-hanggang buhay.

Ang dugo at tubig mula sa Kanyang katawan ay walang bahid at walang kapintasan sapagkat wala Siyang orihinal na kasalanan at wala Siyang sala. Sa paraang espirituwal, ang dugo at tubig na ito'y maaaring buhaying muli. Dahil Siya'y nagbuhos ng Kanyang banal na dugo, ang mga kasalanan mo ay hinugasan na at mapapasaiyo ang tunay na buhay patungo sa kaligtasan, pagkabuhay muli, at buhay na walang-hanggan.

Kumakatawan sa walang-hanggang tubig ang tubig na dumaloy mula sa katawan ni Jesus, ang Salita ng Diyos. Maaari kang mapuspos ng katotohanan at maging tunay na anak ng Diyos ayon sa pagkakaunawa mo sa Kanyang Salita at sa pagwawaksi mo sa mga kasalanan sa pamamagitan ng pamumuhay ayon sa Salita.

Isinuko ni Jesus na walang bahid o kapintasan ang lahat ng bagay upang mabigyan ka ng tunay na buhay hanggang sa magbuhos Siya ng dugo at tubig, bagaman ika'y animo'y hayop.

Sana'y maunawaan mo na iniligtas ka nang hindi nagbabayad ng kahit anuman at iwaksi mo ang mga kasalanan mo sa pamamagitan ng taimtim na pananalangin nang may pananampalataya upang makapamuhay ka nang mabunga kay Jesu-Cristo.

Kabanata 7

Ang Huling Pitong Wika (Sinabi) ni Jesus sa Krus

- Ama, Patawarin Mo Sila
- Ngayon Ikaw ay Makakasama Ko sa Paraiso
- Babae, Narito ang Iyong Anak!
- *Eloi, Eloi, Lama Sabacthani?*
- Nauuhaw Ako
- Natupad Na
- Ama, sa mga Kamay Mo ay Inihahabilin ko ang Aking Espiritu

Ang Mensahe ng Krus

Sinabi ni Jesus, "Ama, patawarin mo sila, sapagkat hindi nila nalalaman ang kanilang ginagawa"... (t. 34)

Sinabi niya, "Jesus, alalahanin mo ako, pagdating mo sa iyong kaharian" At sumagot Siya, "Katotohanang sinasabi Ko sa iyo, ngayon ikaw ay makakasama Ko sa Paraiso." Nang magtatanghaling-tapat na, nagdilim sa ibabaw ng buong lupain hanggang sa ikatlo ng hapon, habang madilim ang araw; at napunit sa gitna ang tabing ng templo. Si Jesus ay sumigaw nang malakas at nagsabi, "Ama, sa mga kamay Mo ay inihahabilin Ko ang Aking espiritu." At pagkasabi nito ay nalagot ang Kanyang hininga. (t. 42-46)

Lucas 23:34, 42-46

Karaniwan sa mga tao'y nagugunita ang kanilang naging buhay kapag malapit na silang mamatay. Sa mga miyembro ng pamilya at mga kaibigan nila iniiwan ang kanilang mga huling habilin.

Gayunman, si Jesus ay naging laman at pumarito sa lupa dahil sa kalooban ng Diyos, at naghayag ng pitong salita sa krus bago Siya nalagutan ng hininga. Ang tawag dito'y "Ang Huling Pitong Wika (Sinabi) ni Jesus sa Krus."

Siyasatin natin ang mga espirituwal na kahulugan ng huling pitong sinabi ni Jesus sa krus.

Ama, Patawarin Mo Sila

Inilalarawan si Jesus ng sumulat ng Filipos nang ganito:

Siya, bagama't nasa anyo ng Diyos, ay hindi Niya itinuring na isang bagay na dapat panghawakan ang pagiging kapantay ng Diyos, kundi hinubaran Niya ang Kanyang sarili at kinuha ang anyong alipin na naging katulad ng tao. At palibhasa'y natagpuan sa anyo ng tao, Siya'y nagpakababa sa Kanyang sarili at naging masunurin hanggang sa kamatayan, maging sa kamatayan man sa krus (2:6-8).

Ipinako si Jesus sa krus upang ipakita ang Kanyang pag-ibig at pagsunod sa Diyos upang buksan ang daan ng kaligtasan para sa mga makasalanan. Hinamak si Jesus ng mga taong nakatayo sa ibaba ng krus, kasama ng mga pinuno, *"Iniligtas Niya ang iba, iligtas Niya ang kanyang sarili kung Siya ang Cristo ng Diyos, ang Pinili!"* (Lucas 23:35)

Nilibak din Siya ng mga kawal na lumapit sa Kanya, at nag-alok sa Kanya ng suka, at nagsabi, *"Kung Ikaw ang Hari ng mga Judio, iligtas Mo ang Iyong sarili!"* (t. 37) Pinagtawanan din Siya ng isa sa mga kriminal na ipinako, na nagsabi, *"Hindi ba Ikaw ang Cristo? Iligtas Mo ang Iyong sarili at kami!"* (t. 39)

Nang dumating sila sa lugar na tinatawag na Bungo, kanilang ipinako Siya sa krus, kasama ng mga kriminal, isa sa kanyang kanan at isa sa kanyang kaliwa. Sinabi ni Jesus, "Ama, patawarin mo sila, sapagkat hindi nila nalalaman ang kanilang ginagawa" (Lucas 23:33-34).

Nanalangin si Jesus sa Diyos at hiniling, "Ama, patawarin mo sila, sapagkat hindi nila nalalaman ang kanilang ginagawa," bago nalagot ang Kanyang hininga. Hiniling ni Jesus sa Ama na kaawaan at patawarin ang mga taong hindi alam na Siya na Anak ng Diyos ay ipinapako sa krus upang mapatawad ang kanilang mga kasalanan. Hindi rin nila marahil nauunawaan na ang ginagawa nila ay kasalanan. Ito ang unang sinabi Niya mula sa krus.

Ipinanalangin ni Jesus nang may Pag-ibig ang mga Taong Nagpa-pako sa Kanya

Nanalangin si Jesus, ang Anak ng Diyos, para sa mga nagpapako sa Kanya bagaman Siya'y walang bahid ng kasalanan. Napakalalim at napakadakila ng Kanyang pag-ibig! Maaari sana Siyang bumaba mula sa krus para hindi Siya maipako dahil Siya at ang Makapangyarihang Diyos ay iisa at binigyan ng kapangyarihan ng Diyos Ama. Ngunit Siya'y ipinako upang tuparin ang plano ng kaligtasan ayon sa kagustuhan ng Diyos. Samakatwid, titiisin Niya ang lahat ng paghihirap at kahihiyan, ipapanalangin sila nang may pag-ibig at ihihingi sila ng kapatawaran.

Taimtim na nanalangin si Jesus, "Ama, patawarin mo sila, sapagkat hindi nila nalalaman ang kanilang ginagawa." Dito, ang "sila" ay hindi lang tumutukoy sa mga taong nagpapako at nanlibak sa Kanya, kundi sumasaklaw din sa mga taong ayaw tumanggap kay Jesu-Cristo at patuloy na nabubuhay sa kadiliman. Tulad ng mga taong nagpapako kay Jesus na Anak ng Diyos, maraming tao ang nagkakasala dahil hindi nila kilala si Jesu-Cristo at ang katotohanan.

Ang demonyo na kaaway mo ay kaanib sa kadiliman at nasusuklam sa liwanag kaya't ipinapako niya si Jesus, ang tunay na ilaw. Sa kasalukuyan, ang demonyo ang may kapangyarihan sa mga taong kaanib sa kadiliman at inuudyokan silang usigin ang mga taong lumalakad sa liwanag.

Paano ka tutugon sa mga umuusig sa iyo na hindi nakakaalam sa katotohanan?

Itinuturo sa iyo ni Jesus ang kagustuhan ng Diyos at kung ano ang dapat maging saloobin ng isang Cristiano sa pamamagitan ng unang sinabi Niya sa krus. Ayon sa Mateo 5:44, *"Ngunit sinasabi Ko sa inyo: Ibigin ninyo ang inyong mga kaaway, at idalangin ninyo ang umuusig sa inyo."* Dapat nating ipanalangin ang mga umuusig sa atin, at sabihin ang, "Ama, patawarin mo sila, sapagkat hindi nila nalalaman ang kanilang ginagawa. Pagpalain Ninyo sila upang tanggapin din nila ang Panginoon at upang magkita kaming muli sa langit."

Ngayon Ikaw ay Makakasama Ko sa Paraiso

May dalawang kriminal na ipinako din nang si Jesus ay nakabitin sa krus na nakatayo sa Golgotha, *"sa lugar na tinatawag na Bungo"* (Lucas 23:33).

Ininsulto Siya ng isa sa mga kriminal ngunit sinaway ito ng ikalawang kriminal na nagsisi at tinanggap si Jesus bilang Tagapagligtas niya. Nangako si Jesus na siya'y makakasama Niya sa paraiso. Ito ang ikalawang sinabi ni Jesus sa krus.

Patuloy Siyang pinagtawanan ng isa sa mga kriminal na ipinako na nagsasabi, "Hindi ba Ikaw ang Cristo? Iligtas Mo ang Iyong sarili at kami!" Subalit sinaway siya ng isa, at sa kanya'y sinabi, "Hindi ka pa ba natatakot sa Diyos, yamang ikaw ay nasa gayunding hatol ng kaparusahan? Tayo ay nahatulan ng matuwid, sapagkat tinanggap natin ang nararapat na kabayaran sa ating mga gawa. Subalit ang taong ito'y hindi gumawa ng anumang masama." Sinabi niya, "Jesus, alalahanin mo ako, pagdating mo sa iyong kaharian." At sumagot Siya, "Katotohanang sinasabi Ko sa iyo, ngayon ikaw ay makakasama Ko sa Paraiso" (Lucas 23:39-43).

Inihayag ni Jesus na Siya ang Mesyas na nagpapatawad sa mga makasalanan kung nagsisisi sila at nagliligtas sa pamamagitan ng ikalawang sinabi Niya mula sa krus.

Kung babasahin mo ang Apat na Ebanghelyo, ang tugon ng dalawang kriminal ay nakasulat sa magkakaibang paraan. Sa Mateo 27:44 ay sinasabi, *"Sa gayunding paraan ay inalipusta Siya ng mga tulisan na ipinako sa krus na kasama Niya."* Mababasa sa Marcos 15:32, *"'Bumaba ngayon mula sa krus ang Cristo, ang Hari ng Israel upang aming makita at paniwalaan.' At tinuya rin Siya ng mga kasama niyang nakapako sa krus."* Mababasa mo sa dalawang Ebanghelyong ito na parehong tinuya si Jesus ng dalawang kriminal.

Ngunit mababasa mo sa Lucas 23 na sinaway ng isang kriminal ang ikalawa, nagsisi sa kanyang mga kasalanan, tinanggap si Jesu-Cristo at naligtas. Hindi ito dahil sa ang mga Ebanghelyo'y hindi magkakasang-ayon. Sa halip, sa awa't tulong ng Diyos ay hinayaan Niya ang mga may-akda na sumulat sa iba't ibang paraan. Sa Biblia, ang probisyon ng Diyos at mga elementong pangkasaysayan ay pinaikli. Kung ang lahat ng detalye ay isusulat, hindi ito magkakasya sa kahit isang libong Biblia.

Sa kasalukuyan, mayroon nang video camera na maaaring kumuha ng mga pangyayari at panoorin pagkatapos. Ngunit noong kapanahunan ni Jesus, walang ganitong kagamitan kaya't hindi sila nakakuha ng ni isang larawan bagaman napakahalaga ng mga pangyayari. Maaari lang nilang isulat ang mga ito. Mula sa bahagyang mga pagkakaiba'y maaari mong maranasan ang isang natatanging pangyayari nang mas makatotohanan.

Ang Mas Mainam na Pag-unawa sa Pagkakapako kay Jesus

Nang ihayag ni Jesus ang ebanghelyo, sinundan Siya ng maraming tao. May mga nais makinig sa Kanyang mensahe, ang iba'y nais makakita ng mga himala at mga tanda mula sa langit, o nais ng pagkain, at ang iba nama'y nais maglingkod at sumunod kay Jesus kaya't ipinagbili ang kanilang ari-arian.

Nagpasalamat si Jesus para sa limang tinapay at dalawang isda sa Lucas 9. Ang bilang ng mga pinakain ay halos limang libong lalaki (Lucas 9:12-17). Isipin na lang kung gaano karami ang tao, kasama dito ang mga nagmamahal o nasusuklam kay Jesus at iba pa, at ang mga pumaroon sa lugar kung saan Siya ipinako sa krus. Pinaligiran ng mga tao ang krus kaya't pinigilan sila ng mga kawal na may mga sibat at kalasag. Isipin na lang ang mga taong nakapalibot sa ibaba ng krus at sinisigawan si Jesus. Hinahamak Siya ng madla. Kahit ang isa sa dalawang kriminal na nakapako sa magkabilang tabi Niya ay ininsulto Siya.

Sino nga ba ang makakarinig sa sinabi ng unang kriminal? Marahil ay napakagulo kaya't ang mga tao lamang na nakatayo nang malapit kay Jesus ang nakarinig sa sinabi Niya. May galit sa mukha habang may sinasabi ang ikalawang kriminal. Ang taong ito, sa katotohanan, ay sinasaway ang unang kriminal na humamak kay Jesus. Ngunit, madaling isipin ng mga taong nakatayo nang malayo na ang nagsisising kriminal na ito'y hinahamak si Jesus na nasa gitna nila.

Sa unang banda, sa ganitong maingay na kalagayan, ang bawat isa sa mga sumulat ng Ebanghelyo ni Mateo at Marcos na hindi naririnig ang nagsisising kriminal ay nag-akalang hinahamak din nito si Jesus. Kaya't pareho nilang isinulat na hinamak ng dalawang kriminal si Jesus.

Sa kabilang banda, ang may-akda ng Ebanghelyo ni Lucas ay malinaw na nakarinig, kaya't nalaman niya na ang isa sa dalawang kriminal ay hindi nanghamak, kundi nagsisi pa nga. Ang mga manunulat ay nasa iba't ibang lugar at magkakaiba ang isinulat.

Ang Diyos na batid ang lahat ay hinayaan na magkakaiba ang kanilang isinulat upang ang susunod na mga henerasyon ay matututong unawain nang malinaw ang isang tanging pangyayari.

Makalangit na Lugar Para sa Nagsising Kriminal

Ipinangako ni Jesus sa kriminal na nagsisi sa krus bago siya mamatay na, "Ngayon ikaw ay makakasama Ko sa paraiso." Ito'y may espirituwal na kahulugan.

Ang Langit, ang kaharian ng Diyos ay mas malawak pa kaysa sa ating imahinasyon. Kahit si Jesus ay nagsabi sa Juan 14:2, *"Sa bahay ng aking Ama ay maraming tahanan. Kung hindi gayon, sasabihin Ko ba sa inyo na Ako'y paparoon upang ihanda Ko ang lugar para sa inyo?"* Hinihimok tayo ng salmista na, *"Purihin ninyo Siya, kayong mga langit ng mga langit, at ninyong mga tubig na nasa itaas ng mga langit"* (Mga Awit 148:4). Pinupuri ang Diyos sa Nehemias 9:6 na, *"...gumawa ng langit, ng langit ng mga langit, pati ng lahat ng natatanaw roon."* Binabanggit sa 2 Mga Taga-Corinto 12:2 ang, *"isang lalaki kay Cristo, mayroon nang labing-apat na taon ang nakakaraan, dinala sa ikatlong langit."* Sinasabi sa Apocalipsis 21:2 na sa Bagong Jerusalem naroroon ang trono ng Diyos.

Gayon din, maraming matitirhan sa Langit. Subalit hindi ka pahihintulutan na manirahan sa anumang lugar na pipiliin mo. Gagantimpalaan ng Diyos ng katarungan ang bawat isa sa atin ayon sa ating ginawa sa lupa: kung paano mo tinularan ang iyong Panginoon at gumawa para sa kaharian ng Diyos at gaano kalaki ang tinipon mo para sa Langit, at iba pa (Mateo 6:19; Apocalipsis 22:12).

Mababasa sa Juan 3:6, *"Ang ipinanganak ng laman ay laman at ang ipinanganak ng Espiritu ay espiritu."* Batay sa kung gaano mo iwinaksi ang mga bagay na makamundo at nagiging taong espirituwal, ang mga matitirhan sa Langit ay hahatiin sa mga pangkat na magkakapareho ang espirituwal na antas.

Tiyak na napakaganda ng bawat lugar sa Langit sapagkat ang Diyos ay naghahari doon. Ngunit may mga pagkakaiba kahit doon sa Langit. Halimbawa, ang paraan ng pamumuhay, mga libangan, pamantayan sa buhay, at iba pa, sa lunsod ay ibang-ibang kaysa sa probinsiya. Gayunman, ang banal na lunsod, ang Bagong Jerusalem, ay ang pinakamaluwalhating lugar sa Langit kung saan ang trono ng Diyos ay matatagpuan at kung saan ang mga anak na katulad na katulad Niya'y maninirahan.

Subalit ang paraiso'y ang lugar kung saan nakatira ang kriminal na nagsisi bago namatay, at matatagpuan ito sa karatig-pook ng Langit. Karamihan sa mga taong nahihiya sa pagtanggap nila ng kaligtasan ay maninirahan doon. Ang mga ito'y tumanggap kay Jesu-Cristo subalit hindi sila gumawa ng hakbang upang mabago sila sa espiritu.

Bakit nakapasok sa paraiso ang nagsising kriminal?

Inamin niya na isa siyang makasalanan nang taos sa puso at tinanggap si Jesu-Cristo bilang Tagapagligtas niya. Ngunit, hindi niya naiwaksi ang kanyang mga kasalanan, o nakapamuhay nang ayon sa Salita ng Diyos, o nakapagbahagi ng Mabuting Balita sa iba. Hindi siya gumawa para sa Diyos. Wala siyang ginawang anuman upang makatanggap ng anumang makalangit na gantimpala. Kaya nakapasok siya sa paraiso, ang pinakamababang lugar sa Langit.

Ang Pagpanaog ni Jesus sa Mas Mataas na Bahagi ng Libingan

Bagaman nangako si Jesus sa kriminal ng, "Ngayon ikaw ay makakasama ko sa paraiso," hindi ibig sabihin nito na si Jesus ay nakatira lamang sa paraiso ng Langit. Si Jesus, ang Hari ng mga hari at Panginoon ng mga panginoon, ay namamahala at nananahang kasama ng mga anak ng Diyos sa buong Langit, at kasama dito ang paraiso at ang Bagong Jerusalem. Sa ganitong diwa ay naroroon Siya sa paraiso at sa iba pang lugar doon sa Langit.

Nang sabihin ni Jesus sa naligtas na kriminal na, "Ngayon ikaw ay makakasama ko sa paraiso," ang "ngayon" ay hindi lang tumutukoy sa tanging araw na namatay si Jesus sa krus o sa ano pa mang araw. Binanggit ni Jesus na makakasama Siya ng nagsising kriminal saanman ito naroroon pagkatapos na siya'y maging anak ng Diyos.

Kung sasangguni ka sa Biblia, hindi tumungo si Jesus sa paraiso pagkamatay Niya. Sinabi ni Jesus sa ilang Fariseo sa Mateo 12:40 na, *"Sapagkat kung paanong si Jonas ay nasa tiyan ng isang dambuhala sa dagat sa loob ng tatlong araw at tatlong gabi, gayundin naman ang Anak ng Tao ay tatlong araw at tatlong gabing mapapasailalim ng lupa."* Mababasa sa Efeso 4:9, *"Nang sabihing, 'Umakyat Siya,' anong ibig sabihin nito, kundi Siya'y bumaba rin sa mas mababang bahagi ng lupa?"*

Dagdag pa, sinasabi sa 1 Pedro 3:18-19, *"Sapagkat si Cristo man ay minsang nagdusa dahil sa mga kasalanan, ang isang matuwid dahil sa mga di-matuwid, upang kayo ay madala Niya sa Diyos. Siya ay pinatay sa laman, ngunit binuhay sa espiritu; sa gayundin, Siya ay pumunta at nangaral sa mga espiritung nasa bilangguan."* Si Jesus ay pumunta sa mas mataas na bahagi ng libingan at ipinangaral ang Mabuting Balita sa mga espiritu bago Siya nabuhay na muli matapos ang tatlong araw. Bakit kinailangan ito?

Bago pumarito sa mundong ito si Jesus, karamihan sa mga tao noong panahon ng Lumang Tipan at kahit noong Bagong Tipan ay walang pagkakataon na marinig ang Mabuting Balita, subalit namuhay sila nang mabuti nang may pananampalataya sa Diyos.

Ibig bang sabihin nito na lahat sila'y napunta sa impiyerno dahil hindi nila kilala kung sino si Jesus?

Isinugo ng Diyos ang kaisa-isang Niyang Anak sa lupa at sinumang tumanggap sa Kanya ay maliligtas. Hindi sinimulan ng Diyos ang pag-likha at pangangalaga ng tao upang iligtas lamang ang mga tumanggap kay Jesus pagkatapos na maipako Siya sa krus. Ang tao na walang pagkakataon na marinig ang Mabuting Balita ngunit namuhay nang may magandang konsiyensiya ay hahatulan batay sa kanilang konsiyensiya.

Sa isang banda, ang mga taong may magandang puso ay naroroon sa "Mas mataas na bahagi ng libingan." Sa kabilang banda, ang "Mababang bahagi ng libingan" ay kung saan ang mga masasamang kaluluwa'y mamalagi hanggang sa pagsapit ng Araw ng Paghuhukom. Pagkatapos Siyang maipako sa krus, si Jesus ay pumunta sa mas mataas na bahagi ng libingan upang ipangaral ang Mabuting Balita sa mga espiritung hindi ito alam subalit namuhay nang may magandang konsiyensiya at karapat-dapat na maligtas.

Walang ibang pangalan sa ilalim ng Langit na ibinigay sa mga tao na ating ikaliligtas maliban kay Jesu-Cristo. Kaya't pinuntahan at nangaral si Jesus sa mga espiritu tungkol sa Kanyang sarili para maaari nilang tanggapin Siya at maligtas.

Sinasabi sa Biblia na ang mga espiritung naligtas bago ipinako si Jesus sa krus ay dinadala sa kandungan ni Abraham (Lucas 16:22), at dinadala kay Jesus pagkatapos Niyang mabuhay na muli.

Kaligtasan na Ayon sa Hatol ng Konsiyensiya

Bago pa dumating si Jesus sa mundong ito upang ihayag ang Mabuting Balita, ang mabubuting tao'y namumuhay nang sumusunod sa pagkamakatuwiran na nasa kanilang puso. Ito ang batas ng konsiyensiya. Ang mabubuting tao'y di gumawa ng kasamaan kahit may kaguluhan o nahaharap sila sa paghihirap, sapagkat nakikinig sila sa tinig ng kanilang puso.

Mababasa sa Mga Taga-Roma 1:20, *"Mula pa nang likhain ang sanlibutan, ang Kanyang walang hanggang kapangyarihan at pagka-Diyos, bagaman hindi nakikita, ay naunawaan at nakita sa pamamagitan ng mga bagay na Kanyang ginawa, upang wala silang maidadahilan."*

Sa kanilang pag-unawa sa sansinukob at sa kung paano ang lahat ng bagay sa mundo'y nagkakatugma, ang mga taong may mabubuting puso'y naniniwala na may buhay na walang hanggan. Kaya't hindi sila namumuhay ayon sa kanilang makasalanang likas at pinipigilan ang kanilang sarili na hindi malugod sa mga makamundong kasiyahan dahil may takot sila sa Diyos.

Sinasabi sa Mga Taga-Roma 2:14-15, *"Sapagkat kung ang mga Hentil na likas na walang kautusan ay gumagawa ng mga bagay ng kautusan, ang mga ito, bagaman walang kautusan, ay siyang kautusan sa kanilang sarili. Kanilang ipinakita na ang hinihiling ng kautusan ay nakasulat sa kanilang mga puso, na rito'y nagpapatototoo rin ang kanilang budhi, at ang kanilang mga pag-iisip ay nagbibintang o nagdadahilan sa isa't isa."*

Ibinigay ng Diyos ang kautusan sa mga Israelita lamang at

hindi sa mga Hentil. Ngunit tila ang mga Hentil ay namumuhay ayon sa kautusan kapag namumuhay sila ayon dito sa kanilang mga puso at konsiyensiya. Hindi mo masasabi na ang mga taong hindi sumampalataya kay Jesu-Cristo ay hindi maliligtas dahil hindi nila narinig ang Mabuting Balita sa kanilang buhay.

Ang mga taong namatay na hindi nakilala si Jesu-Cristo ngunit nakakayang pigilan ang kanilang sarili na mag-isip ng masama dahil malinis ang kanilang puso ay maliligtas batay sa paghatol ng Diyos sa kanilang konsiyensiya.

Babae, Narito ang Iyong Anak!

Sinulat ng apostol Juan ang kanyang nakita at narinig sa krus na kung saa'y nakapako si Jesus. Maraming kababaihan ang naroroon at kasama doon si Maria, ang ina ni Jesus; si Salome, ang kapatid ng Kanyang ina; si Maria na asawa ni Cleopas; at si Maria Magdalena. Sa Juan 19:26-27, sinabi ni Jesus sa Kanyang nalulungkot na inang si Maria na ituring niyang anak si Juan. Ibinilin naman Niya kay Juan ang Kanyang ina.

Nang makita ni Jesus ang Kanyang ina at ang alagad na Kanyang minamahal, na nakatayong katabi niya ay sinabi Niya sa Kanyang ina, "Babae, narito ang iyong anak!" Pagkatapos ay sinabi Niya sa alagad, "Narito ang iyong ina!" At mula noon ay dinala siya ng alagad sa kanyang sariling tahanan.

Bakit Tinawag ni Jesus na "Babae" si Maria, at Hindi "Ina"?

Hindi binigkas ni Jesus ang salitang "ina", kundi isinulat ni apostol Juan mula sa kanyang pananaw. Bakit tinawag ni Jesus ang Kanyang sariling ina na nagluwal sa Kanya na "babae"?

Kung titingnan mo ang Biblia, hindi siya tinawag ni Jesus na "ina."

Halimbawa, sa Juan 2:1-11, ginawa ni Jesus ang una sa mga himala nang gawin Niyang alak ang tubig sa simula ng Kanyang ministeryo. Ang himalang ito'y nangyari sa isang kasalan sa Cana. Si Jesus at ang Kanyang mga alagad ay inanyayahan din sa kasalan. Nang magkulang ng alak, sinabi ng ina ni Jesus sa Kanya, "Wala na silang alak" sapagkat alam niya na bilang Anak ng Diyos, magagawa ni Jesus na maging alak ang tubig. Ang sagot sa kanya ni Jesus, *"Babae, anong kinalaman niyon sa Akin at sa iyo? Ang aking oras ay hindi pa dumating"* (t. 4).

Sumagot si Jesus na ang panahon upang ipakita Niya na Siya ang Mesyas ay hindi pa dumating bagaman naawa si Maria sa mga panauhin dahil nagkulang ng alak. Ang espirituwal na kahulugan ng paggawa ni Jesus ng alak mula sa tubig ay magbubuhos Siya ng Kanyang dugo sa krus.

Inihayag ni Jesus na Siya'y pumarito sa mundong ito bilang Tagapagligtas natin na tatapusin ang maka-Diyos na plano sa krus para sa kaligtasan ng tao. Kaya't tinawag Niya si Maria na "babae," at hindi "ina."

Bukod rito, ang ating Tagapagligtas na si Jesus ay Diyos sa Banal na Trinidad at ang Manlilikha. Ang Diyos na Manlilikha ay ang AKO AY ANG AKO NGA (Exodo 3:14). At Siya ang Una at ang Huli (Apocalipsis 1:17; 2:8). Samakatwid, si Jesus ay walang ina, kaya't tinawag Niya si Maria na "babae," hindi "ina."

Sa kasalukuyan, maraming anak ng Diyos ang tumatawag kay Maria na "banal na ina" ni Jesus o kaya'y iginagawa siya ng mga rebulto at sinasamba ang mga ito. Dapat mong maunawaan na ito'y talagang mali sapagkat hindi siya ang ina ng ating Tagapagligtas (Exodo 20:4).

Ang Makalangit na Pagkamamamayan

Inaliw ni Jesus si Maria na namimighati sa Kanyang pagkakapako sa krus at sinabi sa Kanyang minamahal na alagad na ituring si Maria na kanyang ina. Kahit Siya'y nagdurusa nang lubusan sa krus, nasa isip pa rin Niya ang kahihinatnan ni Maria kapag namatay na Siya. Madarama mo dito ang Kanyang pagmamahal.

Sa pamamagitan ng ikatlong sinabi ni Jesus mula sa krus, mauunawaan natin na sa pananampalataya, magkakapatid tayo – sa pamilya ng Diyos. Tunghayan ang Mateo 12:48-50, isang tagpo na kung saan pinuntahan si Jesus ng Kanyang pamilya. Nang ipaalam kay Jesus na ang Kanyang ina at mga kapatid na lalaki ay nakatayo sa labas, sinabi Niya sa mga tao:

> *"Sino ang Aking ina at sinu-sino ang Aking mga kapatid?" Itinuro Niya ang kamay Niya sa kanyang mga alagad, at sinabi, "Narito ang Aking ina at ang Aking mga kapatid! Sapagkat sinumang gumagawa*

ng kalooban ng Aking Ama na nasa Langit, ay siyang Aking mga kapatid na lalaki at babae, at ina."

Habang lumalago ang iyong pananampalataya pagkatapos mong tanggapin si Jesu-Cristo, magiging mas malinaw sa iyo ang pagkamamamayan mo sa Langit at lalo mong mamahalin ang mga kapatid mo kay Cristo kaysa sa mga miyembro ng pamilya mo sa laman. Kung ang mga miyembro ng pamilya mo'y hindi mga anak ng Diyos, hindi mananatili magpakailanman ang iyong "pamilya." Ang relasyon ninyo bilang isang pamilya'y magtatapos sa kamatayan. Kung hindi sila sumasampalataya kay Jesu-Cristo o hindi namumuhay ayon sa kagustuhan ng Diyos bagaman ipinapahayag nila na sila'y naniniwala sa Diyos, pupunta sila sa impiyerno sapagkat ang kabayaran ng kasalanan ay kamatayan (Roma 6:23; Mateo 7:21).

Babalik sa alabok ang katawang lupa mo pagkamatay mo subalit mayroon kang walang-kamatayang espiritu. Kung kukunin ng Diyos ang iyong espiritu, magiging isang bangkay ka lang na maaagnas pagkatapos. Binuo ng Diyos na Manlilikha ang unang tao mula sa alabok at hiningahan ang mga butas ng kanyang ilong ng hininga ng buhay, kaya't walang-kamatayan ang kanyang espiritu. Diyos ang nagluwal sa espiritu mong walang-kamatayan at ang lumikha ng laman mong babalik sa alabok. Samakatwid, Siya ang tunay mong Ama.

Sinasabi sa atin ng Mateo 23:9, *"At huwag ninyong tawaging inyong ama ang sinumang tao sa lupa, sapagkat iisa ang inyong ama, Siya ay nasa Langit."* Hindi ito nangangahulugan na hindi ninyo mamahalin ang mga di-mananampalataya sa iyong pamilya.

Napakahalaga na tunay ninyo silang pakamahalin, ipahayag sa kanila ang Mabuting Balita at akayin sila na tanggapin si Jesu-Cristo.

Eloi, Eloi, Lama Sabacthani?

Ipinako si Jesus sa krus sa ikatlong oras, at nang dumating ang ika-anim na oras ay nagdilim sa buong lupain hanggang sa ika-siyam na oras nang malagutan Siya ng hininga. Kung ipapalit dito ang makabagong basehan ng oras, Siya'y ipinako sa krus nang alas nuwebe ng umaga at pagkaraan ng tatlong oras, nang tanghaling tapat ay nagdilim sa buong lupain hanggang sa alas tres ng hapon.

> *Nang dumating ang tanghaling tapat, nagdilim sa buong lupain hanggang sa ikatlo ng hapon. Nang ikatlo nang hapon ay sumigaw si Jesus nang may malakas na tinig, "Eloi, Eloi, lama sabacthani?" na ang kahulugan ay, "Diyos ko, Diyos ko, bakit Mo Ako pinabayaan?"* (Marcos 15:33-34)

Anim na oras pagkatapos, sa ika-siyam na oras, si Jesus ay sumigaw sa Diyos, "Eloi, Eloi, lama sabacthani?" Ito ang ika-apat na sinabi ni Jesus sa krus.

Hapung-hapo na si Jesus sapagkat anim na oras na Siyang nakabitin sa krus at dumadaloy ang Kanyang dugo at tubig sa ilalim ng mainit na araw sa disyerto. Lubos na ang kapaguran

Niya. Kung gayon, bakit pa Siya sumigaw?

Ang bawat isa sa pitong sinabi ni Jesus sa krus ay may mga espirituwal na kahulugan. Kung ang mga ito'y hindi narinig, balewala sana ang mga ito. Ang pitong sinabi Niya'y nilayon na maisulat nang malinaw sa Biblia, upang maunawaan ng lahat ang kagustuhan ng Diyos.

Samakatwid, isinigaw Niya nang buong makakaya Niya ang pitong salita mula sa krus upang maririnig at maisusulat ang mga ito ng mga taong nakapaligid sa krus.

May mga taong nagsasabi na sumigaw si Jesus sa tindi ng sama ng loob sa Diyos sapagkat pumarito Siya sa mundong ito sa laman at tiniis ang matinding pasakit nang hindi kailangan. Subalit ito'y walang katotohanan.

Bakit Sumigaw si Jesus ng *"Eloi, Eloi, lama sabacthani?"*

Ang dahilan kung bakit Siya ay pumarito sa mundo'y upang wasakin ang gawain ng demonyo at buksan ang daan ng kaligtasan para sa atin.

Kaya't sumunod si Jesus sa kagustuhan ng Diyos hanggang sa kamatayan at isinakripisyo nang lubusan ang Kanyang sarili. Bago Siya ipinako sa krus, nanalangin Siya nang mataimtim at ang Kanyang pawis ay mistulang mga malalaking patak ng dugo na tumutulo sa lupa (Lucas 22:42-44). Pinasan Niya ang Kanyang dalahin, ganap na nababatid ang pagdurusang titiisin Niya sa krus.

Tiniis Niya ang pagmamalupit at paghihirap sa krus sapagkat batid Niya ang plano ng Diyos para sa sangkatauhan. Kaya't paano Niya mamasamain ang pagharap sa kamatayan? Ang Kanyang pagsigaw ay hindi isang paghihinagpis o paghihimutok sa Diyos. May mga dahilan si Jesus kaya Niya ginawa ito.

Una, nais ipahayag ni Jesus sa buong mundo na Siya'y ipinapako sa krus upang tubusin ang lahat ng makasalanan mula sa kasalanan. Nais Niyang maunawaan ng lahat na iniwan Niya ang Kanyang kaluwalhatian sa Langit at lubos na binalewala ng Diyos bagaman Siya ang kaisa-isang Anak ng Niya. Sumigaw Siya upang malaman ng lahat na naghihirap Siya nang katakut-takot sa krus upang iligtas at tubusin ang mga makasalanan mula sa kasalanan. Ipinapakita sa Biblia na dati'y tinatawag Niya ang Diyos na "aking Ama," ngunit sa krus ay tinawanag ni Jesus Siyang, "aking Diyos." Ito'y sapagkat pinasan ni Jesus ang krus sa kapakanan ng mga makasalanan, at hindi maaaring tawagin ng mga makasalanan ang Diyos na "Ama."

Sa oras na iyon, ipinahiya ng Diyos si Jesus bilang isang makasalanan na nagpasan ng lahat ng kasalanan ng sangkatauhan, at si Jesus ay hindi nagka lakas-loob na tawagin ang Diyos na "Ama." Gayun ma'y tinatawag mo ang Diyos na "Abba Ama" kapag mahal mo Siya, ngunit tinatawag mo Siyang "Diyos" sa halip na "Ama" kapag malayo ka sa Diyos dahil nagkasala ka o mahina ang iyong pananampalataya.

Nais ng Diyos na ang lahat ng tao'y maging tunay na anak Niya na tatawag sa Kanya ng "Ama" sa pamamagitan ng pagtanggap kay Jesu-Cristo at paglakad sa liwanag.

Pangalawa, nais ni Jesus na magbabala sa mga taong hindi pa nakaaalam sa kagustuhan ng Diyos at namumuhay pa rin sa kadiliman.

Isinugo ng Diyos sa mundong ito ang kaisa-isang Niyang Anak na si Jesu-Cristo at hinayaan Siyang kutyain at ipako sa krus ng Kanyang sariling mga nilikha. Alam ni Jesus kung bakit pinabayaan ng Diyos ang Kanyang Anak subalit ang mga taong nagpako sa Kanya sa krus ay hindi alam ang kagustuhan ng Diyos. Sumigaw Siya ng, "Diyos ko, Diyos ko, bakit mo ako pinabayaan?" upang maunawaan ng mga mangmang ang pag-ibig ng Diyos, makapagsisi sila at makabalik sa daan ng kaligtasan.

Nauuhaw Ako

Maraming propesiya sa Lumang Tipan tungkol sa darating na pagdurusa ni Jesus sa krus. Sinasabi sa Mga Awit 69:21, *"Binigyan nila ako ng lason bilang pagkain, at sa aking uhaw ay binigyan nila ako ng sukang iinumin."* Tulad ng pagkakahula sa Mga Awit, nang sabihin ni Jesus, "Ako'y nauuhaw," naglagay sila ng isang esponghang basa ng suka sa isang sanga ng isopo, at itinaas ito sa Kanyang bibig.

> *Pagkatapos nito, sapagkat alam ni Jesus na ang lahat ng mga bagay ay naganap na, ay sinabi niya (upang matupad ang kasulatan), "Nauuhaw Ako." Mayroon doong isang sisidlang puno ng maasim na alak, kaya't naglagay sila ng isang esponghang basa*

ng suka sa isang sanga ng isopo, kanilang inilagay sa Kanyang bibig (Juan 19:28-29).

Bago pa isinilang si Jesu-Cristo sa bayan ng Bethlehem, nakita ng salmista sa isang pangitain na si Jesus ay ipapako at mamatay sa krus, at isinulat ito. Sinabi ni Jesus, "Nauuhaw ako" upang matupad ang Kasulatan.

Pag-isipan natin ang espirituwal na kahulugan ng ikalimang sinabi ni Jesus sa krus, ang "Nauuhaw ako."

Inihayag ni Jesus ang Kanyang Espirituwal na Pagka-uhaw

Maraming tao ang makakapag-tiis ng pagka-gutom ngunit hindi ang pagka-uhaw. Lubos na ang kapaguran ni Jesus dahil anim na oras na Siyang nakapako sa krus at nagbuhos ng Kanyang dugo sa ilalim ng napaka-init na araw sa disyerto. Ang tindi ng Kanyang pagka-uhaw ay hindi natin kayang isipin.

Nang sabihin Niyang, "Nauuhaw ako" hindi nangangahulugang hindi kaya ni Jesus ang Kanyang pagka-uhaw. Batid Niyang malapit na Siyang bumalik sa Diyos nang payapa.

Ang katotohanan, mas matindi ang espirituwal na pagka-uhaw Niya kaysa sa pisikal na pagka-uhaw. Ito ang masidhing pagnanais ni Jesus para sa mga anak ng Diyos: Ako'y nauuhaw sapagkat dumanak ang Aking dugo. Pawiin ninyo ang pagka-uhaw Ko sa pamamagitan ng pagbabayad sa Aking dugo.

Dalawang libong taon na ang nakakalipas mula nang mamatay si Jesus sa krus, subalit sinasabi pa rin Niya sa atin na Siya'y nauuhaw. Ang Kanyang pagka-uhaw ay dahil sa pagbubuhos Niya ng Kanyang dugo upang mapatawad ang iyong mga kasalanan at mabigyan ka ng isang buhay na walang-hanggan.

Sinasabi sa iyo ni Jesus na Siya'y nauuhaw upang ipamalas ang kahandaan Niyang iligtas ang mga nawawalang kaluluwa. Samakatwid, ang mga anak ng Diyos na naligtas ng dugo ni Cristo ay dapat na matumbasan ito.

Ang paraan upang matumbasan mo ang dumanak Niyang dugo at mapawi ang Kanyang pagka-uhaw ay ang pag-akay mo sa mga tao mula sa landas ng impiyerno patungo sa Langit.

Kaya't magpasalamat kay Jesus na nagbuhos ng Kanyang dugo. Ngayon nama'y pawiin mo ang Kanyang pagka-uhaw sa pamamagitan ng pag-akay sa mga tao patungo sa daan ng kaligtasan.

Natupad Na

Sa Juan 19:30, tinanggap ni Jesus ang suka at sinabi, *"Natupad na,"* itinungô ang Kanyang ulo at Siya'y namatay. Tinanggap ni Jesus ang espongha na nakalagay sa sanga ng isopo. May espirituwal na kahulugan ang Kanyang ginawa.

Ang dahilan kung bakit si Jesus ay pumarito sa mundong ito sa laman ay upang maipako sa krus para sa kasalanan ng sangkatauhan. Sa Kanyang dakilang pag-ibig sa atin, tinupad ni Jesus ang kautusan sa Lumang Tipan at pinasan ang mga kasalanan at sumpa sa kapakanan ng sangkatauhan. Noong panahon ng Lumang Tipan, ang mga tao'y nag-aalay sa Diyos ng dugo ng mga hayop kapag sila'y nagkasala. Subalit gumawa si Jesus ng iisang alay para sa kasalanan para sa lahat ng panahon nang magbuhos Siya ng Kanyang dugo (Hebreo 10:11-12). Kaya't ang mga kasalanan mo'y pinatawad na kung tinanggap mo si Jesu-Cristo sapagkat ikaw ay tinubos na Niya. Ang biyayang nagtutubos sa pamamagitan ni Jesu-Cristo ay tumutukoy sa bagong alak, at ininom Niya ang maasim na alak upang mabigyan tayo ng bagong alak.

Ang Espirituwal na Kahulugan ng Salitang "Natupad na"

Sinabi ni Jesus, "Natupad na" at Siya'y namatay. Anong espirituwal na kahulugan nito?

Si Jesus ay naging laman, pumarito sa lupa, ipinangaral ang Mabuting Balita, pinagaling ang lahat ng sakit at karamdaman, at binuksan ang daan patungo sa kaligtasan sa Kanyang pagpasan sa krus alang-alang sa mga taong patungo sa kamatayan.

Tinupad Niya nang may pag-ibig ang kautusan sa Lumang Tipan nang isakripisyo Niya ang Kanyang sarili hanggang sa kamatayan. Nagtagumpay din Siya sa diyablo nang ganap nang Kanyang winasak ang gawain nito. Ibig sabihin, kinumpleto Niya ang makalangit na plano para sa kaligtasan ng tao. Kaya't sinabi ni Jesus, "Natupad na," nang Siya'y nasa krus.

Nais ng Diyos na tuparin ng Kanyang mga anak ang lahat sa pamamagitan ng pamumuhay ayon sa kagustuhan ng Diyos. Tulad ito ng pagtupad ng Kanyang kaisa-isang Anak na si Jesus sa lahat ng tulong para sa kaligtasan nang sumunod Siya sa Ama hanggang sa Kanyang isakripisyo ang sariling buhay ayon sa kagustuhan at plano ng Diyos.

Kaya't tularan mo unang-una ang puso ng iyong Panginoon sa pagkakaroon ng espirituwal na pag-ibig: magbunga ng siyam na bunga ng Banal na Espiritu (Galacia 5:22-23) at sa pagtupad sa Mapapalad (Beatitudes) (Mateo 5:3-10). Pagkatapos ay dapat kang maging tapat sa gawain na ibinigay sa iyo ng Diyos. Akayin mo ang pinakamaraming tao patungo sa Diyos sa taimtim na pananalangin, pangangaral ng Mabuting Balita, at paglilingkod sa simbahan.

Sana'y ang bawat isa sa inyo na minamahal na anak ng Diyos ay mapagtatagumpayan ang sanlibutan dahil sa matatag na pananampalataya, pag-asa para sa Langit at pag-ibig sa Diyos, at maihayag ang, "Natupad na" sa pamamagitan ng pagsunod sa Diyos at sa Kanyang kagustuhan tulad ng ipinakita ng ating Panginoong Jesu-Cristo.

Ama, sa mga Kamay Mo ay Inihahabilin ko ang Aking Espiritu

Nang bigkasin ni Jesus mula sa krus ang huling salita Niya, Siya'y latang-lata na. Mula sa kalagayang ito'y sumigaw nang malakas si Jesus, "Ama, sa mga kamay mo ay inihahabilin ko ang aking espiritu."

Si Jesus ay sumigaw nang malakas at nagsabi, "Ama, sa mga kamay Mo ay inihahabilin Ko ang Aking espiritu." At pagkasabi nito ay nalagot ang

Kanyang hininga (Lucas 23:46).

Mapapansin mo na tinawag ni Jesus ang Diyos na "Ama" sa halip na "Aking Diyos." Ito'y nagpapahiwatig na ngayo'y kinumpleto na ni Jesus ang Kanyang misyon bilang isang sakripisyong manunubos (atoning sacrifice).

Inihabilin ni Jesus sa Diyos ang Kanyang Espiritu at Kaluluwa

Bakit inihabilin ni Jesus, na pumarito sa lupa bilang Tagapagligtas natin, ang Kanyang espiritu at kaluluwa sa mga kamay ng Kanyang Ama?

Ang tao'y binubuo ng espiritu, kaluluwa at katawan (1 Mga Taga-Tesalonica 5:23). Kapag siya'y namatay na, iiwan ng kanyang espiritu at kaluluwa ang kanyang katawan. Ang espiritu at kaluluwa niya'y babalik sa Diyos kung siya'y anak ng Diyos. Kung hindi, ang espiritu at kaluluwa niya'y pupunta sa impiyerno (Lucas 16:19-31). Ang kanyang katawan ay ililibing at babalik sa alabok.

Si Jesus, ang Anak ng Diyos, ay naging laman at pumarito sa mundong ito. May espiritu, kaluluwa, at katawan Siya na tulad natin. Nang Siya'y ipako sa krus, ang Kanyang katawan ay namatay subalit ang Kanyang espiritu at kaluluwa'y hindi namatay; inihabilin Niya ang Kanyang espiritu at kaluluwa sa mga kamay ng Diyos.

Parehong tinatanggap ng Diyos ang espiritu at kaluluwa mo kapag namatay ka. Kung ang tinanggap lang Niya'y ang espiritu mo at hindi pati ang kaluluwa mo, hindi mo mararanasan ang tunay na kaligayahan sa Langit o magiging mapagpasalamat mula sa kaibuturan ng puso mo. Bakit? Hindi mo maaalala ang mga bagay na manggagaling sa iyong kaluluwa tulad ng pagluha, dalamhati, pagdurusa at iba pang bagay na tiniis mo dito sa lupa. Kaya't parehong tinatanggap ng Diyos ang espiritu at kaluluwa.

Kaya, bakit inihabilin ni Jesus ang Kanyang espiritu at kaluluwa sa Diyos? Ito'y sapagkat ang Diyos ay ang Manlilikha na namamahala ng lahat sa sansinukob at nangangalaga sa iyong buhay, kamatayan, sumpa at pagpapala. Ibig sabihin, ang lahat ay pag-aari ng Diyos at nasa ilalim ng Kanyang kapangyarihan. Ang Diyos lamang ang sumasagot sa iyong mga panalangin. Samakatwid, kahit si Jesus mismo ay nanalangin upang ihabilin ang Kanyang espiritu at kaluluwa sa Diyos Ama (Mateo 10:29-31).

Si Jesus ay Nanalangin nang Malakas

Bakit nanalangin nang malakas si Jesus kahit nasa gitna Siya ng matinding paghihirap, at sinabing, "Ama, sa mga kamay Mo ay inihahabilin Ko ang Aking espiritu"?

Ito'y sapagkat nais Niyang marinig ito ng mga tao at ipabatid sa kanila na ang pagsigaw sa pananalangin ay kagustuhan ng Diyos. Ang Kanyang panalangin ng pagtatagubilin ng Kanyang espiritu sa Diyos ay kasing-taimtim ng Kanyang panalangin sa Gethsemane bago Siya dinakip.

Ang panalangin ni Jesus, "Ama, sa mga kamay Mo ay inihahabilin Ko ang Aking espiritu" ay nagpapatunay din na tinupad na Niya ang lahat ayon sa kagustuhan ng Diyos. Ibig sabihin, ngayo'y maaari na Niyang ihabilin nang buong karangalan ang Kanyang espiritu pagkatapos Niyang kumpletuhin ang Kanyang gawain bilang lubos na pagsunod sa Diyos.

Nagpatotoo si apostol Pablo, *"Nakipaglaban ako ng mabuting pakikipaglaban, natapos ko na ang aking takbuhin, iningatan ko ang pananampalataya. Kaya't mula ngayon ay nakalaan na sa akin ang putong ng katuwiran, na ibibigay sa akin ng Panginoon na tapat na hukom sa araw na iyon, at hindi lamang sa akin, kundi sa lahat din naman ng mga naghahangad sa kanyang pagpapakita"* (2 Timoteo 4:7-8).

Namuhay din ayon sa kagustuhan ng Diyos ang diakonong si Esteban at iningatan ang pananampalataya. Kaya't maaari siyang makapanalangin ng, *"Panginoong Jesus, tanggapin mo ang aking espiritu"* bago siya nalagutan ng hininga (Mga Gawa 7:59). Sina apostol Pablo at Esteban ay parehong hindi makakapanalangin nang ganito kung namuhay sila nang makamundo, at naghangad ng mga kasiyahan na nanggagaling sa makasalanang likas.

Gayunman, buong karangalan mong masasabi na, "Natupad na" at "Ama, sa mga kamay Mo ay inihahabilin ko ang aking espiritu" na tulad ni Jesus kung ikaw ay nakapamuhay lamang nang ayon sa kagustuhan ng Diyos Ama.

Ano ang Nangyari Pagkamatay ni Jesus?

Si Jesus ay namatay sa krus matapos Siyang mag-iwan ng mga huling salita sa malakas na tinig. Alas tres noon ng hapon. Kahit araw pa'y dumilim ang buong lupain mula tanghaling tapat hanggang alas tres ng hapon at napunit sa gitna ang tabing ng templo (Lucas 23:44-45).

At nang sandaling iyon, ang tabing ng templo ay napunit sa dalawa, mula sa itaas hanggang sa ibaba; nayanig ang lupa; at nabiyak ang mga bato. Nabuksan ang mga libingan at maraming katawan ng mga banal na natulog ay bumangon, at paglabas nila sa mga libingan pagkatapos ng kanyang muling pagkabuhay ay pumasok sila sa banal na lunsod at nagpakita sa marami (Mateo 27:51-53).

May mahalagang espirituwal na kahulugan sa pariralang "ang tabing ng templo ay napunit sa dalawa, mula sa itaas hanggang sa ibaba." Ang mahabang tabing ng templo ang humahati sa Banal na Lugar mula sa Pinakabanal na Lugar. Walang sinumang makakapasok sa Banal na Lugar maliban sa saserdote at tanging ang punong saserdote lamang ang makakapasok sa Pinakabanal na Lugar nang minsan sa isang taon.

Ang pagpunit sa tabing ng templo ay nagpapahiwatig na inialay ni Jesus ang Kanyang sarili bilang isang handog para sa kapayapaan upang mabuwag ang pader ng mga kasalanan. Bago napunit sa dalawa ang tabing ng templo, ang punong saserdote ay nag-alay ng mga handog para sa kasalanan ng mga tao at naging tagapamagitan nila sa Diyos.

Maaari ka nang magkaroon ng direktang kaugnayan sa Diyos sapagkat ang pader ng kasalanan ay nabuwag na nang mamatay si Jesus. Ibig sabihin, sinuman na sumasampalataya kay Jesus ay makakapasok na sa banal na santuwaryo at makakasamba at makakapanalangin sa Diyos nang wala nang pamamagitan ng mga punong saserdote o propeta.

Kaya't sinabi ng may-akda ng Sa Mga Hebreo, *"Kaya, mga kapatid, yamang mayroon tayong pagtitiwala na pumasok sa santuwaryo sa pamamagitan ng dugo ni Jesus, na Kanyang binuksan para sa atin ang isang bago at buhay na daan, sa pamamagitan ng tabing, samakatwid ay sa Kanyang laman"* (10:19-20).

Dagdag pa, nayanig ang lupa at nabiyak ang mga bato. Ang lahat ng mga di-pangkaraniwang pangyayaring ito'y nagsasabi sa iyo na ang buong kalikasan sa daigdig ay nayanig. Ito'y isang paglalarawan sa pagdadalamhati ng Diyos dala ng kasamaan ng tao. Ipinahayag ng Diyos na Siya'y lubhang nasaktan sapagkat ang puso ng tao'y napakatigas upang tanggapin si Jesu-Cristo bagaman ipinagkaloob Niya ang kaisa-isang Niyang Anak upang iligtas sila.

Nabuksan ang mga libingan at maraming katawan ng mga banal na natulog ay bumangon. Ito ang pagpapatunay ng muling pagkabuhay na ang sinumang sumampalataya kay Jesu-Cristo ay pinatawad na at mabubuhay muli.

Kaya't sana ay naunawaan mo ang mga espirituwal na kahulugan at ang pag-ibig ng Panginoon sa Kanyang huling pitong wika o sinabi sa krus upang makapamuhay ka nang matagumpay na buhay-Cristiano na nananabik sa pagpapakita ng Panginoon tulad ng mga ninuno ng pananampalataya.

Kabanata 8

ANG TUNAY NA PANANAMPALATAYA AT ANG BUHAY NA WALANG-HANGGAN

- Kay Dakila ng Hiwagang Ito!
- Ang Mga Hindi-Tunay na Pagtatapat ay Hindi Patungo sa Kaligtasan
- Ang Laman at Dugo ng Anak ng Tao
- Kapatawaran Dahil sa Paglakad sa Liwanag
- Ang Pananampalatayang may mga Gawa ay Tunay na Pananampalataya

Ang Mensahe ng Krus

Ang kumakain ng Aking laman at umiinom ng Aking dugo ay may buhay na walang hanggan, at siya'y muli Kong bubuhayin sa huling araw. Sapagkat ang Aking laman ay tunay na pagkain, at ang Aking dugo ay tunay na inumin. Ang kumakain ng Aking laman at umiinom ng Aking dugo ay nananatili sa Akin, at Ako'y sa kanya. Kung paanong ang buhay na Ama ay nagsugo sa Akin at Ako'y nabubuhay dahil sa Ama, gayun din ang kumakain sa Akin ay mabubuhay dahil sa Akin.

Juan 6:54-57

Ang pangunahing layunin ng pagsampalataya kay Cristo at pagdalo sa simbahan ay upang maligtas at magkaroon ng buhay na walang hanggan. Ngunit maraming tao ang naniniwala na sila'y maliligtas sa pamamagitan ng pagdalo sa simbahan kung Linggo at pagsasabi na naniniwala sila kay Jesu-Cristo ngunit hindi naman namumuhay ayon sa Salita ng Diyos.

Tiyak, gaya ng sinasabi sa Galacia 2:16, *"At nalalaman natin na ang tao ay hindi inaaring-ganap sa pamamagitan ng mga gawa ng kautusan, kundi sa pamamagitan ng pananampalataya kay Jesu-Cristo at tayo ay sumasampalataya kay Cristo Jesus, upang ariing-ganap sa pamamagitan ng pananampalataya kay Cristo, at hindi sa pamamagitan ng gawa ng kautusan, sapagkat sa pamamagitan ng gawa ng kautusan ay hindi aariing ganap ang sinumang laman"* hindi ka makakapasok sa Langit o aariing-ganap sa pamamagitan ng panlabas na pagsunod sa kautusan, lalo na kung ang puso mo'y punung-puno ng kasamaan. Walang kang relasyon kay Jesu-Cristo kung patuloy kang gumagawa ng mga kasalanan at hindi ka sumusunod sa Salita ng Diyos pagkatapos mong matutunan ito.

Kaya't dapat mong maunawaan na mahirap kang maligtas sa paghahayag lang ng mga labi mo ng pananampalataya mo. Dinadalisay ka ng dugo ni Jesu-Cristo mula sa iyong mga kasalanan upang maligtas ka kung ika'y lumalakad sa liwanag at nabubuhay sa katotohanan. Kailangan mong magkaroon ng tunay na pananampalataya na may kasamang mga gawa (1 Juan 1:5-7).

Pag-aaralan natin ngayon ang detalye ng kung paano magkaroon ng tunay na pananampalataya upang makatanggap ng buong kaligtasan at buhay na walang hanggan bilang tunay na mga anak ng Diyos.

Kay Dakila ng Hiwagang Ito!

Mababasa sa Efeso 5:31-32, *"Dahil dito iiwan ng lalaki ang kanyang ama at ina, magsasama sila ng kanyang asawa, at ang dalawa ay magiging isang laman. Ang hiwagang ito ay dakila, subali't ako ay nagsasalita tungkol kay Cristo at sa iglesya."*

Tama lang na iiwan ng mga lalaki ang kanilang magulang at sasama sa kanilang asawa kapag lumaki na sila. Bakit sinabi ng Diyos na isa itong dakilang hiwaga? Kung ipapaliwanag mo at uunawain ang talatang ito sa literal na paraan, hindi mo malalaman kung ano ang dakilang hiwagang ito, ngunit kung maiintindihan mo ang espirituwal na kahulugan nito, mapupuno ka ng kagalakan.

Ang "iglesya" dito'y tumutukoy sa mga anak ng Diyos na nakatanggap na ng Banal na Espiritu. Sapagkat inihalintulad ng Diyos ang relasyon ni Jesu-Cristo at mga mananampalataya sa pagsasama ng lalaki at ng kanyang asawa.

Paano mo iiwan ang sanlibutan at sasamahan ang lalaking

pakakasalan mo na si Jesu-Cristo?

Kung Tatanggapin mo si Jesu-Cristo nang may Pananampalataya

Nang ang unang lalaking si Adan ay nagkasala nang suwayin niya ang Diyos, nakapasok ang kasalanan sa mundong ito. Lahat ng inapo ni Adan ay naging alipin ng kasalanan at naging anak ng kaaway na diyablo na naghahari dito sa sanlibutan.

Dati'y kaanib ka ng sanlibutan at ng diyablo, na may kapangyarihan sa mundo ng kadiliman, bago mo tinanggap si Jesu-Cristo. Ito'y pinatunayan sa Juan 8:44, *"Kayo'y mula sa inyong amang diyablo, at ang nais ninyong gawin ay ang kagustuhan ng inyong ama. Siya'y isang mamamatay-tao buhat pa sa simula, at hindi naninindigan sa katotohanan, sapagkat walang katotohanan sa kanya. Kapag siya ay nagsasalita ng kasinungalingan, siya ay nagsasalita ayon sa kanyang sariling likas, sapagkat siya'y isang sinungaling, at ama ng kasinungalingan."* at sa 1 Juan 3:8, *"Ang patuloy na gumagawa ng kasalanan ay sa diyablo; sapagkat buhat pa ng pasimula ay nagkasala na ang diyablo. Dahil dito, nahayag ang anak ng Diyos upang wasakin ang mga gawa ng diyablo."*

Ngunit kapag tinanggap mo si Jesu-Cristo bilang iyong Tagapagligtas at nasa liwanag ka na, tatanggapin mo ang karapatan bilang anak ng Diyos at mapapalaya na mula sa kasalanan, sapagkat ang mga kasalanan mo'y pinatawad na sa pamamagitan ng dugo ni Jesu-Cristo.

Kapag ikaw ay may pananampalataya na tinubos ka na ni

Jesu-Cristo mula sa iyong mga kasalanan nang pasanin Niya ang krus, ibibigay sa iyo ng Diyos ang Banal na Espiritu bilang kaloob. At bubuhayin ng Banal na Espiritu ang espiritu mo. Sasabihin at ituturo Niya sa iyo ang kagustuhan ng Diyos upang kumilos at mamuhay ka ayon sa katotohanan.

Ikaw ngayon ay magiging anak ng Diyos na pinangungunahan ng Espiritu ng Diyos, at sa pamamagitan Niya'y tatawag ka ng, "Abba! Ama" (Mga Taga-Roma 8:14-15), at mapapasa iyo ang kaharian ng Langit.

Talagang kamangha-mangha at napaka-mahiwaga na ang mga anak ng diyablo na dati sana'y patungo sa walang hanggang kamatayan ay naging anak ng Diyos at tutungo na sa langit sa pamamagitan ng pananampalataya!

Kapag ika'y kaisa na ni Jesu-Cristo nang manampalataya ka sa Kanya, ang Banal na Espiritu'y mananahan sa iyong puso at nakikiisa sa butil ng buhay. Nilikha ng Diyos ang unang tao mula sa alabok at Kanyang hiningahan ang mga butas ng kanyang ilong ng hininga ng buhay. Ang hininga ng buhay ay ang butil ng buhay, ang buhay mismo. Samakatwid, hindi ito mamamatay at ito'y isinalin sa mga inapo sa pamamagitan ng mga sperm at egg ng mga tao mula sa naunang henerasyon at sa mga sumunod.

Ang butil ng buhay ay nasa puso. Matapos lalangin ng Diyos si Adan, itinanim Niya ang kaalaman sa buhay, ang kaalaman ng espiritu sa kanyang puso. Kung paanong ang isang bagong silang na sanggol ay dapat matutunan ang mga kaalaman sa mundong ito upang siya'y maging nilalang na may kultura, karakter at mamuhay bilang tao, ang isang nilalang ay mangangailangan ng kaalaman sa buhay upang maging tunay na buhay na nilalang kahit ito ay ang mismong buhay.

Dati, si Adan ay puno lang ng kaalaman ng espiritu, ng katotohanan. Ngunit pagkatapos niyang sumuway sa Diyos, naputol ang kanyang pakikipag-ugnayan sa Diyos. Unti-unting nawala sa kanya ang kaalaman ng espiritu, at sa kanyang puso'y napalitan ito ng kasinungalingan.

Mula noon, ang puso na dati'y pinuno lamang ng katotohanan ay nahati sa dalawang bahagi: katotohanan at kasinungalingan. Halimbawa, si Adan ay may pag-ibig lamang sa kanyang puso, ngunit ang kaaway na diyablo'y nagtanim doon ng kabulaanan na tinatawag na pagkapoot. Kaya makikita mo sa Genesis 4, na ang naging anak ni Adan pagkatapos niyang magkasala na si Cain, ay pinatay ang kanyang kapatid na si Abel dahil sa pagka-inggit at pagseselos.

Nang tumagal pa, isa pang bahagi ang lumago sa puso, na puno ng katotohanan at kasinungalingan. Ang bahaging ito'y tinatawag na "likas." Namamana mo ang mga katangian at kaugalian mula sa iyong mga magulang. Ipinapasok mo ang iyong mga nakikita, naririnig, at natututunan at mga nararamdaman sa iyong isipan. Ang dalawang ito ang bumubuo ng iyong "likas" sa paghahanap mo ng katotohanan.

Ang likas na ito'y madalas na tawaging "konsiyensiya," o budhi at ito'y nabubuo nang magkaka-iba, ayon sa uri ng mga taong nakakatagpo mo, mga aklat na nababasa mo, at ayon sa mga kalagayan noong bata ka pa. Halimbawa, habang ino-obserbahan ng mga tao ang iisang pangyayari o indibiduwal, ang isa'y sasabihin, "'Yan ay masama," samantalang sasabihin naman ng iba, "'Yan ay mabuti" o "Pawang mabuti 'yan."

Samakatwid, kapag sisiyasatin mo ang puso ng isa, may tamang bahagi na sa Diyos, may maling bahagi na kay Satanas, at may likas na nabuo mula sa dalawang bahaging ito.

Ang Banal na Espiritu ay Nakiisa sa Butil ng Buhay sa Puso

Sa kaso ni Adan, ang tatlong bahaging ito'y nakabalot sa butil ng buhay na ibinigay ng Diyos sa puso. Ang kalagayang ito'y ganito nang matupad ang Salita ng Diyos, "Tiyak na mamamatay ka" pagkatapos kumain si Adan mula sa punungkahoy ng pagkaalam ng mabuti at masama. Kahit na mayroon nang butil ng buhay, walang pinagkaiba ito sa patay kung hindi naman ginagawa ang tungkulin.

Halimbawa, kung maghahasik ka ng binhi sa bukid, hindi lahat ay sisibol sapagkat ang ilan ay patay na. Ngunit kung buhay ang mga binhi, tiyak na sisibol ang mga ito.

Ganyan din ang tao. Kung ang butil ng buhay na ibinigay ng Diyos ay patay, hindi na ito muling mabubuhay, at hindi na kailangan ng Diyos na ihanda si Jesu-Cristo para sa kaligtasan ng tao o gumawa pa ng Langit at impiyerno.

Ngunit ang butil ng buhay na ibinigay ng Diyos sa tao nang Kanyang hiningahan siya ng hininga ng buhay ay walang-katapusan. Kapag tinanggap mo ang Mabuting Balita, ang butil ng buhay ay muling nabubuhay; at kung mas malawak ang tamang bahagi sa puso mo, mas madali para sa iyo na tanggapin ang Mabuting Balita. Sinumang nakikinig sa mensahe ng krus at sumasampalataya kay Jesu-Cristo ay tatanggap sa Banal na

Espiritu. At ngayon, ang butil ng buhay sa puso mo ay makiki-isa sa Banal na Espiritu.

Subalit ang mga taong may konsiyensiya o budhing tinatakan ng nagbabagang bakal ay wala nang lugar para sa Mabuting Balita sapagkat ang kasinungalingan sa puso'y lubos na bumabalot at itinatago ang butil ng buhay sa kanilang puso.

Pagiging Tao ng Espiritu

Sa pagdalo mo sa mga pananambahan, pag-unawa sa Salita ng Diyos, at pananalangin, ang biyaya at malakas na kapangyarihan ng Diyos ay mapapasaiyo at makakasunod ka sa likas ng Banal na Espiritu.

Sa pamamagitan ng prosesong ito, ang puso mo at espiritu ay magiging iisa habang ang puso mo'y nagiging mas totoo sapagkat naaalis na ang kasinungalingan at napupuno ito ng katotohanan. Kapag ang puso'y lubos na puno ng kaalaman sa espiritu at katotohanan, ang pusong ito'y espiritu na rin tulad ng sa unang taong si Adan.

Kahit mukha kang matapat, kumikilos ka ayon sa iyong likas kung hindi ka nananalangin. Ang Banal na Espiritu na nananahan sa iyo ay hindi maaaring magsilang ng espiritu at ikaw ay isa pa ring taong nasa laman. Bukod rito, hindi mo masusunod ang likas ng Banal na Espiritu kung hindi mo puputulin ang paraan mo ng pag-iisip at pakikipagtalo kahit na masipag o mahaba ka kung manalangin. Kaya't hindi ka mababago at magiging tao ng espiritu.

Ang Banal na Espiritu'y tumutulong sa iyo na makapag-isip ayon sa katotohanan na nasa puso mo. Ibig sabihin, mamumuhay ka ayon sa nais ng Banal na Espiritu. Kaya gumagawa din si Satanas ng paraan upang akayin ka sa daan tungo sa kamatayan sa pamamagitan ng pagtukso sa iyo na sundin ang makamundong pag-iisip dahil may kasinungalingan pa sa iyong puso.

Samakatwid, kailangan mong iwaksi pareho ang makamundong pag-iisip at makasariling pagmamatuwid gaya ng sinasabi sa 2 Mga Taga-Corinto 10:5, *"Aming ginigiba ang mga pangangatwiran at bawat palalong hadlang laban sa karunungan ng Diyos, at binibihag ang bawat pag-iisip upang sumunod kay Cristo."*

Kung sumusunod ka sa Salita ng Diyos, nagsasabi ng "Opo" at sumusunod sa nais ng Banal na Espiritu, ang puso mo'y mapupuno ng katotohanan lang, at magiging lubos na banal kang tao ng espiritu.

Maaari Mong Makamtan ang Anumang Hihilingin Mo

Nakiki-isa ka sa Panginoon kung iwawaksi mo ang lahat ng kasinungalingan, puputulin ang makasariling pagmamatuwid upang maibunsod ang pagluwal sa espiritu ng Banal na Espiritu, at gagawin mo ang iyong puso na kasinglinis ng puso ng iyong Panginoong Jesu Cristo.

Ang isang lalaki at isang babae ay nagiging isang laman at nagkaka-anak dahil sa pagbubuklod ng isang punla at isang itlog. Gayunman, kapag ikaw ay ipinanganak sa mundo at nakiisa kay Jesu-Cristo, ang iyong pakakasalan, sa pagtanggap sa Kanya, mailuluwal mo ang espiritu sa pamamagitan ng Banal na Espiritu at masaganang makakamtan ang biyaya ng pagiging anak ng Diyos.

Gaya ng sinasabi sa Mga Taga-Roma 12:3, may mga sukat ng pananampalataya, at tatanggap ka ng mga kasagutan ayon sa mga sukat na ito. Sa 1 Juan 2:12 at sumusunod na talata, ang paglago ng pananampalataya ay inihahantulad sa proseso ng paglago ng tao.

Ang mga taong sumampalataya kay Jesu-Cristo, tumanggap sa Banal na Espiritu, at naligtas ay may pananampalataya ng mga munting bata (1 Juan 2:12). Ang mga taong sumusubok na isagawa ang katotohanan ay may pananampalataya ng mga bata (1 Juan 2:13). Kung sila'y lumago na at talagang isinasagawa ang katotohanan, may pananampalataya sila ng kabataan (1 Juan 2:13). Kung lalago pa sila, mayroon silang pananampalataya ng mga ama (1 Juan 2:13).

Kung babasahin mo ang tungkol kay Job sa Lumang Tipan, kinilala siya ng Diyos bilang isang walang-kasalanan at matapat na lalaki ngunit nang maghamon si Satanas, hinayaan siya ng Diyos na subukan si Job. Sa simula, iginiit ni Job na siya'y matuwid. Ngunit hindi nagtagal, nakita rin niya ang kanyang kasamaan at nagsisi sa harap ng Diyos nang ang kanyang kasamaan ay nailantad ng pagsubok. Naputol ang sariling pagmamatuwid ni Job at ang puso niya'y naging matuwid at dalisay sa paningin ng Diyos. At pagkatapos nito'y saka lang siya maaaring biyayaan ng Diyos ng dobleng kasaganahan.

Gayundin naman, kung magkakaroon ka ng pananampalatayang kasukat ng pananampalataya ng mga ama, na siyang pinakamataas, dahil sa pagputol mo ng sariling pagmamatuwid at magiging kaisa ng Panginoon, makakatanggap ka ng nag-uumapaw na mga pagpapala bilang anak ng Diyos. Ito ang ipinangako ng Diyos sa iyo sa 1 Juan 3:21-22: *"Mga minamahal, kung tayo'y hindi hinahatulan ng ating puso, tayo ay may kapanatagan sa harapan ng Diyos; at anumang ating hingin ay tinatanggap natin mula sa kanya, sapagkat tinutupad natin ang kanyang mga utos at ginagawa natin ang mga bagay na kalugud-lugod sa kanyang harapan."*

Maaari Mong Matamasa ang mga Biyaya Bilang Anak ng Diyos

Sa ganitong paraan, magiging kaisa ka ni Jesu-Cristo hanggang sa maging espirituwal ka. Matatamasa mo rin ang mga biyaya ng pagiging kaisa ng Diyos kung iyong isasagawa ang pagkamakatuwiran Niya.

Ipinangako sa iyo ni Jesus sa Juan 15:7, *"Kung kayo'y mananatili sa akin, at ang mga salita ko'y mananatili sa inyo, hingin ninyo ang anumang inyong nais, at ito'y gagawin para sa inyo."* Sinabi din Niya sa Juan 17:21 na, *"upang silang lahat ay maging isa. Gaya mo, Ama, na nasa akin at ako'y sa inyo, sana sila'y manatili sa atin, upang ang sanlibutan ay sumampalataya na ako'y sinugo mo."*

Gayunman, kung ika'y kaisa ng Panginoon habang umaalis sa sanlibutan na pinaghaharian ng kapangyarihan sa kadiliman ng diyablo, ika'y nagiging kaisa ng iyong Diyos Ama. Mababasa ito sa Galacia 4:4-7:

Ang Tunay na Pananampalataya at ang Buhay na Walang-Hanggan

Subalit nang dumating ang ganap na kapanahunan, isinugo ng Diyos ang kanyang Anak, na ipinanganak ng isang babae, at ipinanganak sa ilalim ng kautusan, upang tubusin ang mga nasa ilalim ng kautusan, upang matanggap natin ang pagkupkop bilang mga anak. At sapagkat kayo'y mga anak, isinugo ng Diyos ang Espiritu ng kanyang Anak sa ating mga puso, na sumisigaw, 'Abba, Ama!' Kaya't hindi ka na alipin kundi anak; at kung anak, ay tagapagmana.

Tulad ng pagmamana ng mga tao sa ari-arian ng kanilang magulang, mamanahin mo ang kaharian ng Diyos kung naging anak ka ng Diyos nang ika'y sumampalataya kay Jesu-Cristo. Ibig sabihin, ang mga anak ng diyablo'y mamanahin ang impiyerno mula sa diyablo, at ang mga anak ng Diyos ay mamanahin ang Langit mula sa Diyos.

Ngunit dapat mong isaisip na ang mga hindi nagluluwal ng espiritu sa pamamagitan ng Banal na Espiritu ay pupunta sa impiyerno. Ang Langit ay dalisay na lugar na puno ng katotohanan lang at kung gaano ang tagumpay ng iyong espiritu sa pakikiisa sa Diyos, makakamtan mo ang kaluwalhatian ng paninirahan sa Langit nang mas malapit sa Diyos.

Kaya't sana ay makamtan mo ang biyaya ng buhay na walang hanggan sa pagsampalataya mo kay Jesu-Cristo bilang lalaki na iyong pakakasalan at maging kaisa sa Panginoong Jesu-Cristo at sa Diyos Ama dahil sa pagwawaksi mo ng lahat ng kasinungalingan at pagputol sa makasariling pagmamatuwid. Maibibigay mo ang lahat ng kaluwalhatian sa Diyos sa ganitong paraan.

Ang Mga Hindi-Tunay na Pagtatapat ay Hindi Patungo sa Kaligtasan

Magiging tunay na lalaking papakasalanan mo si Jesu-Cristo na dadalhin ka sa daan ng buhay na walang hanggan at pagpapala kung kaisa ka Niya sa pananampalataya. Kung may puso ka na katulad ng puso ni Jesu-Cristo na pakakasalan mo at natamo ang ganap na pananampalataya, hindi lamang mapapasaiyo ang kaharian ng Langit kundi magliliwanag ka tulad ng araw doon.

Kung babasahin mong mabuti ang Biblia, makikita mo na may mga tao na nagsasabing naniniwala sila sa Diyos ngunit hindi ligtas. Sa Mateo 25 ay may talinghaga tungkol sa sampung birhen. Limang matatalinong birhen na naghanda ng langis ang naligtas ngunit ang ibang limang hangal na birhen ay hindi.

Gayun din, sinasabi ng Diyos sa iyo nang malinaw sa Biblia kung sino ang maliligtas at kung sino ang hindi, kahit na ang bawat isa sa kanila'y nagsasabi na may pananampalataya sila. Malalaman mo ngayon kung anong uri ng buhay ang dapat mong ipamuhay para maligtas ka.

Sinasabi nang malinaw sa Mateo 7:21, *"Hindi lahat ng nagsasabi sa akin 'Panginoon, Panginoon', ay papasok sa kaharian ng langit, kundi ang gumaganap ng kalooban ng aking Ama na nasa langit."* Kung tumatawag ka kay Jesus ng 'Panginoon,' ibig sabihi'y naniniwala ka na si Jesus ay ang Cristo. Ngunit di ka maliligtas sa pagtawag lang sa pangalan ng Panginoon at pagdalo sa simbahan tuwing Linggo.

Hindi Maliligtas ang mga Gumagawa ng Masama

Sinasabi ng Diyos sa iyo ang tungkol sa Paghatol sa Mateo 13:40-42:

> *Kaya't kung paanong tinitipon ang mga damo upang sunugin sa apoy, gayundin ang mangyayari sa katapusan ng sanlibutan. Susuguin ng Anak ng Tao ang kanyang mga anghel, at titipunin nila sa labas ng kanyang kaharian ang lahat ng mga sanhi ng pagkakasala at ang mga gumagawa ng kasamaan; at itatapon nila ang mga ito sa pugon ng apoy. Doon ay magkakaroon ng pagtangis at pagngangalit ng mga ngipin.*

Kapag ang isang magsasaka'y nag-aani, tinitipon niya ang trigo sa kanyang kamalig, ngunit sinusunog niya ang ipa. Gayunman, sinasabi ng Diyos sa iyo na ang taong hindi gumagawa ng mabuti sa mata ng Diyos ay parurusahan.

"Ang lahat ng mga sanhi ng pagkakasala" ay tumutukoy sa lahat ng mga taong nagsasabing naniniwala sa Diyos, ngunit tinutukso ang mga kapatiran para mawalan ng pananampalataya. Samakatwid, hindi ka maliligtas kung ikaw ang sanhi ng pagkakasala ng mga tao at gumagawa ng kasamaan.

Ano ang kasamaan? Mababasa sa 1 Juan 3:4, *"Ang sinumang gumagawa ng kasalanan ay lumalabag din naman sa kautusan; at ang kasalanan ay ang paglabag sa kautusan."*

Tulad ng pagkakaroon ng bawat bansa ng kanya-kanyang

takdang batas, may espirituwal na batas din sa kaharian ng Diyos. Ang Salita ng Diyos na nakasulat sa Biblia ang batas sa espirituwal na kaharian. Sinumang lalabag sa Salita ng Diyos ay hahatulan nang tulad sa sinumang lalabag sa batas ng bansa at uusigin ayon sa batas. Kaya't ang paglabag sa Salita ng Diyos ay kasamaan at kasalanan.

Ang kautusan ng Diyos ay maaaring hatiin sa apat na uri: "gawin mo", "huwag mong gawin", "tuparin mo", at "iwaksi mo." Sapagkat ang Diyos ay liwanag, sinasabi Niya sa Kanyang mga anak na gawin ang tama, huwag gumawa ng masama, gampanan ang mga tungkulin ng mga anak ng Diyos, at iwaksi ang kinapopootan ng Diyos dahil nais Niyang mamuhay ang Kanyang mga anak sa liwanag.

Sinasabi sa atin ng Diyos sa Deuteronomio 10:12-13 na, *"at ngayon Israel, ano ba ang hinihingi sa iyo ng PANGINOON mong Diyos? Kundi matakot ka sa PANGINOON mong Diyos lumakad ka sa lahat ng kanyang mga daan, at ibigin mo siya, at paglingkuran mo ang PANGINOON mong Diyos ng buong puso at ng buong kaluluwa mo, na tuparin ang mga utos ng PANGINOON, at ang kanyang mga tuntunin na aking iniuutos sa iyo sa araw na ito para sa iyong ikabubuti."* Sa isang banda, matatamo mo ang mga pagpapala kung isasagawa mo ang Salita ng Diyos. Sa kabilang banda, matatamo mo ang walang hanggang kamatayan dahil sa kasamaan at kasalanan kung hindi ka mamumuhay ayon sa Kanyang Salita.

Binabanggit sa Galacia 5:19-21 ang gawain ng laman:

"Hindi maikakaila ang mga gawa ng laman:

Ang Tunay na Pananampalataya at ang Buhay na Walang-Hanggan

pangangalunya, karimarimarim na pamumuhay, kahalayan, pagsamba sa diyus-diyosan, pangkukulam, pagkapoot, [pagtatalo], pagkagalit, paninibugho, [pagkamakasarili], pagkakabaha-bahagi, mga pagkakampi-kampi, pagkainggit, paglalasing, walang taros na pagsasaya, at iba pang tulad nito. Binabalaan ko kayo, tulad noong una: hindi tatanggapin sa kaharian ng Diyos ang gumagawa ng gayong mga bagay" (Magandang Balita Biblia).

Ang "pangangalunya" ay tumutukoy sa lahat ng uri ng karumihang seksuwal, kawalan ng puri at kasama rito ang 'sex' bago ikasal. Ang ibig sabihin ng "karimarimarim na pamumuhay" ay magugulong pagkilos na hindi na pinag-isipan na nanggagaling sa makasalanang likas.

Ang "kahalayan" ay kung lagi mong sinusunod ang makasalanang imoralidad at namumuhay ayon sa mga salita at gawain ng pakikiapid. Ang "pagsamba sa diyus-diyosan" ay pagsamba sa mga bagay na gawa sa ginto, pilak, tanso o iba pang bagay, o kung mas minamahal mo ang kahit ano pa man kaysa sa Diyos.

Ang "pangkukulam" ay pagtukso sa iba sa pamamagitan ng tusong kasinungalingan. Ang "pagkapoot" ay pagkakaroon ng pagnanais na sirain ang ibang tao, na salungat sa pag-ibig. Ang "pagtatalo" ay tumutukoy sa pagsusumikap na makamtan ang benepisyong pangsarili at kapangyarihan. Ang "paninibugho" ay pagkapoot sa isang tao dahil sa tingin mo'y mas mabuti siya kaysa sa iyo. Ang "pagkagalit" ay di lamang nangangahulugang galit, kundi ang pagdulot ng pinsala sa iba dahil sa tindi ng galit.

Ang "pagkamakasarili" ay tumutukoy sa pagbuo ng ibang grupo at pagsunod sa mga gawain ni Satanas dahil hindi ka sang-ayon sa iba. Ang "pagkakabaha-bahagi" ay ang pag-gawa ng grupo at paghiwalay dahil sinusunod mo ang sariling pag-iisip, hindi ang pag-iisip ng Banal na Espiritu. Ang "pagkakampi-kampi" ay tumutukoy sa pagtanggi sa Diyos at kay Jesus na pumarito bilang tao, at nagbuhos ng Kanyang dugo upang tubusin ang mga tao at naging ang Cristo.

Ang "pagka-inggit" ay paninira o pagsasagawa ng mga nakapipinsalang gawain laban sa isang tao dahil sa panibugho. Ang "paglalasing" ay ang labis na pag-inom ng alkohol, at ang "walang taros na pagsasaya" ay di lamang nangangahulugan ng paglalasing, kalayawan at kawalan ng pagpipigil sa sarili, kundi ang hindi pagtupad sa mga tungkulin bilang isang asawa o isang magulang.

Dagdag pa, ang "at iba pang tulad nito" ay nangangahulugan na marami pang makasalanang gawain na tulad ng mga ito, at ang mga gumagawa ng mga ito'y hindi maliligtas.

Mga Kasalanang Tungo sa Kamatayan at Mga Kasalanang Hindi Tungo Dito

Sa mundo natin, ang "kasalanan" ay tinuturing na "kasalanan" kapag ang bunga nito'y hayag at ang pinsala sa iba'y may ebidensiya. Ngunit, sinasabi sa atin ng Diyos na liwanag na hindi lang ang mga makasalanang gawa kundi ang lahat ng kadiliman na laban sa liwanag ay kasalanan.

Kahit hindi sila nahahayag o nasasaksihan, ang lahat ng mga makasalanang pagnanais sa puso mo tulad ng pagkapoot, paninibugho, pagka-inggit, pagnanasa ng laman, paghuhusga sa iba, pagtuligsa, pagkamalupit, at pagkamandaraya'y mga kasamaan at mga kasalanan din.

Kaya sinabi ng Diyos, *"Ngunit sinasabi ko sa inyo, na ang bawat tumitingin sa isang babae na may pagnanasa ay nagkasala na sa kanya ng pangangalunya sa kanyang puso"* (Mateo 5:28), at *"Ang sinumang napopoot sa kanyang kapatid ay isang mamamatay-tao, at nalalaman ninyong ang buhay na walang hanggan ay hindi nananatili sa sinumang mamamatay-tao"* (1 Juan 3:15). Dagdag pa rito, sinasabi sa Mga Taga-Roma 14:23b, *"Ang anumang hindi batay sa pananampalataya ay kasalanan,"* at mababasa sa Santiago 4:17, *"Kaya't ang sinumang nakakaalam ng paggawa ng mabuti ngunit hindi ito ginagawa, ito ay kasalanan sa kanya."* Samakatwid, dapat mong maunawaan na isang kasalanan at paglabag sa kautusan ang hindi pagsasagawa sa mga nais at utos ng Diyos.

Ngunit, ang lahat ba ng mga tao'y mamamatay kung gagawin nila ang mga kasalanang ito? Dapat mong maunawaan na may pananampalataya ang isang sinungaling na nananalangin at sumusubok na maging tapat. Kahit hindi pa nila naiiwaksi ang lahat ng pandaraya mula sa kanilang puso dahil sa kanilang maliit na pananampalataya, hindi totoo na hindi sila maliligtas dahil sa ganitong kasalanan.

Sinasabi sa atin sa 1 Juan 5:16-17, *"Kung makita ng sinuman ang kanyang kapatid na nagkakasala ng kasalanang hindi tungo sa kamatayan, ay idalangin siya at bibigyan siya ng Diyos ng buhay, na ukol sa mga nagkakasala ng hindi tungo sa kamatayan. May kasalanang tungo sa kamatayan, hindi tungkol dito ang sinasabi ko na idalangin ninyo. Lahat ng kalikuan ay kasalanan, at may kasalanang hindi tungo sa kamatayan."*

Nahahati ang mga kasalanan sa dalawang uri: ang mga tungo sa kamatayan at ang mga hindi tungo sa kamatayan. Ang mga gumagawa ng mga kasalanan na hindi tungo sa kamatayan ay maliligtas kung palalakasin mo ang loob nila, ipapanalangin sila at tutulungan silang makapagsisi. Ngunit kung gumawa sila ng kasalanan na tungo sa kamatayan, hindi sila maliligtas kahit na ipanalangin pa sila.

May mga taong itinuturing na hindi manloloko ngunit nagsisinungaling kung minsan para sa sarili nilang kapakanan, o nandadaya bagaman hindi naman nakakapinsala sa iba ang kanilang ginagawa. Maiintindihan mo na ika'y makasalanan kapag naunawaan mo na ang katotohanan, kahit ang paniniwala mo'y namumuhay ka na nang matuwid bago ka nagsimulang sumampalataya sa Diyos. Ipapakita sa iyo ng Diyos na hindi lang ang mga kasalanan na nakikita kundi pati ang masasamang kaisipan sa puso, ay kasalanang lahat.

Ang lahat ng pagkakamali'y kasalanan at ang kabayaran ng kasalanan ay kamatayan. Ngunit, pinatawad na ni Jesu-Cristo ang lahat ng kasalanan mo sa nagdaan, sa kasalukuyan at sa hinaharap nang nagbuhos Siya ng Kanyang dugo sa krus. May mga kasalanan na mapapatawad ng kapangyarihan ng dugo ni Jesus kung pagsisisihan at tatalikuran mo ang mga ito. Ito ang mga kasalanan na hindi tungo sa kamatayan.

Kung hindi ka magsisi ngunit patuloy na magkakasala, ang iyong konsiyensiya o budhi ay titigas. Sa huli'y, hindi mo na matatamo ang espiritu ng pagsisisi kung nakagawa ka ng kasalanan na tungo sa kamatayan. Kaya't ang mga kasalanan mo'y hindi na mapapatawad kahit magtangka ka pang magsisi.

Walang Kaligtasan Kung Gumagawa ng mga Kasalanang Tungo sa Kamatayan Ngayo'y tingnan natin ang tatlong uri ng kasalanan na tungo sa kamatayan: paglapastangan laban sa Banal na Espiritu, paulit-ulit na pagpaparanas ng kahihiyan sa Anak ng Diyos, at patuloy na pagkakasala nang sinasadya.

Paglapastangan sa Banal na Espiritu

May tatlong bagay sa paglapastangan sa Banal na Espiritu. Ika'y lumalapastangan sa Espiritu kung nagsasalita ka laban sa Kanya, kung sinasalungat o kinokontra mo ang gawain ng Banal na Espiritu, at kung binibigyan mo ng kahihiyan ang Banal na Espiritu.

Kaya't sinasabi ko sa inyo, ang bawat kasalanan at paglapastangan ay ipatatawad sa mga tao; ngunit ang paglapastangan laban sa Espiritu ay hindi ipatatawad. At ang sinumang magsabi ng isang salita laban sa Anak ng Tao ay patatawarin; ngunit ang sinumang magsalita laban sa Espiritu Santo ay hindi patatawarin maging sa panahong ito o sa darating (Mateo 12:31-32).

At ang bawat bumigkas ng salita laban sa Anak ng tao ay patatawarin; ngunit ang magsalita ng kalapastanganan laban sa Espiritu Santo ay hindi patatawarin (Lucas 12:10).

Una, ang "magsalita laban sa iba" ay ang paninirang-puri sa kanila at pagpigil sa mga gawain nila. Ang "magsalita laban sa Espiritu Santo (Banal na Espiritu)" ay pagtatangkang hadlangan ang katuparan ng kaharian ng Diyos sa pamamagitan ng pagpapatigil sa mga gawain ng Banal na Espiritu ayon sa sarili mong kagustuhan at pag-iisip. Halimbawa, isang pagsasalita laban sa Espiritu Santo kung sinasalungat mo ang gawain ng Diyos dahil hindi ito tumutugma sa iniisip at inaakala mo bagaman gawain ito ng Banal na Espiritu.

Kapag kinondena mo bilang erehe ang isang lingkod ng Diyos samantalang hindi naman siya ganuon, at pinatigil ang mga gawain ng Banal na Espiritu, napakalaking kasalanan ito sa Diyos na hindi patatawarin. Kaya't dapat na mong kilalanin nang malinaw ang mga espiritu ayon sa katotohanan.

Siyempre, dapat kang magbabala nang mahigpit sa mga tao at huwag pahintulutan kung sila'y nagtatangkang ipatanggap sa iba ang masamang espiritu o sila'y talagang mga erehe sa mata ng Diyos. Mababasa sa Tito 3:10, *"Ang taong lumilikha ng pagkakabaha-bahagi, pagkatapos nang una at ikalawang pagsaway ay iwasan mo."*

Sa kasalukuyan, kinokondena ng maraming tao ang ilang iglesya na erehe o inuusig nila ang mga ito sa maraming paraan. Kinikilala sa mga iglesyang ito ang Diyos Ama, Dios Anak, at

Diyos na Banal na Espiritu, at ang mga gawain ng Banal na Espiritu. Ang mga nang-uusig ay hindi makita ang kaibahan sa bawat isang mga espiritu, at bagaman ay sinasabi nila na naniniwala sa Diyos, wala silang sapat na kaalamang biblikal sa erehiya (heresy). Kung minsan, ni hindi nila alam ang ibig sabihin ng erehiya.

Patatawarin ang mga nang-uusig sa iba kung ang mga ito ay walang tamang kaalaman, at kung sila'y magsisisi at tatalikuran ito. Ngunit kung guguluhin nila ang mga gawain ng Diyos dahil may masama silang balak at inggit bagaman alam nilang gawain ito ng Banal na Espiritu, hindi sila patatawarin.

Makakahanap ka ng ganitong halimbawa sa Biblia. Sa Marcos 3, nang si Jesus ay gumawa ng mga kamangha-manghang tanda at himala, ikinalat ng mga taong naiingit sa Kanya ang balitang Siya'y baliw. Mabilis na kumalat ang maling balitang ito kaya't dumating ang mga miyembro ng pamilya ni Jesus mula sa malayo upang ilayo Siya sa publiko.

Pinulaan si Jesus ng mga guro ng kautusan at mga Fariseo at sinabi nilang, *"Nasa kanya si Beelzebul. Sa pamamagitan ng pinuno ng mga demonyo ay napapalayas niya ang mga demonyo"* (Marcos 3:22b). May ganap na kaalaman sila sa Salita ng Diyos. Alam na alam nila ang kautusan at itinuturo ito sa mga tao ngunit nilalabanan pa rin nila ang mga gawain ng Diyos dahil sa kanilang pagseselos at pagkainggit kay Jesus.

Ikalawa, ang "pagsalungat o pagkontra sa gawain ng Banal na Espiritu" ay ang paglaban sa tinig ng Banal na Espiritu na ibinigay ng Diyos, o ang paghatol at pagkondena sa mga gawain ng Banal na Espiritu at pagtangka na saktan ang ibang tao.

Halimbawa, ang pagsasalita laban sa Espiritu ay ang pagkakalat ng maling kaalaman o pag-iimbento ng mga kasulatan, o pagkondena sa isang pastor o iglesya na erehe kung saan ang gawain ng Banal na Espiritu ay isinasagawa, upang guluhin ang mga pulong sa pagbabagong-buhay (revival meetings) at pananambahan.

Ano ang ibig sabihin ng "ang sinumang magsabi ng isang salita laban sa Anak ng Tao ay patatawarin"? Ang Anak ng Tao sa talatang ito'y tumutukoy kay Jesus na pumarito bilang tao bago Siya ipinako sa krus.

Ang ibig sabihin ng pagsasalita laban sa Anak ng Tao ay ang pagsuway kay Jesus, ang pagkilala lamang sa Kanya bilang isang tao dahil pumarito Siya bilang tao. Ang hindi pagkilala kay Jesus bilang Tagapagligtas ay dahil sa kawalan ng kaalaman. Sa kasong ito, ika'y patatawarin at maliligtas lamang kung ganap kang magsisisi at tatanggapin ang Panginoon.

Samakatwid, kung nakagawa ka ng ganitong uri ng kasalanan dahil hindi mo alam ang katotohanan o bago mo tanggapin ang Banal na Espiritu, bibigyan ka ng Diyos ng pagkakataon na makapagsisi at mapatawad na muli.

Ngunit kung susuway ka at sasalungat sa Panginoon samantalang alam mo naman kung sino Siya, dapat mong maintindihan na hindi ka mapapatawad dahil pareho nito ang pagsasalita laban sa Banal na Espiritu at pagsalungat sa mga gawain Niya.

Ang pagsasalita laban sa Banal na Espiritu at pagsalungat sa mga gawain Niya'y halos pareho ang ibig sabihin. Ngunit nagkakaiba nang bahagya ang mga ito ayon sa pagnanais ng "makasalanang likas" at sa mga "pagkilos ng makasalanang likas." Ang mga nais ng "makasalanang likas" ay ang mga walang-katotohanang katangian na maaaring isagawa, samantalang ang mga "pagkilos ng makasalang likas" ay ang isinagawa na ng makasalanang likas.

Gayunman, ang pagsasalita laban sa Banal na Espiritu ay ang paghadlang o pagpapatigil sa mga gawain Niya at sa katuparan ng kaharian ng Diyos. Ang ibig sabihin ng pagsalungat sa Banal na Espiritu ay ang pag-gawa ng mga maling paraan at pagdaya sa ginawa ng Banal na Espiritu upang sadyang mapinsala ang ibang tao.

Habang lumalago ang makasalanang likas, nagluluwal ito ng mga gawa ng makasalanang likas. Gayundin, ang mga nagsasalita laban sa Banal na Espiritu ay sasalungat din sa mga gawa ng Espiritu Santo.

Ikatlo, ang paglapastangan ay nangangahulugan din ng paglalagay sa kahihiyan sa mga bagay na maka-Diyos, banal, at dalisay. Ibig sabihin din ng paglapastangan sa Banal na Espiritu ay ang paglalagay sa kahihiyan sa Banal na Espiritu, ang Espiritu ng Diyos, at sa pagka-Diyos ng Diyos. Isang kasalanan ang paglalagay sa kahihiyan sa walang-hanggang kapangyarihan at pagka-Diyos ng Diyos kung sisiraan mo ang mga gawa ng Banal na Espiritu, at sasabihin mong ang mga ito'y mga gawa ni Satanas, o kaya'y iyong ipipilit na ang isang bagay ay gawa ng Espiritu Santo samantalang hindi naman. Ang pangangaral ng katotohanan bilang kasinungalingan, ang paghahayag sa hindi totoo na katotohanan, at ang pagkondena sa katotohanan na isang kamalian ay mga "paglapastangan sa Banal na Espiritu."

Noong unang panahon, kung may taong nahuli dahil sa kanyang sinabi o ginawang paglapastangan laban sa hari, ito'y itinuturing na isang pagtataksil at siya'y papatayin.

Kung lalapastangan ka sa kabanalan ng Diyos na Makapangyarihan na hindi maaaring ihambing sa kahit sinumang hari sa mundong ito, hindi ka maaaring patawarin.

Bagama't si Jesus ay Diyos at pumarito sa mundong ito sa laman, hindi Niya hinatulan ang sino man. Kung hahatulan mo ang mga kapatiran, at ilalagay pa sa kahihiyan ang mga ginawa ng Banal na Espiritu, magiging napakalaking kasalanan ito! Kung ika'y may pamimitagan at takot sa Diyos, hindi ka sasalungat, magsasalita ng laban, o ilalagay sa kahihiyan ang Banal na Espiritu.

Samakatuwid, dapat mong maunawaan na ang mga kasalanang ito ay hindi mapapatawad ngayon o sa hinaharap, at kailanma'y hindi ka dapat gumawa ng ganitong mga kasalanan. At kung nakagawa ka ng ganitong mga kasalanan, hilingin mo ang pagpapala ng Diyos at magsisi nang buong puso.

Ipinapahiya ang Anak ng Diyos sa Harap ng mga Tao

Tutungo ka sa kamatayan kung ipapako mong muli sa krus ang Anak ng Diyos at ilalagay Siya sa kahihiyan, tulad ng inilalarawan sa Sa Mga Hebreo 6.

Sapagkat hindi mangyayari na ang mga dating naliwanagan na, at nakalasap ng kaloob ng kalangitan at mga naging kabahagi ng Espiritu Santo, at nakalasap ng kabutihan ng Salita ng Dios, at ng mga kapangyarihan ng panahong darating, at pagkatapos ay tumalikod ay muling panumbalikin sa pagsisisi, yamang sa kanilang sarili ay muli nilang ipinapako sa krus ang Anak ng Diyos, at itinataas sa kahihiyan (Hebreo 6:4-6).

May mga taong iniiwan ang iglesya at ang Diyos dahil sa nahuhulog sa tukso ng sanlibutan kaya't nagbibigay sila ng malaking kahihiyan sa Diyos bagaman tinanggap na nila ang Banal na Espiritu, alam nila na may Langit at impiyerno, at naniniwala sila sa Salita ng katotohanan. Dito'y masasabi natin na nagkasala sila sa pagpapapakong muli sa krus sa Anak ng Diyos at binibigyan Siya ng kahihiyan. Ang ganitong tao'y hindi lang gumagawa ng mga kasalanang pinangungunahan ni Satanas, kundi itinatanggi din ang Diyos at inuusig at ipinapahiya ang iglesya at mga mananampalataya.

Ibinigay na ng mga taong ito ang kanilang budhi kay Satanas, kaya't ang kanilang puso'y punung-puno ng kadiliman.

Samakatuwid, ang pagsisisi'y hindi na nila gagawin at ang espiritu ng pagsisisi'y hindi rin darating sa kanila. Wala silang pagkakataon na makapagsisi kaya't hindi sila mapapatawad.

Ganito ang naging kasalanan ni Judas Iscariote. Isa siya sa labindalawang alagad ni Jesus. Nasaksihan niya ang maraming tanda at kamangha-manghang mga nangyari, ngunit naging sakim siya at ipinagbili si Jesus sa tatlumpung pirasong pilak. Pagkatapos, niligalig siya ng kanyang budhi at napuno siya ng panghihinayang, ngunit hindi dumating sa kanya ang espiritu ng pagsisisi. Ang kasalanan niya'y hindi na mapapatawad, at sa huli, nagbigti siya dahil sa labis na pagpapahirap ng kanyang kasalanan (Mateo 27:3-5).

Patuloy na Sinasadyang Magkasala

Ang panghuling kasalanan na tungo sa kamatayan ay ang patuloy na pagkakasala nang sinasadya pagkatapos mong matanggap ang kaalaman tungkol sa katotohanan.

Sapagkat kung sinasadya nating magkasala, matapos nating tanggapin ang lubos na pagkakilala sa katotohanan, ay wala nang natitira pang alay para sa mga kasalanan, kundi isang kakilakilabot na paghihintay sa paghuhukom, at isang naglalagablab na apoy na tutupok sa mga kaaway (Hebreo 10:26-27).

Ang ibig sabihin ng "magkasala matapos nating tanggapin ang lubos na pagkakilala sa katotohanan" ay ang paulit-ulit na pag-gawa ng mga kasalanan na hindi pinapatawad ng Diyos. Nangangahulugan din na napapatuloy sa pagkakasala kahit alam na ito'y kasalanan tulad ng *"Nagbabalik muli ang aso sa kanyang sariling suka,"* at, *"Ito namang baboy, paliguan mo man, babalik na muli sa dating lubluban"* (2 Pedro 2:22).

Sa isang banda, nang nangalunya si David, na nagmahal sa

Diyos nang labis, humantong pa ito sa marami pang kasalanan at ipinapatay pa niya ang isa sa mga matapat niyang kawal. Ngunit nang ituro sa kanya ng propetang si Nathan ang kanyang pagkakasala, agad siyang nagsisi.

Sa kabilang banda, nagpatuloy si Haring Saul sa pagkakasala kahit itinuro sa kanya ng propetang si Samuel ang kanyang mga kasalanan. Si David ay nagsisi at tumanggap ng mga pagpapala ng Diyos, samantalang si Saul ay pinabayaan dahil hindi siya nagsisi at nagpatuloy sa pagkakasala.

Sa isang banda, ang Banal na Espiritu na nasa puso ng mga taong sinasadyang magkasala'y nawawala nang unti-unti dahil tinatalikuran sila ng Diyos. Pagkatapos ay mawawalan na sila ng pananampalataya at gagawa ng kasamaan na pinangungunahan ng diyablo. Sa bandang huli, ang Banal na Espiritu na nasa kanila ay lubusan nang aalis, at hindi na sila maliligtas sapagkat hindi na sila makapagsisisi at ang kanilang mga pangalan ay buburahin mula sa Aklat ng Buhay (Apocalipsis 3:5).

Sa kabilang banda, may mga taong patuloy sa pagkakasala sapagkat kilala lang nila ang Diyos sa isipan subalit hindi sila sumasampalataya sa Kanya sa kanilang mga puso. Ang kanilang kasalanan ay mapapatawad at maaari silang maakay sa daan ng kaligtasan kung sila'y ganap at buong puso na magsisisi at magkakaroon ng tunay na pananampalataya.

Samakatwid, dapat mong malaman na hindi ka maliligtas kung sinasadya mong magkasala kahit na minsa'y naliwanagan ka na, naniwala na may Langit at impiyerno, at naranasan na ang masaganang biyaya ng Diyos.

Umaasa din ako na mauunawaan mo nang lubusan na ang lahat ng kasalanan ay paglabag sa kautusan at kinasusuklaman ang mga ito ng Diyos bagaman ang ilan sa mga ito'y hindi tungo sa kamatayan. Sana'y maging matalinong mananampalataya ka na hindi pumapayag o gumagawa ng kahit anumang kasalanan.

Ang Laman at Dugo ng Anak ng Tao

Upang maging malusog, kailangan mo ng tamang pagkain at inumin. Gayun din, upang maging malusog ang iyong espiritu at magkaroon ng buhay na walang hanggan, kailangan mong kumain ng laman at uminom ng dugo ng Anak ng Tao.

Matututunan mo ngayon kung ano ang laman at dugo ng Anak ng Tao, at kung bakit kailangan mong kumain at uminom nito upang magkaroon ng buhay na walang hanggan, ayon sa mga salita sa Juan 6:53-55:

> *Sinabi nga sa kanila ni Jesus, "Katotohanang sinasabi ko sa inyo, malibang inyong kainin ang laman ng Anak ng Tao at inumin ang kanyang dugo, wala kayong buhay sa inyong sarili. Ang kumakain ng aking laman at umiinom ng aking dugo ay may buhay na walang hanggan, at siya'y muli kong bubuhayin sa huling araw. Sapagkat ang aking laman ay tunay na pagkain, at ang aking dugo ay tunay na inumin."*

Ano ang Laman ng Anak ng Tao?

Sinasabi ni Jesus sa iyo sa Biblia ang mga lihim ng langit at ang kagustuhan ng Diyos sa pamamagitan ng mga talinghaga. Sa taong naninirahan sa mundong may tatlong dimensiyon, napakahirap na maunawaan at tuparin ang kagustuhan ng Diyos na nananahan sa ika-apat na dimensyon at mataas pa. Kaya't inihambing ni Jesus ang makalangit na bagay sa mga bagay na walang buhay, mga halaman, hayop na nasa mundong ito upang tulungan tayong maunawaan ang Kanyang kagustuhan.

Ito ang dahilan kung bakit si Jesus na kaisa-isang Anak ng Diyos ay inihalintulad sa bato at sa bituin, na parehong walang dimensiyon, sa puno ng ubas na may isang dimensiyon, sa tupa na may dalawang dimensiyon, at sa Anak ng Tao na may tatlong dimensiyon.

Si Jesus ay tinaguriang Anak ng Tao, kaya't ang laman ng Anak ng Tao ay ang laman ni Jesus.

Sinasabi sa atin sa Juan 1:1, *"Sa simula ay ang Salita, at ang Salita ay kasama ng Diyos, at Ang Salita ay Diyos."* Siniyasat sa Juan 1:14, *"At naging tao ang Salita at tumahang kasama namin, at nakita namin ang kanyang kaluwalhatian, kaluwalhatiang gaya ng sa tanging Anak ng Ama, puspos ng biyaya at katotohanan."*

Si Jesus ay dumating sa mundong ito sa laman bilang ang Salita ng Diyos. Kaya't ang laman ng Anak ng Tao ay ang Salita ng Diyos, na ang katotohanan mismo. At ang kumain sa laman ng Anak ng Tao ay ang pag-aaral sa Salita ng Diyos na nasa Biblia.

Paano Kakainin ang Laman ng Anak ng Tao

Si Jesus ay inilarawan bilang "Kordero" sa Exodo 12:5 at sumusunod na mga talata:

> *Ang inyong kordero ay walang kapintasan, isang lalaki na isang taong gulang; inyong kukunin ito sa mga tupa o sa mga kambing. Iyon ay inyong iingatan hanggang sa ikalabing-apat na araw ng buwang ito, at papatayin ng buong kapulungan ng kapisanan ng Israel ang kanilang mga kordero sa paglubog ng araw. Pagkatapos, kukuha sila ng dugo, at ilalagay sa dalawang haligi ng pinto at sa itaas ng pintuan, sa mga bahay na kanilang kakainan.*

Kadalasan, iniisip ng maraming mananampalataya na ang kordero ay tumutukoy sa mga bagong mananampalataya, ngunit kung pag-aaralan mo nang maingat ang Biblia, ang kordero'y sagisag ni Jesus.

Sa Juan 1:29, sinabi ni Juan Bautista na nakatingin kay Jesus habang Siya'y papalapit sa kanya na, *"Narito ang Kordero ng Diyos, na nag-aalis ng kasalanan ng sanlibutan!"* Sa 1 Pedro 1:19, tinukoy ang Panginoon bilang, *"korderong walang kapintasan at walang dungis."* Bukod sa mga ito, marami pang mga pananalita ang naghahambing kay Jesus sa isang kordero.

Bakit inihahambing ng Biblia si Jesus sa isang kordero? Ang kordero'y ang pinakamaamo at pinakamasunurin sa lahat ng mga hayop. Nakikilala nito ang tinig ng kanyang pastol at sumusunod

Ang Tunay na Pananampalataya at ang Buhay na Walang-Hanggan 223

dito. Walang sinumang maaaring manlinlang sa kordero kahit gayahin pa nila ang tinig ng pastol nito. Ito'y nagbibigay sa tao ng maputi at malambot na balahibo, gatas, karne, at ng lahat ng bahagi ng katawan nito.

Tulad ng pagsasakripisyo ng kordero para sa sangkatauhan, ganap na sinunod ni Jesus ang kagustuhan ng Diyos at isinakripisyo Niya ang lahat para sa atin.

Si Jesus ay pumarito sa mundong ito sa laman bagaman Siya'y Diyos, ipinangaral ang Mabuting Balita ng Langit, pinagaling ang maraming sakit at mga kahinaan, at ipinako sa krus. Isinakripisyo Niya ang lahat upang matubos ka sa iyong mga kasalanan.

Inihambing Siya sa isang kordero sapagkat ang Kanyang mga katangian at pagkilos ay tulad ng isang maamong kordero, at ang pagkain ng kordero'y sumasagisag sa pagkain sa laman ni Jesus, ang laman ng Anak ng Tao.

Paano mo dapat kainin ang laman ng Anak ng Tao? Tingnan natin ang Exodo 12:9-10 na nagbibigay ng sumusunod na tagubilin:

> *Huwag ninyo itong kakaining hilaw, o pinakuluan man sa tubig, kundi inihaw sa apoy, pati ang ulo, ang paa at mga lamang loob nito. Huwag kayong magtitira ng anuman nito hanggang sa kinaumagahan; ang matitira hanggang sa kinaumagahan ay inyong susunugin sa apoy.*

Una, Hindi Mo Dapat Kainin nang Hilaw ang Salita ng Diyos

Ano ang ibig sabihin ng kainin ang laman ng Anak ng Tao nang "hilaw"?

Kadalasan, hindi mabuti na kumain ng hilaw na karne. Kapag kumain ka ng hilaw na karne, maaari kang magkaroon ng virus o bacteria at magkasakit. Gayun din naman, sinasabi sa iyo ng Diyos na huwag kakanin nang hilaw ang Salita ng Diyos sapagkat makakasama ito.

Ang Salita ng Diyos ay isinulat nang may inspirasyon ng Banal na Espiritu, kaya't dapat mong basahin ito at gawing pagkain sa tulong ng Banal na Espiritu.

Paano kung bibigyang-kahulugan mo nang literal ang Salita ng Diyos? Maaari kang magkamali ng pag-unawa sa layunin ng Diyos. Samakatwid, ang pagkain nang "hilaw sa Salita ng Diyos" ay ang pagbibigay ng literal na kahulugan sa Salita Niya.

Gaya ng sinabi sa Juan 1:1 na, *"ang Salita ay Diyos,"* ang Biblia ay naglalaman ng puso at kagustuhan ng Diyos at ang lahat ng bagay ay matutupad ayon sa Salita.

Sinasabi ng Salita ng Diyos kung paano tayo makakapunta sa Langit. Dapat mong maunawaan nang lubusan ang Salita Niya upang magkaroon ka ng buhay na walang hanggan. Hindi makikita o mauunawaan ng taong maka-laman ang espirituwal na daigdig.

Tulad ito ng isang kuliglig na hindi alam na may himpapawid nang ito'y isang pa lang uod sa lupa. Tulad ito ng isang manok na hindi alam kung ano ang nasa labas nang ito ay itlog pa lamang.

Tulad ito ng isang sanggol na walang alam sa mundo nang siya'y nasa sinapupunan pa lamang ng kanyang ina.

Gayun din, habang ika'y nasa maka-laman na mundong ito, wala kang anumang nalalaman tungkol sa espirituwal na daigdig.

Sinasabi sa iyo ng Diyos na may isa pang daigdig sa labas ng daigdig na ito na tatlo ang dimensiyon. Tulad ng sisiw na kailangang basagin ang itlog para makalabas, dapat mo ring sirain ang sarili mong paraan ng pag-iisip sa laman upang maunawaan at makapasok ka sa espirituwal na kaharian.

Halimbawa, mababasa sa Mateo 6:6, *"Ngunit kapag ikaw ay mananalangin, pumasok ka sa iyong silid, at pagkasara mo ng iyong pinto ay manalangin ka sa iyong Ama na nasa lihim, at ang iyong Ama na nakakakita ng mga lihim ay gagantimpalaan ka."* Kung bibigyan mo ng literal na kahulugan ang talatang ito, dapat na lagi kang mananalangin sa loob ng iyong silid. Ngunit wala kang mahahanap na mga ninuno sa pananampalataya na nanalangin nang lihim sa kani-kanilang mga silid.

Hindi nanalangin si Jesus sa Kanyang silid kundi sa bundok nang magdamagan (Lucas 6:12), at sa isang ilang na lugar sa madaling-araw (Marcos 1:35).

Dagdag pa, si Daniel ay nanalangin nang tatlong ulit sa loob ng isang araw na nakabukás ang mga bintana paharap sa Jerusalem (Daniel 6:10) at si apostol Pedro ay umakyat sa bubong ng bahay upang manalangin (Ang Mga Gawa 10:9).

Kaya't ano ang ibig sabihin ng sinabi ni Jesus na, "Pumasok ka sa iyong silid, isara mo ang iyong pinto at manalangin"?

Ang "silid" ay sumasagisag sa espirituwal na puso ng isang tao.

Ang pagpasok sa iyong silid ay nangangahulugan na ang iyong isipan ay dadako sa kaibuturan ng puso, tulad ng pagdaan mo sa sala o silid-tulugan upang makapasok sa silid na nasa loob. At doon ka lang makakapanalangin nang buong puso.

Kapag pumasok ka sa loob ng isang silid, mapapahiwalay ka sa labas. Gayun din, kapag ika'y mananalangin, dapat mong hadlangan ang lahat ng hindi kailangang isipin, mga alalahanin at pananagutan upang makapanalangin nang buong puso.

Samakatwid, hindi mo dapat kainin nang hilaw ang laman ng Anak ng Tao. Hindi mo dapat bigyan ng literal na pakahulugan ang Salita ng Diyos. Ibig sabihin, bigyang-kahulugan mo ang Salita ng Diyos sa espiritu nang may inspirasyon ng Banal na Espiritu.

Ikalawa, Hindi Mo Dapat Kainin ang Salita ng Diyos nang Pinakuluan sa Tubig

Anong ibig sabihin ng "Huwag ninyong kakanin nang pinakuluan sa tubig ang Salita ng Diyos"? Ang ibig sabihin ay huwag magdagdag ng anuman sa Salita ng Diyos kundi kainin ito nang puro.

Hindi tama na ipangaral ang Salita ng Diyos at haluan ito ng politika, mga kuwento tungkol sa lipunan, o mga kasabihan ng mga hinahangaang tao na nasa kasaysayan.

Ang Diyos na lumikha ng langit at ng lupa at namamahala sa buhay at kamatayan ng tao, sa pagpapala at sumpa, ay Makapangyarihan at hindi nagkukulang sa anuman.

Sinasabi sa 1 Mga Taga-Corinto 1:25, *"Sapagkat ang*

kahangalan ng Diyos ay higit na matalino kaysa mga tao, at ang kahinaan ng Diyos ay higit na malakas kaysa mga tao." Ito'y isinulat upang maunawaan mo na kahit ang pinakamatalino at pinakamahusay na tao ay hindi maihahambing sa Diyos.

Hindi mo kayang ipangaral ang lahat ng nasa Biblia kahit sa buong buhay mo. Kaya't bakit ka mangangahas na paghaluin ang salita ng tao at ang Salita ng Diyos kapag magbibigay ng mensahe?

Ang salita ng tao'y nagbabago habang tumatagal. At kahit may katotohanan na mapupulot mula sa kanila, ang mga ito'y nasabi na sa Biblia, at ang mga ito'y inihayag nang may karunungan ng Diyos.

Samakatwid, ang dapat mong unahin ay ang dalisay na Salita ng Diyos sa pagtuturo ng Biblia. Siyempre, maaari kang magbigay ng ilang talinghaga o mga paglalarawan o halimbawa upang ito at ang mga lihim ng espirituwal na kaharian ay mas madaling maintindihan ng mga tao.

Dapat mong maunawaan na tanging ang Salita ng Diyos ang walang-katapusan, ganap, at buong katotohanan na magdadala sa iyo sa buhay na walang hanggan. Kaya'y huwag mong kakainin ang Salita ng Diyos nang pinakuluan sa tubig.

Ikatlo, Dapat Mong Kainin ang Salita ng Diyos nang Inihaw sa Apoy

Anong ibig sabihin ng "inihaw sa apoy, pati ang ulo, ang paa at mga laman-loob nito"? Ang kahulugan ay dapat mong gawing pagkain ng espiritu ang Salita ng Diyos, ang laman ng Anak ng

Tao, at ang lahat ay isasama mo ng lubos.

Halimbawa, may mga taong may alinlangan sa katotohanang hinawi ni Moises ang Pulang Dagat. May mga taong hindi na binabasa ang Aklat ng Levitico sapagkat ang mga handog na sakripisyo sa Lumang Tipan ay mahirap unawain. May mga taong nagsasabi na ang mga himalang ginawa ni Jesus ay mahirap paniwalaan at iniisip nila na ang mga himala'y maaari lang mangyari noong 2,000 taon na ang lumipas. Hindi na nila isinasama ang mga bagay na hindi akma sa isip ng tao at nagsisikap lang silang kunin ang mga natutunang leksiyong moral.

Hindi man lang nila isinasaisip ang mga salitang tulad ng "Mahalin mo ang iyong kaaway," o "Iwasan ang lahat ng uri ng kasamaan" sapagkat para sa kanila, ang mga salitang ito'y mukhang mahirap sundin. Posible bang maliligtas sila?

Samakatwid, hindi mo dapat kunin lang ang nais mong kunin mula sa Biblia tulad ng mga taong hangal. Dapat mong kainin ang lahat ng mga salita sa Biblia na inihaw nang buongbuo sa apoy mula sa Genesis hanggang sa Apocalipsis.

Kaya't ano ang ibig sabihin ng kainin ang Salita ng Diyos nang "inihaw sa apoy"? Ang apoy dito'y tumutukoy sa apoy ng Banal na Espiritu. Dapat kang mapuspos at mabigyan ng inspirasyon ng Banal na Espiritu kapag binabasa at pinapakinggan ang Salita ng Diyos dahil ito'y isinulat sa pamamagitan ng inspirasyon Niya. Kung hindi, ang mga ito'y kaalaman lamang, hindi espirituwal na pagkain.

Para makain ang Salita ng Diyos na inihaw sa apoy, dapat

kang manalangin nang taimtim. Ang mga panalangin ay nagsisilbing langis para mapuspos ka ng Banal na Espiritu. Kung kakanin mo ang Salita ng Diyos nang may inspirasyon ng Banal na Espiritu, mas matamis pa ito sa pulot. Hindi ka rin maiinip kahit kay haba-haba ng sermon dahil napakamahalaga nito at gustung-gusto mong makinig tulad ng isang nauuhaw na usa na naghahanap ng sapa na kanyang maiinuman.

Ganito ang pagkain sa Salita ng Diyos na inihaw sa apoy. Tanging sa ganitong paraan mo lang mauunawaan ito, magagawang espirituwal na laman at dugo, at mauunawaan at makakasunod sa kagustuhan Niya. Kung paano ka maipapanganak sa espiritu ng Banal na Espiritu, mapapalago ang iyong pananampalataya, at mababawi ang nawalang larawan ng Diyos sa pamamagitan ng pag-alam sa buong tungkulin ng tao.

Ngunit, ang mga kumakain ng Salita ng Diyos sa pamamagitan ng sarili nilang pag-iisip nang hindi ito iniihaw sa apoy ay makakaramdam ng pagka-inip dito, at hindi ito matatandaan sapagkat ang isipan nila ay puno ng mga walang kabuluhang mga bagay. Hindi lalago ang espiritu nila o magkakamit ng tunay na buhay.

Ika-apat, Huwag Kang Magtira ng Salita ng Diyos Hanggang sa Kinaumagahan

Anong ibig sabihin ng "Huwag kayong magtitira ng anuman nito hanggang sa kinaumagahan; ang matitira hanggang sa kinaumagahan ay inyong susunugin sa apoy"?

Ang ibig sabihin nito ay dapat mong kainin ang laman ng

Anak ng Tao, ang Salita ng Diyos sa gabi. Ang sanlibutan na kinalalagyan mo'y madilim na lugar na pinamamahalaan ng diyablo, sa salitang espirituwal maaring sabihin na ito ay gabi. Sa pagbabalik ng ating Panginoon, ang lahat ng kadiliman ay mawawala at ang lahat ay mababawi; at magiging umaga na, ang daigdig ng liwanag.

Samakatwid, ang ibig sabihin ng, "Huwag kayong magtitira ng anuman nito hanggang sa kinaumagahan," ay dapat mong pag-aralan ang Salita ng Diyos upang maihanda mo ang iyong sarili bilang babaeng pakakasalan ng ating Panginoon bago pa Siya bumalik.

Dagdag pa, kahit malapit o malayo pa ang pagbabalik muli ng Panginoon, mabubuhay ka lang nang hanggang 70 o 80 taong gulang, at hindi alam kung kailan makikita ang Panginoon. Hanggang sa makita mo Siya, lalago ang iyong espiritu nang katumbas sa sukat ng pagkain mo sa laman at pag-inom sa dugo ng Anak ng Tao, kung masigasig mong pag-aaralan ang Salita ng Diyos.

Kung nasa iyo na ang pananampalataya na tulad ng sa mga ninuno sa pamamagitan ng patuloy na pagpapalago sa iyong espiritu, makakamtan mo ang kaluwalhatian tulad ng sikat ng araw na malapit sa trono ng Diyos sa Kanyang kaharian dahil kilala mo Siya sa simula pa lang, pinagyayaman mo ang siyam na bunga ng Banal na Espiritu at ang katuruan sa Mapapalad, at nakikita sa iyo ang larawan Niya.

Ang Pag-inom sa Dugo ng Anak ng Tao

Upang patuloy kang mabuhay, kailangan mong kumain at uminom ng tubig. Kung hindi ka iinom, hindi matutunaw ang kinain mo at mamamatay ka. Kapag ang pagkain ay pumunta na sa tiyan na may kahalong tubig, matutunaw ito, at ang mga sustansiya sa pagkain ay sisipsipin ng katawan, at ang dumi'y mailalabas.

Gayunman, kung kinain mo ang laman ng Anak ng Tao ngunit hindi mo ininom ang dugo Niya, hindi ka matutunawan. Makakamtan mo ang buhay na walang hanggan kung kakainin mo ang laman ng Anak ng tao kasama ng pag-inom sa dugo Niya.

Ang "pag-inom sa dugo ng Anak ng Tao" ay ang pagsasagawa sa Salita ng Diyos nang may pananampalataya. Pagkatapos mong pakinggan ang Salita Niya, napakahalaga na kumilos ka nang ayon dito. Ang tawag dito ay pananampalataya. Balewala ang pakikinig mo kung hindi ka kikilos ayon sa dito.

Kung paano sinisipsip ang mga sustansiya at inilalabas ang dumi kapag natutunaw ang kinain, ang Salita ng Diyos na siyang katotohanan, ay sinisipsip at ang kasinungalingan ay inilalabas upang dalisayin ang maruruming puso.

Ano ang mga "sinipsip na katotohanan" at "inilabas na kasinungalingan"? Sabihin natin na nakinig ka sa Salita ng Diyos, "Huwag kang mapopoot, kundi magmahalan kayo." Kung gagawin mo itong pagkain at kikilos ayon dito, ang sustansiya na tinatawag na pag-ibig ay sisipsipin at ang dumi na tinatawag na poot ay ilalabas. Ang puso mo'y magiging mas dalisay at makatotoo sa paglalabas ng mga marurumi at malalaswang kaisipan.

Kumilos nang Naaayon sa Salita ng Diyos Pagkatapos Marinig Ito

Ngunit kung hindi ka kikilos ayon sa Salita ng Diyos, hindi mo iniinom ang dugo ng Anak ng Tao. Samakatwid, ang Salita ng Diyos ay isang kapirasong kaalaman lang na nasa ulo at ika'y di maliligtas kung ayaw mong kumilos ayon dito.

Ang pag-inom sa dugo ng Anak ng Tao, ang pagkilos ayon sa Salita ng Diyos ay hindi maisasagawa sa pamamagitan lang ng pagsisikap ng tao. Dapat ay mayroon pagsisikap at pagpupunyagi na kumilos ayon sa Kanyang Salita, at pagkatapos ay makakamtan ang biyaya at kapangyarihan ng Diyos, at ang tulong ng Banal na Espiritu sa pamamagitan ng taimtim na pananalangin.

Kung mawawala ang mga kasalanan mo sa sariling pagsisikap, hindi na sana kailangang ipako pa si Jesus sa krus, at hindi na kinakailangang ipadala pa ng Diyos ang Banal na Espiritu.

Si Jesu-Cristo'y ipinako sa krus para mapatawad ang iyong mga kasalanan sapagkat hindi mo malulutas ang problema sa kasalanan sa pamamagitan ng sarili mong pagsisikap. Ipinadala ng Diyos ang Banal na Espiritu upang tulungan kang baguhin ang marumi mong puso at gawin itong malinis.

Ang Banal na Espiritu, ang Espiritu ang Diyos, ay tumutulong sa mga anak ng Diyos na mamuhay sa katotohanan at katuwiran. Samakatwid, sa tulong Niya, ang mga anak ng Diyos ay dapat mamuhay ayon sa Salita Niya upang hindi na nagkakasala at matamo ang pag-ibig at pagpapala ng Diyos.

Kapatawaran Dahil sa Paglakad sa Liwanag

Kung sinasabi mong kumakain ka ng laman at umiinom ng dugo ng Anak ng Tao, nangangahulugang kumikilos ka sa liwanag ayon sa Salita ng Diyos. Anong uri ng mga pagkilos ang tinutukoy dito? Iiwanan mo na ang kadiliman at kikilos nang nasa liwanag. Tinutunaw ang laman ng Anak ng Tao at ginagawang totoo ang iyong puso. Kapag ikaw ay kumikilos sa liwanag, hinuhugasan ng dugo ng Panginoon ang iyong mga kasalanan sa nagdaan, sa kasalukuyan, at sa hinaharap.

Kahit may mga kasalanan ka pa na hindi pa naaalis, kung ikaw ay magsisisi nang buong puso sa harapan ng Diyos, ang mga kasalanan mo'y mapapatawad dahil sa biyaya ng Diyos. Ang mga taong tunay na nananampalataya sa Diyos at nagsisikap gumawa ng matuwid sa kanilang mga puso ay hindi na mga makasalanan kundi matutuwid na tao, at sila'y maaaring maligtas at matatamo ang buhay na walang hanggan.

Ang Diyos ay Liwanag

Sinasabi sa 1 Juan 1:5 na, *"At ito ang mensahe na aming narinig sa kanya at sa inyo'y aming ipinahahayag, na ang Diyos ay liwanag, at sa kanya'y walang anumang kadiliman."* Tinuruan mismo ni Jesus, na pumarito sa lupa at naging ilaw sa sanlibutan at naging daan patungo sa Diyos, ang apostol Juan na siyang sumulat ng 1 Juan.

Sa Juan 1:4-5, sinasabi tungkol kay Jesus na, *"Nasa kanya ang buhay at ang buhay ay siyang ilaw ng mga tao. Ang ilaw ay lumiliwanag sa kadiliman; at ito'y hindi nagapi ng kadiliman."* Nagpahayag si Jesus tungkol sa Kanyang sarili, *"Ako ang daan, at ang katotohanan, at ang buhay. Sinuman ay hindi makakarating sa Ama kundi sa pamamagitan ko"* (Juan 14:6).

Nasaksihan ng mga alagad ni Jesus ang katotohanan na "Ang Diyos ay liwanag" sa pamamagitan ni Jesus, at ang mensahe na kanilang inihayag sa iyo ay kung ano ang nasaksihan nila.

Ang Espirituwal na Kahulugan ng Liwanag ay Katotohanan

Ano ang "liwanag"? Sa espirituwal, ito ay ang katotohanan at ang katotohanan ay kabaligtaran ng kadiliman.

Sinasabi sa atin ng Diyos sa Efeso 5:8, *"Sapagkat kayo'y dating kadiliman, subalit ngayon ay liwanag sa Panginoon. Lumakad kayong gaya ng mga anak ng liwanag."* Ang mga nakikinig sa mensahe na "ang Diyos ay liwanag" at natututunan ang katotohanan mula sa Diyos ay maaaring magningning at ilawan ang sanlibutan, tulad ng pagtataboy sa kadiliman.

Ang mga anak ng liwanag na kumikilos nang ayon sa katotohanan ay nagbubunga ng liwanag. Kaya't sinasabi sa Efeso 5:9, *"Sapagkat ang bunga ng liwanag ay nasa lahat ng mabuti, matuwid at katotohanan."* Ang espirituwal na pag-ibig na inilarawan sa 1 Mga Taga-Corinto 13 at ang bunga ng Banal na

Espiritu tulad ng pag-ibig, kagalakan, kapayapaan, pagtitiyaga, kagandahang-loob, kabutihan, katapatan, kaamuan at pagpipigil sa sarili ay mga bunga ng liwanag.

Samakatwid, ang liwanag ay tumutukoy sa lahat ng katotohanan tungkol sa kabutihan, pagkamatuwid, at pag-ibig tulad ng, "magmahalan kayo, manalangin, alalahanin ang araw ng Sabbath, sundin ang Sampung Utos", na sinasabi sa iyo ng Diyos sa Biblia.

Ang Espirituwal na Kahulugan ng Kadiliman ay Kasalanan

Ang kadiliman ay tumutukoy sa isang kalagayan kung saan ay walang liwanag, at ang espirituwal na kahulugan nito ay kasalanan.

Ang lahat ng kasinungalingan, na kabaligtaran ng katotohanan, ay nakasulat sa Mga Taga-Roma 1:29-30, *"Napuno sila ng lahat ng uri ng kasamaan, kalikuan, kasakiman, kahalayan; at puno ng inggit, pagpaslang, pag-aaway, pandaraya, katusuhan, mahihilig sa tsismis, mga mapanirang-puri, mga napopoot sa Diyos, mga walang pakundangan, mga palalo, mga mapagmataas, mga manggagawa ng masasamang bagay, mga suwail sa mga magulang."* Ang lahat ng mga ito'y kadiliman.

Sinasabi sa iyo ng Biblia na iwaksi mo ang lahat ng bagay na pag-aari ng kadiliman tulad ng pagnanakaw, pagpatay, pangangalunya at lahat ng uri ng kasamaan.

Sa isang banda, may mga taong nagsasabi na sila'y mga anak

ng Diyos, kahit hindi nila sinusunod ang ipinapagawa Niya sa kanila at ginagawa ang ipinagbabawal o ipinawawaksi. Ang kadilimang ito'y pinangungunahan ng kaaway na demonyo at Satanas at ito'y pag-aari ng sanlibutan, kaya't hindi maaaring makasama ng liwanag. Ito ang dahilan kung bakit ang mga kumikilos sa kadiliman ay napopoot sa liwanag at namumuhay nang malayo dito.

Sa kabilang banda, ang mga tunay na anak ng Diyos, na Siyang liwanag at sa Kanya'y walang anumang kadiliman, ay dapat umiwas sa kadiliman at kumilos sa liwanag. At pagkatapos nito'y maaari ka nang makipag-usap sa Diyos at ang lahat ay magiging mabuti sa buhay mo.

Patunay ng Pagkakaroon ng Ugnayan sa Diyos

Kadalasan, puno ng pag-ibig ang ugnayan ng mga magulang at kanilang mga anak. Gayunman, malinaw sa iyo – na sumasampalataya kay Jesu-Cristo – ang pagkakaroon ng ugnayan o pakikisama sa Diyos na Ama ng iyong espiritu (1 Juan 1:3).

Ang 'pakikisama' ay hind lang ng pagkakilala sa isa't isa, kundi ang pagkakilala nang malalim sa isa't isa. Hindi mo masasabing may pakikisama ka sa Pangulo kahit marami kang nalalaman tungkol sa kanya. Ganito rin ang pakikisama mo sa Diyos. Upang magkaroon ka ng tunay na pakikisama sa Kanya, dapat na makilala mo Siya nang tulad sa pagkakilala Niya sa iyo.

Sinasabi sa 1 Juan 1:6-7, *"Kung sinasabi nating tayo'y may pakikisama sa Kanya, at tayo'y lumalakad sa kadiliman, nagsisinungaling tayo at hindi natin ginagawa ang katotohanan. Ngunit kung tayo'y lumalakad sa liwanag, na tulad Niya na nasa liwanag, may pakikisama tayo sa isa't isa, at ang dugo ni Jesus na kanyang Anak ang lumilinis sa atin sa lahat ng kasalanan."*

May pakikisama ka sa Diyos kung iiwas ka sa mga kasalanan at kikilos sa liwanag. Kasinungalingan kung sinasabi mo na may pakikisama ka sa Diyos habang kumikilos at namumuhay ka pa rin sa kadiliman.

Ang pakikisama sa Diyos ay pagkakaroon ng espirituwal at makatotohanang ugnayan sa Kanya, hindi lang ang pagkakaroon ng mababaw na kaalaman tungkol sa Kanya. Ikaw mismo'y dapat na maging liwanag sapagkat Siya'y liwanag. Ituturo nang malinaw sa iyo ng Banal na Espiritu na Siyang puso ng Diyos ang kagustuhan Niya upang mamamalagi ka sa katotohanan nang sa ganoon magkaroon ka ng malalim na ugnayan sa Diyos habang binabasa mo ang Salita Niya at nananalangin.

Kung Lumalakad Ka sa Kadiliman

Nagsisinungaling ka kung sinasabi mong mayroon kang kaugnayan sa Diyos ngunit lumalakad ka sa kadiliman at nagkakasala. Hindi ito paglalakad sa katotohanan, at sa huli'y tutungo ka sa daan ng kamatayan.

Sa 1 Samuel 2, ang mga anak na lalaki ni Eli na saserdote ay nagkakasala. Dapat ay pinarusahan niya ang mga ito, ngunit sinabihan lang niya sila ng, *"Bakit ninyo ginagawa iyon? Tigilan na ninyo iyan"* (t. 23).

Sa bandang huli'y nagalit ang Diyos sa kanila. Ang dalawang

anak na lalaki ay namatay sa isang labanan, at si Eli ay nabuwal nang patalikod sa kanyang upuan sa tabi ng pintuang-bayan; nabalian siya ng leeg at siya'y namatay. Nagalit din ang Diyos sa kanyang mga inapo (1 Samuel 2:27-36; 4:11-22).

Samakatwid, tulad ng sinasabi sa Efeso 5:11-13, *"At huwag kayong makibahagi sa mga gawa ng kadiliman na walang ibubunga, kundi inyong ilantad ang mga ito. Sapagkat ang mga bagay na palihim nilang ginagawa ay kahiya-hiyang sabihin, subalit ang lahat ng mga bagay na inilantad sa pamamagitan ng liwanag ay nakikita."*

Kung may sinuman na nagsasabi na mayroon siyang kaugnayan sa Diyos ngunit hindi siya lumalakad sa liwanag, dapat mo siyang payuhan nang may pag-ibig. Kung ayaw pa rin niyang lumapit sa liwanag, pagsabihan mo siya upang maakay siya sa liwanag at hindi siya tumungo sa daan ng kamatayan.

Kapatawaran Dahil sa Paglakad sa Liwanag

May mga batas dito sa mundo at kung may lalabag sa mga ito, parurusahan siya ayon sa kanyang ginawa. Ngunit hindi niya mapipigilan na makaramdam ng pag-uusig ng budhi dahil nagawa na ang pinsala kahit napagbayaran na niya ito at naparusahan dahil dito.

Gayon din, mayroon ka pa ring makasalanang likas sa puso mo kahit tinanggap mo na si Jesu-Cristo, napatawad na ang iyong mga kasalanan, at inihayag ka nang matuwid. Kaya't iniutos ng Dios na linisin ninyo ang iyong sariling puso upang hindi ka na usigin ng iyong budhi.

Tulad ng sinasabi sa Jeremias 4:4, *"Tuliin ninyo ang inyong mga sarili para sa Panginoon at inyong alisin ang maruming balat ng inyong puso, O mga taga-Juda at mga mamamayan ng Jerusalem, baka ang aking poot ay sumiklab na parang apoy, at magliyab na walang makakapatay nito, dahil sa kasamaan ng inyong mga gawa."*

Ang ibig sabihin ng pagputol sa balat ng iyong puso ay pagsunod sa sinasabi ng Diyos sa Biblia tulad ng "gawin mo," "huwag mong gawin," "sundin mo," o "iwaksi mo." Sa madaling salita, iwaksi ang lahat ng laban sa Salita ng Diyos tulad ng kasinungalingan, kasamaan, kabuktutan, di pagkilala sa batas, kadiliman sa iyong puso, at pagpapalit sa mga ito ng katotohanan.

Samakatwid, pagsikapan mong gawing pagkain ang Salita ng Diyos, tunawin ang mga sustansiya mula dito sa pamamagitan ng pagkilos ayon dito, at ilabas ang dumi ng kasamaan at kasinungalingan na pag-aari ng kadiliman. Kapag nilinis mo ang puso mo, lalago ka sa espiritu.

Kapag naging espirituwal at makatotohanang tao ka na naglalabas ng kasalanan at kasamaan bilang dumi, mayroon kangkaugnayan sa Diyos. Huhugasan ng dugo ni Jesu-Cristo ang iyong mga kasalanan dahil dito.

Kaya't hindi mo lang dapat tanggapin si Jesu-Cristo at maihayag na matuwid, kundi maging tunay na matuwid na tao sa pamamagitan ng pagkain sa laman, pag-inom sa dugo ng Anak ng Tao, at sa paglilinis ng sarili mong puso.

Ang Pananampalatayang may mga Gawa ay Tunay na Pananampalataya

Magugulat ka sa dami ng mga tao na hindi nauunawaan ang tunay na kahulugan ng pananampalataya. May ilan na nagsasabi, "Bakit di ka na lang magsimba? Maliligtas ka naman, eh."

Kung nakikinig ka at may kaalaman sa Salita ng Diyos, ngunit hindi naman kumikilos ayon dito, ang pananampalataya mo ay mababaw, hindi ito tunay na pananampalataya. Sa ganito'y hindi ka maliligtas. Ano ang pananampalataya na kinikilala ng Diyos? Paano ka maliligtas sa pamamagitan ng pananampalataya?

Kailangan ng Tunay na Pagsisisi ang Pagtalikod sa mga Kasalanan

Sinasabi sa 1 Juan 1:8-9, *"Kung sinasabi nating tayo'y walang kasalanan, dinadaya natin ang ating mga sarili at ang katotohanan ay wala sa atin. Kung ipinahahayag natin ang ating mga kasalanan, siya ay tapat at banal na magpapatawad sa ating mga kasalanan at tayo'y lilinisin sa lahat ng kalikuan."*

Ano ang kahulugan ng 'pag-amin ng mga kasalanan mo'?

Ipagpalagay natin na sinabi sa iyo ng Diyos, "Papuntang silangan ang Aking kalooban at ang daan ng kaligtasan, kaya't pumunta ka sa silangan." Gayun pa man, kung pupunta ka sa kanluran at sasabihin mong, "O Diyos, dapat akong pumunta sa silangan, pero papunta ako sa kanluran. Patawarin mo ako," hindi ito pag-amin na mali ka. Hindi ito pagsampalataya o pagkatakot, kundi isang pagkutya sa Kanya. Ang tunay na pagsisisi ay nangyayari kapag hindi lang inaamin ng mga labi mo ang iyong mga kasalanan kundi makikita rin sa mga kilos mo na tinalikuran mo na nang lubos ang iyong mga kasalanan. Saka lang ito tatanggapin ng Diyos na pagsisisi at patatawarin ka.

Hindi ka malilinis ng dugo ng Panginoon kung inaamin lang ng mga labi mo ang iyong mga kasalanan at hindi tatalikuran ang mga ito.

Ang Pananampalatayang Walang Gawa ay Patay na Pananampalataya

Sinasabi sa Santiago 2:22, *"Nakikita mo na ang pananampalataya ay gumagawang kalakip ng kanyang mga gawa, at ang pananampalataya ay naging ganap sa pamamagitan ng mga gawa."* Sinasabi din sa talata 26, *"Sapagkat kung paanong ang katawan na walang espiritu ay patay, gayundin naman ang pananampalataya na walang mga gawa ay patay."*

Maraming tao ang dumadalo sa simbahan sapagkat narinig nila na may Langit at impiyerno. Ngunit dahil sa hindi talaga sila naniniwala sa katotohanang ito sa kanilang mga puso, wala itong kalakip na mga gawa.

Ito ay patay na pananampalataya.

Dagdag pa, kung sasabihin mong naniniwala ka habang namumuhay pa rin sa kasalanan, paano mo masasabi na may pananampalataya ka? Sinasabi sa iyo ng Biblia na ang kasalanan na ginawa nang may kaalaman ay mas malala kaysa kasalanang ginawa nang walang kaalaman.

Kapag sasabihin mong, "Naniniwala ako," ngunit wala namang mga gawa, maaari mong isipin na may pananampalataya ka ngunit hindi ito kinikilala ng Diyos bilang tunay na pananampalataya.

Naranasan ng mga Israelitang lumisan mula sa Ehipto ang maraming pagkilos ng Diyos. Hinawi ng Diyos ang Dagat na Pula, binigyan sila ng manna at pugo, at pinatnubayan sila ng haliging ulap sa araw at haliging apoy sa gabi.

Ngunit nang iniutos ng Diyos sa kanila na magmanman sa lupain ng Canaan, tanging si Josue at Caleb lamang ang naniwala at sumunod sa Salita at kapangyarihan Niya. Ang mga Israelitang hindi tumungo sa Canaan dahil kulang sa pananampalataya ay nagkaroon ng mga pagsubok sa ilang sa loob ng 40 taon at sa huli'y doon na sila nangamatay.

Dapat mong maunawaan na kahit nasaksihan at naranasan mo na ang maraming pagkilos ng Diyos balewala ito kung hindi ka sumasampalataya o kumikilos ayon sa Salita Niya. Nilulubos ng mga gawa ang pananampalataya.

Ang Mga Tumutupad Lamang sa Kautusan ang Aariing-ganap

Sinasabi sa atin ng Diyos sa MgaTaga-Roma 2:13 na, *"Sapagkat hindi ang mga tagapakinig ng kautusan ang siyang ganap sa harapan ng Diyos, kundi ang tumutupad sa kautusan ay aariing-ganap."*

Hindi ka aariing-ganap dahil lang sa pagpunta mo sa

simbahan at sa pakikinig sa mga mensahe. Ikaw ay aariing-ganap lamang kapag ang puso mo'y magiging tapat at tunay dahil sa pagkilos mo ayon sa Salita ng Diyos.

May mga nagsasabi na maliligtas ka sa pagtawag lang ng mga labi mo kay Jesu-Cristo ng "Panginoon," ito ang pagka-unawa nila sa MgaTaga-Roma 10:13 na, *"Ang lahat ng tumatawag sa pangalan ng Panginoon ay maliligtas."* Maling-mali ito. Tulad ng sinasabi sa Isaias 34:16, *"Inyong saliksikin at basahin ang aklat ng PANGINOON: Kahit isa sa mga ito ay hindi magkukulang; walang mangangailangan ng kanyang kasama. Sapagkat iniutos ng bibig ng PANGINOON, at tinipon sila ng kanyang Espiritu."* Ang Salita ng Diyos ay walang kulang. Dapat itong ipahayag nang walang kulang.

Sinasabi sa Mga Taga-Roma 10:9-10, *"Sapagkat kung ipahahayag mo sa pamamagitan ng iyong bibig si Jesus na Panginoon, at sasampalataya ka sa iyong puso na binuhay siyang muli ng Diyos mula sa mga patay, ay maliligtas ka. Sapagkat sa puso ng tao'y nananampalataya kaya't ituturing na ganap, at sa pamamagitan ng bibig ay nagpapahayag kaya't naliligtas."*

Tanging ang mga naniniwala lang sa kanilang mga puso na si Jesus ay nabuhay muli ang makapagpapahayag nang tunay sa kanilang bibig sapagkat namumuhay sila ayon sa Salita ng Diyos. Sila'y maliligtas kapag nagpahayag sila ng tunay na pananampalataya at nagiging ganap, ngunit ang mga hindi nagpapahayag ng tunay na pananampalataya ay hindi maliligtas.

Kaya't sinabi ni Jesus sa Mateo 13:49-50, *"Gayon ang mangyayari sa katapusan ng sanlibutan. Lalabas ang mga anghel at kanilang ihihiwalay ang masasama sa matutuwid, at itatapon sila sa pugon ng apoy. Doon ay magkakaroon ng pagtangis at pagngangalit ng mga ngipin."*

Ang "matutuwid" ay tumutukoy sa lahat ng kumikilala sa Diyos at nagsasabing sila'y may pananampalataya. Ang ibig sabihin ng paghihiwalay sa masasama at matutuwid ay – hindi maliligtas ang mga hindi kumikilos ayon sa Salita ng Diyos kahit na sila'y dumadalo sa simbahan at namumuhay-Cristiano.

Ang Nais ng Diyos ay Dalisayin ang Puso

Nais ng Diyos na maging banal at sakdal ang Kanyang mga anak. Kaya't sinasabi Niya sa atin sa 1 Pedro 1:15, *"Sa halip, yamang banal ang sa inyo'y tumawag, maging banal naman kayo sa lahat ng paraan ng pamumuhay,"* at sa Mateo 5:48, *"Kaya't kayo nga'y maging sakdal, gaya ng inyong Ama sa langit na sakdal."*

Noong panahon ng Lumang Tipan, ang mga tao'y naligtas dahil sa mga gawa bilang paglalarawan sa mangyayari sa darating. Ngunit sa panahon ng Bagong Tipan nang tuparin ni Jesu-Cristo ang batas nang may pag-ibig, maliligtas ka dahil sa pananampalataya.

Ang ibig sabihin ng "maligtas ayon sa Batas" ay kahit na, sabihin na nating may marumi kang puso na ibig pumatay, may poot, nangangalunya, sinungaling, at iba pa, hindi ito itinuturing na kasalanan kung hindi isinasagawa.

Hindi hinatulan ng Diyos ang mga tao hangga't hindi nila isinasagawa ang mga kasalanang nasa isip nila sapagkat hindi nila

Ang Tunay na Pananampalataya at ang Buhay na Walang-Hanggan

kayang itakwil ang mga ito dahil wala pa ang Banal na Espiritu sa panahon ng Lumang Tipan. Ngunit sa panahon ng Bagong Tipan, maliligtas ka lamang kung lilinisin mo ang iyong puso nang may pananampalataya sa tulong ng Banal na Espiritu, dahil Siya ay nananahan na sa iyo. Tinutulungan ka Niya na malaman ang pagkakaiba ng kasalanan at pagkamatuwid, at ng Paghuhukom, at tinutulungan kang mamuhay ayon sa Salita ng Diyos. Kaya maaari mo nang iwaksi ang kasinungalingan at linisin ang puso mo sa tulong Niya.

Unawain mo na hinihiling sa iyo ng Diyos na linisin mo ang puso mo, itakwil ang mga kasalanan, maging banal, at makiisa sa pagiging banal. Batid ng apostol Pablo ang kagustuhang ito ng Diyos at ipinangaral niya ang paglilinis sa puso, hindi ng laman (Mga Taga-Roma 2:28-29). Itinagubilin niya sa iyo na manlaban ka hanggang sa dumanak ang dugo mo sa iyong pakikipaglaban sa kasalanan, habang naka-tuon ang mga mata at pinagmamasdan si Jesus, na siyang nagtatag at nagpasakdal ng iyong pananampalataya (Sa Mga Hebreo 12:1-4).

Sana'y magkaroon ka ng tunay na pananampalataya na may kasamang mga gawa sapagkat nauunawaan mo na hindi ka makakapasok sa Langit sa pagtawag lang ng "Panginoon, Panginoon," kundi sa pamamagitan ng paglakad sa liwanag at sa paglilinis ng puso mo.

Kabanata 9

Upang Maipanganak ng Tubig at ng Espiritu

- Pinuntahan ni Nicodemo si Jesus
- Tinulungan ni Jesus ang Pag-unawang Espirituwal ni Nicodemo
- Kapag Naipanganak ng Tubig at ng Espiritu
- Tatlong Nagpapatotoo: ang Espiritu, ang Tubig, at ang Dugo

Ang Mensahe ng Krus

May isang lalaking kabilang sa mga Fariseo na ang pangalan ay Nicodemo, isang pinuno ng mga Judio. Siya ay pumunta kay Jesus nang gabi na, at sinabi sa Kanya, "Rabi, nalalaman naming Ikaw ay isang guro na mula sa Diyos; sapagkat walang makakagawa ng mga tanda na Iyong ginagawa, malibang kasama niya ang Diyos." Sumagot sa kanya si Jesus, "Katotohanang sinasabi Ko sa iyo, 'Malibang ang isang tao'y ipanganak na muli ay hindi niya makikita ang kaharian ng Diyos,'" Sinabi sa Kanya ni Nicodemo, "Paanong maipapanganak ang isang tao kung siya'y matanda na? Makakapasok ba siyang muli sa tiyan ng kanyang ina, at ipanganak?" Sumagot si Jesus, "Katotohanang sinasabi Ko sa iyo, malibang ang isang tao'y ipanganak ng tubig at ng Espiritu, hindi siya makakapasok sa kaharian ng Diyos."

Juan 3:1-5

Isinugo ng Diyos si Jesu-Cristo, ang kaisa-isa Niyang Anak, at binuksan ang daan sa kaligtasan. Sinumang tumanggap sa Kanya'y makakamtan ang karapatan na maging anak ng Diyos at mararanasan ang buhay na puno ng biyaya at ang buhay na walang hanggan ngayon at magpakailanman. Ngunit, sa panahon ngayo'y makikita mo na maraming tao ang walang ganitong katiyakan sa kaligtasan bagaman tinanggap na nila si Jesu-Cristo. Bukod rito, may ilan na nagsasabing ligtas sila ngunit wala naman silang pananampalataya para maligtas. O kaya nama'y nagsasabing ligtas sila sapagkat tinanggap nila nang minsan ang Banal na Espiritu, ngunit wala silang pakialam sa mga gawa nila pagkatapos.

Bilang pagtatapos nang mensahe ng krus, liliwanagin natin kung paano mo mararating ang ganap na kaligtasan simula nang tanggapin mo si Jesu-Cristo, sa pamamagitan ng kuwento ni Nicodemo.

Pinuntahan ni Nicodemo si Jesus

Noong panahon ni Jesus, mataas ang pagtingin ng mga Fariseo sa Batas ni Moises, at patuloy nilang ginagawa ang mga kaugalian ng mga matatanda. Mga pinuno sila ng relihiyon mula sa piniling mga Israelita na naniniwala sa kapangyarihan ng Diyos, sa pagkabuhay na muli, sa mga anghel, sa huling Paghuhukom, at sa pagdating ng Mesyas.

Ngunit tinuligsa sila ni Jesus nang ilang ulit at sinabihan ng, "Kahabag-habag kayo, mga Fariseo." Sila, bilang mga mapagkunwari, ay pakitang-tao na nagbabanal-banalan sa panlabas, ngunit ang kalooban nila'y punung-puno ng inggit at kalayawan tulad ng pinaputing libingan (Mateo 23:25-36).

Si Nicodemo ay May Mabuting Puso

Si Nicodemo'y isa sa mga Fariseo sa namumunong konseho na tinatawag na Sanhedrin. Ngunit hindi niya inusig si Jesus tulad ng ginawa ng ibang Fariseo. Sa halip, naniwala siya na si Jesus ay mula sa Diyos, matapos niyang makita ang mga kamangha-manghang bagay at tanda na ginawa ni Jesus. Nais makilala ni Nicodemo kung sino si Jesus sapagkat siya'y may mabuting puso.

Tinanong ni Nicodemo sa Juan 7:51 ang mga Fariseo na nais dakpin si Jesus, at ipinagtanggol Siya, *"Hinahatulan ba ng ating kautusan ang isang tao, malibang siya'y atin munang dinggin at alamin kung ano ang kanyang ginagawa?"*

Bilang kasapi ng Sanhedrin noong panahong iyon hindi madaling magsalita sa ganitong paraan. Kahit ngayon, kung ipagbabawal o pipigilan ng pamahalaan ang Cristianismo sa pamamagitan ng batas, ang mga opisyal ng pamahalaan ay hindi maaaring kumampi sa panig nito. Gayon din, noong panahong iyon, itinuturing ng mga Israelita ang lahat ng relihiyon na hindi totoo, maliban sa Hudaismo. Alam ni Nicodemo na maaari siyang matiwalag kung kakampi siya sa panig ng Cristianismo. Gayunman, ipinagtanggol ni Nicodemo si Jesus. Pinatutunayan nito na siya'y tapat at matatag sa pananampalataya kay Jesus.

Inilalarawan sa Juan 19:39-40 ang isang tagpo pagkatapos mamatay si Jesus sa krus:

> *Dumating din si Nicodemo, na noong una ay lumapit sa kanya noong gabi, na may dalang pinaghalong mira at mga aloe, halos isandaang libra ang timbang. Kinuha nila ang bangkay ni Jesus, at binalot nila ng mga telang lino na may mga pabango, ayon sa kaugalian ng mga Judio sa paglilibing.*

Samakatwid, naniwala si Nicodemo na si Jesus ay mula Diyos, pinaglingkuran Siya nang hindi nagbabago pagkaraan ng Kanyang pagkakapako sa krus, at nakamtan ang kaligtasan nang may pananampalataya sa pagkabuhay Niyang muli.

Pinuntahan ni Nicodemo si Jesus

May pag-uusap na namagitan kina Jesus at Nicodemo sa Juan 3 bago niya naunawaan ang espirituwal na katotohanan.

Isang gabi'y pinuntahan ni Nicodemo si Jesus, at sinabi sa Kanya, *"Rabi, nalalaman naming Ikaw ay isang guro na mula sa Diyos; sapagkat walang makakagawa ng mga tanda na Iyong ginagawa, malibang kasama niya ang Diyos"* (t. 2).

Hindi alam ni Nicodemo sa simula na si Jesus ay ang Mesyas at ang Anak ng Diyos. Ngunit, pagkatapos niyang masaksihan ang mga himala ni Jesus, at dahil may mabuti siyang konsiyensiya, natanto ni Nicodemo na Siya ay sa Diyos. Sa pamamagitan ng mabuti niyang konsiyensiya, naunawaan niya na tanging ang Diyos na Makapangyarihan lamang ang maaaring bumuhay muli sa mga patay, magbukas sa mata ng bulag, palakarin ang lumpo, at magpagaling sa ketongin.

Bakit pinuntahan niya si Jesus sa gabi? Katulad niya ang mga tao na ayaw dumalo nang hayagan sa simbahan dahil wala silang kompiyansa sa Diyos na Manlilikha at kay Jesus bilang Anak ng Diyos at Mesyas.

Bagaman si Nicodemo'y may mabuting puso, wala siyang tunay na pananampalataya. Kaya hindi niya binisita nang hayagan si Jesus sa araw – kundi sa gabi.

Tinulungan ni Jesus ang Pag-unawang Espirituwal ni Nicodemo

Sinabi ni Jesus kay Nicodemo, "*Katotohanang sinasabi Ko sa iyo, 'Malibang ang isang tao'y ipanganak na muli ay hindi niya makikita ang kaharian ng Diyos'*" (Juan 3:3).

Ngunit ang mga ito'y hindi maunawaan ni Nicodemo. Kaya't nagtanong siyang muli, "Paanong maipapanganak ang isang tao kung siya'y matanda na?" Wala siyang pananampalatayang espirituwal, kaya't hindi niya maunawaan, "Makakapasok pa ba siya sa tiyan ng kanyang ina para ipanganak uli?"

Kaya't sinagot siya ni Jesus ng ganito, *"Katotohanang sinasabi Ko sa iyo, malibang ang isang tao'y ipanganak ng tubig at ng Espiritu, hindi siya makakapasok sa kaharian ng Diyos"* (John 3:5-6).

Nang si Nicodemo'y nag-usisa sa sinabi ni Jesus, ipinaliwanag ito ni Jesus sa isang talinghaga: *"Humihihip ang hangin kung saan nito ibig at naririnig mo ang ugong nito, ngunit hindi mo nalalaman kung saan ito nanggagaling at kung saan tutungo. Ganoon ang bawat isang ipinapanganak ng Espiritu"* (Juan 3:8).

Pagkatapos ng pagsuway ni Adan, ang espiritu ng bawat tao'y namatay at magmula noon lahat tayo'y inukol nang mamatay. Ngunit ang espiritu ng tao'y muling nabubuhay pagkatapos maipanganak ng Banal na Espiritu. Habang nagiging espirituwal siya, napapanumbalik niya ang larawan ng Diyos at naliligtas. Ngunt hindi naunawaan ni Nicodemo ang ibig sabihin ni Jesus (Juan 3:9).

Kaya't nagtanong siya, "Paanong mangyayari ang mga bagay na ito?" Sumagot si Jesus:

> *Kung sinabi Ko sa inyo ang mga bagay na makalupa at hindi ninyo pinaniniwalaan, paano ninyong paniniwalaan kung sasabihin Ko sa inyo ang mga bagay na makalangit? Wala pang umakyat sa Langit, maliban sa kanya na bumabang galing sa Langit, ang Anak ng Tao; Kung paanong itinaas ni Moises sa ilang ang ahas, kailangan din namang itaas ang Anak ng Tao; upang ang sinumang*

sumampalataya sa Kanya ay magkaroon ng buhay na walang hanggan (Juan 3:12-15).

Sa Mga Bilang 21:4-9, nagsalita laban kay Moises ang mga Israelita na iniahon mula sa Ehipto sapagkat ang kanilang paglalakbay patungong Canaan ay pahirap nang pahirap. Pagkatapos ay itinalikod ng Diyos ang Kanyang mukha at nagpadala ng mga makamandag na ahas at tinuklaw ng mga ito ang mga tao.

Nang sila'y humingi ng saklolo, sinabi ng Diyos kay Moises na gumawa ng isang ahas na tanso at ilagay ito sa dulo ng isang tikin. Iniligtas ng Diyos ang sinumang nakagat ng ahas na tumingin doon. Ngunit ang mga taong matitigas ang ulo'y namatay sapagkat ayaw nilang tingnan ito dahil hindi sila naniniwala.

Upang Maunawaan ang Espirituwal na Kahulugan ng Salita ng Diyos

Bakit iniutos ng Diyos kay Moises na gumawa ng ahas na tanso at ilagay ito sa dulo ng isang tikin? Mula sa Genesis 3:14, napag-alaman natin na ang ahas ay isinumpa. Dagdag pa, sinabi sa Galacia 3:13, *"Sumpain ang bawat binibitay sa punungkahoy."*

Kaya't ang paglalagay ng ahas na tanso sa dulo ng isang tikin ay sumasagisag sa pagpako kay Jesus sa krus na kahoy tulad ng isinumpang ahas upang tubusin ka. Kung ang sinumang tumingin sa ahas na tanso ay mabubuhay, sinumang sasampalataya kay Jesu-Cristo ay maliligtas.

Hindi maunawaan ni Nicodemo ang ibig sabihin ng Salita ng

Diyos, sapagkat hindi pa siya naipapanganak ng tubig at ng Espiritu, at ang kanyang mga matang espirituwal ay hindi pa nabubuksan.

Kahit sa ngayon, kung hindi ka pa naipanganak ng tubig at ng Banal na Espiritu at hindi pa bukás ang mga mata mong espirituwal, hindi mo mauunawaan ang ibig sabihin ng isang espirituwal na mensahe sapagkat maaaring tingnan mo lang ang literal na kahulugan nito at magkamali ka sa pag-unawa.

Dapat kang manalangin nang taimtim upang maunawaan ang espirituwal na kahulugan ng Salita ng Diyos nang may inspirasyon ng Banal na Espiritu. Pagkatapos, bubuksan ng Diyos ng pagpapala ang puso mo, at mauunawaan mo ang Salita Niya at magkakaroon ka ng tunay na pananampalataya.

Kapag Naipanganak ng Tubig at ng Espiritu

Sinabi ni Jesus kay Nicodemo nang siya'y bumisita isang gabi, *"Katotohanang sinasabi Ko sa iyo, malibang ang isang tao'y ipanganak ng tubig at ng Espiritu, hindi siya makakapasok sa kaharian ng Diyos. Ang ipinanganak ng laman ay laman at ang ipinanganak ng Espiritu ay espiritu"* (Juan 3:5-6).

Linawin natin ang ibig sabihin ng ipinanganak ng tubig at ng Espiritu. Paano ka maipapanganak ng tubig at ng Espiritu at makakamtan ang kaligtasan?

Ang Tubig ay Sumasagisag sa Tubig ng Buhay na Walang Hanggan

Pamatid-uhaw ang tubig at nililinis din nito ang loob at labas ng katawan.

Kaya't inihambing ni Jesus ang tubig ng buhay na walang hanggan sa tubig na iniinom upang ipaliwanag kung paano ka nito nililinis at binibigyan ng buhay.

Sinasabi sa atin ni Jesus sa Juan 4:14, *"Subalit ang sinumang umiinom ng tubig na Aking ibibigay ay hindi na mauuhaw magpakailanman. Ang tubig na Aking ibibigay sa kanya ay magiging isang bukal ng tubig tungo sa buhay na walang hanggan."*

Ang tubig na iniinom ay pansamantalang pamatid uhaw, ngunit sa katagalan ay mauuhaw kang muli. Ang tinutukoy na tubig sa talatang ito'y ang tubig na walang hanggan. Sinumang uminom ng tubig na ibinibigay ni Jesus ay hindi na muling mauuhaw. Ang isang "bukal ng tubig tungo sa buhay na walang hanggan" ay magbibigay sa iyo ng buhay.

Mababasa sa Juan 6:54-55, *"Ang kumakain ng Aking laman at umiinom ng Aking dugo ay may buhay na walang hanggan, at siya'y muli Kong bubuhayin sa huling araw. Sapagkat ang Aking laman ay tunay na pagkain, at ang Aking dugo ay tunay na inumin."* Ibig sabihin, ang laman at dugo ni Jesus ay tubig na walang hanggan.

Bukod dito, ang Kanyang "laman" ay tumutukoy sa Salita ng Biblia sapagkat si Jesus ang Salita na pumarito sa lupa sa laman. Ang pagkain ng Kanyang laman ay tumutukoy sa pagpapanatili mo ng Kanyang Salita sa pag-iisip mo dahil sa pagbabasa ng Biblia.

Ang dugo ni Jesus ay buhay, at ang buhay ay ang katotohanan. Ang katotohanan ay si Cristo, at si Cristo ang kapangyarihan ng Diyos. Ang lahat ng ito ay ang dugo ni Cristo. Dahil sa ang kapangyarihan ng Diyos ay sa pamamagitan ng pananampalataya, nangangahulugang ang pag-inom sa dugo ni Jesus ay ang pagsunod sa Salita Niya nang may pananampalataya.

Natutunan mo na ang tubig ay ang espirituwal na sagisag ng laman ni Jesus – ang Salita ng Diyos at ang Kordero ng Diyos. Kung paano nililinis ng tubig ang iyong katawan, nililinis ng Salita ng Diyos ang maruruming bagay mula sa iyong puso.

Kaya't ika'y binabautismuhan ng tubig, na naglalarawan na ikaw ay anak ng Diyos at napatawad na sa iyong mga kasalanan. Bukod rito, dapat mong pagbulay-bulayan ang Salita Niya upang linisin ka nito sa araw-araw.

Ipinanganak na Muli ng Tubig

Paano mo ngayon mahuhugasan ng Salita ng Diyos na tubig na walang hanggan ang dumi mula sa iyong puso?

May ibinibigay sa atin ang Diyos na apat na uri ng utos: "Gawin mo," "Huwag mong gagawin," "Tuparin mo," at "Iwaksi ito." Halimbawa, sinabi ng Diyos na huwag mong gagawin ang mga bagay na tulad ng pagka-inggit, pagkapoot, paghuhusga, pagnanakaw, pangangalunya, at pagpaslang.

Gayunman, hindi mo dapat gawin ang ipinagbabawal at kasabay nito'y dapat mong iwaksi ang lahat ng uri ng kasamaan. Kailangan mo rin na ipangilin ang Sabbath, ibahagi ang

Mabuting Balita sa iba, manalangin, at mahalin ang kapwa mo. Ang puso mo'y unti-unting mapupuno ng katotohanan sa tulong ng Banal na Espiritu, at huhugasan ng Salita ng Diyos ang kasamaan o kasalanan mo. Sa ganitong paraan, malilinis ang puso mo at mababago tungo sa katotohanan dahil sa pagkilos mo ayon sa Salita Niya. Ito ang "ipanganak muli ng tubig."

Samakatwid, upang matamo mo ang ganap na kaligtasan, hindi mo lang dapat tanggapin si Jesu-Cristo kundi linisin mo din ang puso mo sa pamamagitan ng pagsunod sa Salita ng Diyos sa bawat sandali ng iyong buhay.

Ipinanganak na Muli ng Espiritu

Upang matamo ang kaligtasan, dapat kang maipanganak muli ng tubig at ng Espiritu. Paano ka maipapanganak muli ng Espiritu? Sa Ang Mga Gawa 19:2, tinanong ni apostol Pablo ang ilang alagad, *"Tinanggap ba ninyo ang Banal na Espiritu nang kayo'y nanampalataya?"* Ano ang pagtanggap sa Banal na Espiritu?

Ang unang tao na si Adan ay may "espiritu," "kaluluwa," at "katawan" (1 Mga Taga-Tesalonica 5:23), ngunit namatay ang kanyang espiritu dahil sa pagsuway niya. Kaya't naging nilalang siya na tulad na lamang ng isang hayop na may kaluluwa at katawan (Eclesiastes 3:18).

Kung pagsisisihan mo ang mga kasalanan mo, at kikilalanin mo na ika'y makasalanan, ibibigay sa iyo ng Diyos ang Banal na Espiritu bilang isang handog at tanda na ikaw ay anak Niya (Mga Gawa 2:38).

Makikilala ng sinumang anak ng Diyos na tumanggap ng Banal na Espiritu, ang mabuti at masama sa pamamagitan ng Salita Niya sa kapangyarihan at kalakasan na galing sa langit dahil sa kanilang taimtim at patuloy na pananalangin.

Sa ganitong paraan, mapapasa iyo ang katotohanan at magkakaroon ka ng espirituwal na pananampalataya hanggang sa maipanganak ka sa espiritu sa pamamagitan ng Banal na Espiritu. Sinasabi sa Juan 3:6, *"Ang ipinanganak ng laman ay laman at ang ipinanaganak ng Espiritu ay espiritu,"* at sinasabi sa Juan 6:63, *"Ang Espiritu ang nagbibigay-buhay, ang laman ay walang anumang pakinabang; Ang mga salitang sinabi Ko sa inyo ay espiritu at buhay."*

Pagiging Taong Espirituwal Dahil sa Pagsunod sa Banal na Espiritu

Kapag naipanganak ka na ng tubig at ng Banal na Espiritu, matatamo mo ang pagkamamamayan ng langit (Filipos 3:20). Bilang anak ng Diyos, dadalo ka sa mga pananambahan, pupurihin Siya nang may kagalakan, at magsisikap na mamuhay sa liwanag.

Bago mo tinanggap ang Banal na Espiritu, namumuhay ka sa kadiliman sapagkat hindi mo alam ang katotohanan. Subalit matapos mong tanggapin ang Espiritu Santo, nagsikap ka nang mamuhay sa liwanag.

Habang tumatagal, makikita mo na kahit may kagalakan ka sa puso'y lagi ka pa ring may pakikibaka. Ito'y sapagkat ang batas ng Espiritu na sumusunod sa mga nais ng Banal na Espiritu ay nakikipagbaka sa batas ng makasalanang likas na sumusunod sa mga pagnanasa ng isang makasalanang tao, sa pagnanasa ng kanyang mga mata, at sa pagmamataas sa buhay (1 Juan 2:16). Nagsalita ang apostol Pablo ukol sa pakikibakang ito: *"Sapagkat ako'y nagagalak sa kautusan ng Diyos sa kaibuturan ng aking pagkatao. Subalit nakikita ko ang kakaibang kautusan sa aking mga bahagi na nakikipagbaka laban sa kautusan ng aking pag-iisip, at ako'y binibihag sa ilalim ng kautusan ng kasalanan na nasa bahagi ng aking katawan. Kahabag-habag na tao ako! Sino ang magliligtas sa akin mula sa katawang ito ng kamatayan?"* (Mga Taga-Roma 7:22-24)

Kung naipanganak ka na ng tubig at ng Espiritu, naging anak ka na ng Diyos. Ngunit hindi nangangahulugang perpekto ka na o ganap na espirituwal.

Kaya't sinasabi sa atin ng Galacia 5:16-17, *"Subalit sinasabi ko, lumakad kayo ayon sa Espiritu, at huwag ninyong bigyang-kasiyahan ang mga pagnanasa ng laman. Sapagkat ang laman ay nagnanasa laban sa Espiritu; at ang Espiritu ay laban sa laman; sapagkat ang mga ito ay laban sa isa't isa, upang hindi ninyo magawa ang mga bagay na nais ninyong gawin."*

Upang makasunod ka sa Banal na Espiritu, dapat kang mamuhay ayon sa Salita ng Diyos at gawin ang kagustuhang katanggap-tanggap at kalugud-lugod sa Kanya. Kaya't kung susunod ka sa mga nais ng Espiritu, hindi ka matutukso at mapagtatagumpayan mo ang kaaway na demonyo at Satanas na tutukso sa iyo na sundin ang mga pagnanasa ng makasalanang likas. Maaari ka nang mamuhay ayon sa katotohanan at matapat mong mailalagak ang iyong sarili sa kaharian ng Diyos at sa

Kanyang katuwiran.

May kagalakan at kapayapaan ka kung susundin mo ang mga nais ng Banal na Espiritu ngunit mababagbag ka at mabibigatan kung susundin mo ang pagnanasa ng makasalanang likas.

Sa paglago ng pananampalataya mo, maaari mo nang iwaksi ang mga kasalanan mo at sumunod sa mga nais ng Banal na Espiritu sa lahat ng bagay. Mawawala ang pagnanasa mo na sundin ang makasalanang likas. At saka hindi mo na kailangang makibaka pa upang maiwaksi ang mga kasalanan at mabagbag pang muli. Maaari ka nang magkaroon ng kagalakan kahit ano pa ang pangyayari o kalagayan.

Nalulugod ang Diyos sa mga namumuhay ayon sa mga nais ng Banal na Espiritu. Ipinagkakaloob Niya sa kanila ang nais ng kanilang mga puso gaya ng ipinapangako Niya sa atin sa Mga Awit 37:4, *"Sa PANGINOON ikaw ay magpakaligaya, at ang mga nasa ng iyong puso sa iyo'y ibibigay niya."*

Kung babaguhin mo ang puso mo at pupunuin ito ng puro katotohanan lang, ganap na malulugod sa iyo ang Diyos at gagawing posible ang lahat para sa iyo. Sana'y maipanganak ka ng tubig at ng Espiritu, at mamuhay ayon sa mga nais ng Espiritu.

Tatlong Nagpapatotoo: ang Espiritu, ang Tubig, at ang Dugo

Tulad ng naipaliwanag ko na, dapat kang maipanganak ng tubig at ng Espiritu upang maligtas. Subalit upang matamo mo ang ganap na kaligtasan, dapat kang mapadalisay ng dugo ni

Jesus mula sa mga kasalanan sa pamamagitan ng paglakad sa liwanag.

Kung hindi pa dalisay ang puso mo, may mga kasalanan ka pa. Kaya't kailangan mo ang dugo ni Jesu-Cristo para mapadalisay ito mula sa natitirang kasalanan.

Sinasabi sa atin sa 1 Juan 5:5-8 ang mga sumusunod tungkol dito:

> *Sino ang dumadaig sa sanlibutan, kundi ang sumasampalatayang si Jesus ang Anak ng Diyos? Ito ang siyang naparito sa pamamagitan ng tubig at ng dugo, si Jesu-Cristo; hindi sa tubig lamang, kundi sa tubig at sa dugo. At ang espiritu ang nagpapatotoo, sapagkat ang Espiritu ay katotohanan. Sapagkat may tatlong nagpapatotoo; ang Espiritu, ang tubig, at ang dugo; at ang tatlo ay nagkakaisa.*

Dumarating si Jesus sa Pamamagitan ng Tubig at ng Dugo

Mababasa sa Juan 1:1 na, *"At ang Salita ay Diyos"* at sa Juan 1:14, *"At naging tao ang Salita at tumahang kasama natin."* Ibig sabihin, si Jesus na kaisa-isang Anak ng Diyos at ang Salita ng Diyos, ay pumarito sa laman upang magpatawad sa ating mga kasalanan. Kahit ngayon, patuloy ang pagpapadalisay Niya sa atin sa pamamagitan ng Salita Niya – ang Biblia.

Ngunit hindi ka maaaring mamuhay ayon sa Salita ng Diyos kung walang tulong ng Banal na Espiritu. Imposibleng maiwaksi mo ang iyong mga kasalanan sa sarili mong kalakasan. Dapat mong tanggapin ang tulong ng Banal na Espiritu sa pamamagitan ng taimtim na pananalangin upang maalis ang mga pagnanasa ng makasalanang likas, pagnanasa ng iyong mga mata, at pagmamataas sa buhay. Pagkatapos ay saka mo lang maiwawaksi ang kadiliman ng kasinungalingan mula sa puso mo.

Dagdag pa, kailangan ng pagdanak ng dugo upang mapatawad ka. Sinasabi Sa Mga Hebreo 9:22 na, *"kung walang pagdanak ng dugo ay walang kapatawaran ng mga kasalanan."* Kailangan mo ng dugo ni Jesus sapagkat tanging ang walang-mantsang dugo Niya ang makapagbibigay sa iyo ng kapatawaran.

Dapat kang sumampalataya kay Jesus na dumating sa pamamagitan ng tubig at dugo, at tanggapin ang Banal na Espiritu bilang isang handog mula sa Diyos upang matamo ang kaligtasan, na kung saa'y kakailanganin mo ang tatlo: ang Espiritu, ang tubig at ang dugo.

Kung walang pagdanak ng dugo, walang kapatawaran ng mga kasalanan at ikaw ay nasa kasalanan pa. Hindi lang ang Salita – ang tubig – ang kailangan upang mapadalisay ka, kundi pati ang Banal na Espiritu upang matulungan kang mamuhay nang ganap ayon sa Salita. Kaya't ang tatlong ito'y nagkakaisa.

Samakatwid, matapos na mapatawad ang ating mga kasalanan nang tanggapin natin si Jesu-Cristo, dapat tayong magpatuloy na maipanganak ng tubig at ng Banal na Espiritu upang makamtan ang ganap na kaligtasan, at unawain na ang tatlo – ang Espiritu, ang tubig at ang dugo ay nagliligtas at nag-aakay sa atin patungo sa Langit.

Kabanata 10

Ano ang Erehiya (Hidwang Paniniwala)?

- Ang Biblikal na Kahulugan ng Erehiya
- Ang Espiritu ng Katotohanan
  at ang Espiritu ng Kamalian

Ang Mensahe ng Krus

Ngunit may lumitaw ding mga bulaang propeta sa gitna ng sambayanan, kung paanong sa inyo'y magkakaroon ng mga bulaang guro, na palihim na magpapasok ng mga nakapipinsalang turo. Itatakuwil nila pati ang Panginoon na bumili sa kanila, na nagdadala sa kanilang sarili ng mabilis na pagkapuksa. At maraming susunod sa kanilang mga gawang mahahalay, na dahil sa kanila ay lalaitin ang daan ng katotohanan. At sa kanilang kasakiman ay pagsasamantalahan nila kayo sa pamamagitan ng mga pakunwaring salita. Ang hatol sa kanila mula nang una ay hindi maaantala at ang kanilang kapahamakan ay hindi natutulog.

2 Pedro 2:1-3

Sa paglago ng materyalismong kabihasnan, nagsimulang itatwa ng tao ang Diyos sapagkat nananangan sila sa kanilang talino at kaalaman. Sa pagkalat ng mga kasalanan, nagdilim ang mga espiritu ng mga tao at sila'y naging masama. Kaya't marami ang nadadaya ng mga kasinungalingan dahil hindi nakikita ang pagkakaiba ng katotohanan at kasinungalingan. Nagkakamali din sila sa paghuhusga sa ibang tao batay sa sarili nilang katwiran at teorya.

Sa Mateo 12:22-32, pinagaling ni Jesus ang isang lalaking bulag at pipi na inalihan ng demonyo. Ngunit nang marinig ito ng mga Fariseo, sinabi nila, *"Ang taong ito'y nagpapalayas ng mga demonyo sa pamamagitan lamang ni Beelzebul na pinuno ng mga demonyo."* Ang gawain ng Diyos ay ipinagpalagay nilang ginawa ng isang demonyo.

Sinabi ni Jesus sa kanila sa Mateo 12:31-32, *"Kaya't sinasabi Ko sa inyo, ang bawat kasalanan at paglapastangan ay ipatatawad sa mga tao; ngunit ang paglapastangan laban sa Espiritu ay hindi ipatatawad. At ang sinumang magsabi ng isang salita laban sa Anak ng Tao ay patatawarin; ngunit ang sinumang magsalita laban sa Banal na Espiritu ay hindi patatawarin maging sa panahong ito o sa darating."*

Ipinalagay ng mga Fariseo na ang ginawa ni Jesus sa kapangyarihan ng Diyos ay gawain ng demonyo. Ito'y paglapastangan laban sa Banal na Espiritu. Kaya't ang mga Fariseong ito'y hindi maaaring patawarin.

Kung nakikita mo nang malinaw ang pagkakaiba ng katotohanan at kasinungalingan ayon sa Biblia, hindi mo huhusgahan ang ibang tao o madadaya ng kasinungalingan.

Saliksikin natin ang tungkol sa erehiya mula sa pananaw ng Diyos, kung paano malalaman ang pagkakaiba ng Espiritu ng Diyos at ng masasamang espiritu, at kung paano mag-iingat laban sa mga sektang nagtuturo ng mali.

Ang Biblikal na Kahulugan ng Erehiya

Ang kahulugan ng erehiya sa Oxford Dictionary ay, "paniniwala o opinion na laban sa mga prinsipyo ng isang partikular na relihiyon." May mga taong ipinapalagay na ang kanilang paniniwala lamang ang tama, at ang tingin nila sa ibang relihiyon ay erehiya. Halimbawa, para sa isang Budista, tanging ang Budismo lamang ang tunay at tamang paraan. Para sa kanila, ang ibang relihiyon tulad ng Confucianismo ay hindi totoo.

Pinaratangan na Pasimuno ng Isang Sektang Erehiya si Pablo

Mababasa sa Ang Mga Gawa 24:5, *"Natagpuan namin na ang mga taong ito'y mapanligalig at mapag-udyok ng kaguluhan sa lahat ng mga Judio sa buong daigdig, at isang pinuno sa mga sekta ng mga Nazareno."* Tumutukoy sa isang sektang nagtuturo ng mali ang "sekta ng mga Nazareno" at ito ang kauna-unahang pagkakataon na ang salitang "sekta" ay makikita sa Biblia.

Isinakdal ng mga Judio si Pablo sa harap ng gobernador dahil sa tingin nila'y ang Mabuting Balita na ipinangangaral ni Pablo ay erehiya. Pinabulaanan ni Pablo ang paratang sa kanya at inihayag ang kanyang pananampalataya sa Ang Mga Gawa 24:13-16:

> *Ni hindi rin nila mapapatunayan sa iyo ang mga bagay na ngayo'y kanilang ibinibintang sa akin. Ngunit ito ang inaamin ko sa inyo, na ayon sa Daan, na kanilang tinatawag na sekta, ay sinasamba ko ang Diyos ng aming mga ninuno, na pinaniniwalaan ang lahat ng bagay na alinsunod sa kautusan o nasusulat sa mga propeta. Ako'y may pag-asa sa Diyos, na siya rin namang inaasahan nila, na magkakaroon ng muling pagkabuhay ng mga matuwid at ng mga hindi matuwid. Dahil dito'y lagi akong nagsisikap na magkaroon ng isang malinis na budhi sa Diyos at sa mga tao.*

Si Apostol Pablo ba ay Totoong Isang Erehe (Taong may Hidwang Paniniwala)?

Kailangan mong tingnan ang kahulugan ng erehiya sa Biblia sapagkat ito ay ang Salita ng Diyos, na Siyang tanging nakakakita ng kaibahan ng katotohanan sa kasinungalingan. Ang salita na nagpapahiwatig ukol sa "sekta" ay limang ulit na makikita sa

Biblia. Ngunit ang kahulugan ng erehiya'y tinalakay lang nang minsan:

> *Ngunit may lumitaw ding mga bulaang propeta sa gitna ng sambayanan, kung paanong sa inyo'y magkakaroon ng mga bulaang guro, na palihim na magpapasok ng mga nakapipinsalang turo. Itatakuwil nila pati ang Panginoon na bumili sa kanila, na nagdadala sa kanilang sarili ng mabilis na pagkapuksa* (2 Pedro 2:1).

Ang tinutukoy na "Panginoon na bumili sa kanila" ay si Jesu-Cristo. Pag-aari ng Diyos ang tao sa simula at namuhay ayon sa Kanyang kagustuhan. Ngunit si Adan ay naging makasalanan at pag-aari na ng demonyo pagkatapos ng kanyang pagsuway. Nahabag ang Diyos sa mga taong nasa landas ng kamatayan. Isinugo Niya si Jesus, ang kaisa-isa Niyang Anak, bilang handog na pangkapayapaan at hinayaan Siyang maipako sa krus upang mabuksan Niya ang daan sa kaligtasan sa pamamagitan ng Kanyang dugo.

Kumilos ang Diyos para sa atin, na dating pag-aari ng demonyo, para patawarin ang ating mga kasalanan kung tayo'y sasampalataya kay Jesu-Cristo. Tayo'y tatanggap ng buhay at magiging pag-aaring muli ng Diyos. Kaya't maaari nating sabihin na binili tayo ni Jesus sa pamamamgitan ng Kanyang pagkakapako sa krus. Siya ang "Panginoon na bumili sa kanila" ayon sa Biblia.

Itinatakuwil ng mga Erehe si Jesu-Cristo

Ngayo'y alam mo na ang erehe ay tumutukoy sa mga taong *"nagtatakuwil pati sa Panginoon na bumili sa kanila, na nagdadala sa kanilang sarili ng mabilis na pagkapuksa"* (2 Pedro 2:1). Ang salitang ito'y hindi pa ginamit noong hindi pa natatapos ni Jesus ang Kanyang misyon bilang Tagapagligtas. Ang ibig sabihin ng pangalang "Jesus"ay "siya na magliligtas sa kanyang mga tao mula sa kanilang mga kasalanan." Si "Cristo" ay ang "Hinirang." Si Jesus ay naging Tagapagligtas nang matapos na Niya ang Kanyang gawain – ang maipako sa krus at mabuhay na muli.

Kaya't hindi mo matatagpuan ang salitang ito sa Lumang Tipan o sa Mabuting Balita ayon kay Mateo, Marcos, Lucas at Juan na kung saan itinala ang buhay ni Jesus. Hindi ginamit ang salitang ito kahit ng mga Fariseo, ng mga guro ng Kautusan, at ng mga saserdote na umusig kay Jesus. Hindi rin ito ginamit ng mga punong-saserdote.

Lumabas ang pariralang "nagtatakuwil pati sa Panginoon na bumili sa kanila" pagkatapos lang nang mabuhay muli ni Jesus upang matupad ang Kanyang misyon bilang Tagapagligtas. Dito lang nagsimulang magbabala ang Biblia sa atin tungkol sa mga erehe.

Kaya't kung ang mga tao'y sumasampalataya kay Jesu-Cristo bilang ang "Panginoon na bumili sa kanila," hindi sila mga erehe.

Hindi itinakuwil ni apostol Pablo si Jesu-Cristo na bumili sa kanya sa pamamagitan ng Kanyang mamahaling dugo. Sa halip, si Pablo'y nagpasalamat kay Jesu-Cristo na kanyang inihahayag saanman siya pumaroon, at siya'y inusig at kinailangang magbayad nang malaki dahil dito. Limang ulit siyang nakatanggap mula sa mga Judio ng apatnapung hagupit na binawasan ng isa. Siya'y minsang binato. Siya'y ibinilanggo, inusig ng mga Hentil at ng kanyang mga kababayan, at pinagtaksilan ng mga taong pinagkatiwalaan Niya. Sa kabila ng lahat ng ito, si Pablo'y naging isang malakas na tao nang mapagtagumpayan niya ang mga paghihirap na ito nang may kagalakan at pasasalamat, at itinaas ang Diyos sa pamamagitan ng pagpapagaling sa napakaraming tao sa pangalan ni Jesu-Cristo hanggang sa araw na siya'y mamatay na isang martir.

Ipinangaral ni Pablo ang Ebanghelyo Habang Ipinapamalas ang Kapangyarihan ng Diyos

Dapat mong malaman na ang kapangyarihan ng Diyos ay hindi maiipakita ng mga taong nagtatakuwil sa Diyos na Manlilikha at kay Jesu-Cristo na Siyang Diyos sapagkat malinaw na sinasabi ng Biblia, *"Ang Diyos ay nagsalitang minsan, dalawang ulit kong narinig ito; na ang kapangyarihan ay sa Dios"* (Awit 62:11).

Hindi mo dapat hatulan ang isang tao na nagpapamalas ng kapangyarihan ng Diyos sapagkat ang kapangyarihang ito'y nagpapatunay na ang Diyos ay nasa kanya at ang taong ito'y nagmamahal sa Kanya nang labis. Mahigpit na nagbabala si Pablo na tinawag na pasimuno ng sekta ng Nazareno, na huwag sundin o ipangaral ang ibang ebanghelyo maliban sa mensahe ng krus sa Galacia 1:6-8:

Ako'y namamamgha na napakabilis ninyong iniwan siya na tumawag sa inyo sa biyaya ni Cristo at bumaling kayo sa ibang ebanghelyo. Hindi sa may ibang ebanghelyo kundi mayroong ilan na nanggugulo sa inyo at nagnanais na baluktutin ang ebanghelyo ni Cristo. Subalit kahit kami, o isang anghel sa langit ang mangaral sa inyo ng ebanghelyo na iba sa aming ipinangaral sa inyo, ay hayaan siyang sumpain!

Kahit ngayon, may mga taong ipinapalagay na erehe, kahit hindi nila itinatanggi si Jesu-Cristo kundi ipinangangaral lamang ang Kanyang ebanghelyo at inihahayag ang buháy na Diyos sa pamamagitan ng pagpapamalas at pag-gawa na gamit ang Kanyang kapangyarihan.

Huwag Mong Huhusgahan na Erehe ang Sinuman

Ako'y nakaranas na at tiniis ang magkakasunod na mga pagsubok kung saan pinaratangan akong isang erehe, habang ipinamalas ko ang kapangyarihan ng Diyos at lumago ang aming iglesya. Sa katunayan, ang kongregasyon namin ay lumaki nang lagpas sa 100,000 na miyembro sa loob ng dalawang dekada mula nang ito'y naitatag noong 1982.

Nagkaroon ako ng maraming karamdaman sa loob ng pitong taon, at pinagaling ng kapangyarihan ng Diyos nang minsan. Pagkatapos ay nagsikap akong mamuhay para sa ikaluluwalhati ng Diyos sa pagkain man o pag-inom tulad ng ginawa ni apostol Pablo. Itinagubilin ko ang aking buhay sa kamay Niya at itinuon ito sa "Tanging kay Jesus, Laging kay Jesus."

Mula nang ako'y naging layman sa simbahan, sinikap ko nang magpatotoo na pinagaling ako ng Diyos at ipinangaral ang ebanghelyo. Pagkatapos akong tawagin bilang isang manggagawa Niya, ipinangaral ko ang mensahe ng krus at inihayag ang buháy na Diyos at si Jesus na Tagapagligtas. Nagpatotoo pa nga ako tungkol sa Diyos nang ako'y nagkasal sapagkat sabik akong makapagdala ng mas maraming tao tungo sa daan ng kaligtasan.

Napagtanto ko na ang makapangyarihang Salita ng Diyos at ang patunay ng buháy na Diyos ay parehong kailangan upang maging saksi ng Panginoon sa lahat ng dako ng mundo. Kaya't taimtim akong nanalangin, tulad ng mga ninuno natin sa pananampalataya, na matanggap ko ang kapangyarihan Niya, at makapasa sa lahat ng pagsubok sa akin nang may pasasalamat at galak.

Kung minsa'y may mga pagsubok na halos nakamamatay. Subalit, tulad ng pagkakatanggap ni Jesus sa kaluwalhatian ng muling pagkabuhay matapos Siyang mamatay nang walang sala, dinagdagan ng Diyos ang aking kapangyarihan ayon sa Kanyang kagustuhan tuwing napagtatagumpayan kong isa-isa ang mga pagsubok.

Kaya't kahit saan ako magpatotoo kung bakit ang Diyos ang tanging tunay na Diyos at kung bakit naliligtas kapag sumasampalataya ka kay Jesu-Cristo – sa Kenya, Uganda, Honduras, Japan, at kahit sa Pakistan na puro Muslim o sa India na puro Hindu – magmula pa noong taong 2000, libu-libong mga tao ang nagsisi, mga bulag na nakakita, mga piping nakapagsalita, mga binging nakarinig, at mga sakit na walang lunas tulad ng

AIDS at iba't ibang kanser ang napagaling. Ang mga himalang ito'y labis na nagbigay ng luwalhati sa Diyos.

Samakatwid, ang isang nakakaunawa nang lubusan sa kahulugan ng erehiya ay hindi basta-basta hahatulan ang isang tao na erehe. Sa Ang Mga Gawa 5:33-42 ay mababasa mo ang tungkol kay Gamaliel, na isang guro ng kautusan, na pinarangalan ng mga tao. Paano ba siya kumilos?

Noong panahong iyon, pinagbawalan sina Pedro at Juan ng mga Fariseo ng Sanhedrin na magpatotoo tungkol kay Jesu-Cristo, subalit sila'y puspos ng Banal na Espiritu at hindi nila sinunod ang konseho. Kaya't ninais ng mga miyembro ng Sanhedrin na patayin ang mga alagad. Ngunit tumindig si Gamaliel sa Sanhedrin at iniutos na ilabas sandali ang mga lalaki. Pagkatapos ay sinabi niya sa kanila:

> *Kayong mga lalaking taga-Israel, mag-ingat kayo sa inyong sarili tungkol sa inyong gagawin sa mga taong ito…iwasan ninyo ang mga taong ito, at hayaan ninyo sila; sapagkat kung ang panukalang ito, o ang gawang ito ay mula sa tao, ito'y mawawasak. Ngunit kung ito'y sa Diyos, hindi ninyo sila makakayang wasakin. Baka matagpuan pa kayong nakikipaglaban sa Diyos!* (Mga Gawa 5:35-39)

Sa pagbasa mo ng mga talatang ito, mauunawaan mo na kapag ang isang himala ay hindi galing sa Diyos, mabibigo ito sa bandang huli kahit walang ginagawa ang mga tao upang pigilan ito. Subalit kahit salungatin o guluhin nila ang mga gawain na galing sa Diyos, hindi nila mapipigilan ang mga ito. Sa halip, ang kanilang pagpupunyagi ay walang kaibhan sa paglaban sa Diyos at sila'y sasailalim sa Kanyang parusa at paghatol.

Kung minsan, hinahatulan ng mga tao ang iba na erehe dahil sa magkakaiba ang interpretasyon nila sa Biblia, mga pangitain mula sa Banal na Espiritu, at kahit sa pagsasalita sa ibang wika kahit pareho naman nilang kinikilala ang Diyos Ama, Diyos Anak at ang Banal na Espiritu at ang pag-parito ni Jesu-Cristo sa lupa sa laman.

May mga taong nagsasabi na hindi nila kailangan ang pagsasalita sa ibang wika o mga pangitain, at ang mga gawaing ito ng Banal na Espiritu ay mali sapagkat walang naitalâ na si Jesus ay nagsalita ng ibang wika o nagkaroon ng mga pangitain. Ngunit sinasabi sa Biblia na ang mga ito'y mabuti para sa atin:

> *Subalit sa bawat isa ay ibinigay ang paghahayag ng Espiritu, upang pakinabangan ng lahat. Sa isa ay ibinigay sa pamamagitan ng Espiritu ang salita ng karunungan, at sa iba'y ang salita ng kaalaman ayon sa gayunding Espiritu. Sa iba'y pananampalataya sa pamamagitan ng gayunding Espiritu, at sa iba'y ang mga kaloob ng pagpapagaling sa pamamagitan ng isang Espiritu. Sa iba'y ang paggawa ng mga himala, sa iba'y propesiya, sa iba'y ang pagkilala sa mga espiritu, sa iba'y ang iba't ibang wika, at sa iba'y ang pagpapaliwanag ng mga wika. Ang lahat ng ito ay pinakilos ng iisa at gayunding Espiritu, na namamahagi sa bawat isa ayon sa pasiya ng Espiritu*

(1 Mga Taga-Corinto 12:7-11).

Samakatwid, hindi ka dapat manirang-puri o hatulan na erehe ang mga taong binigyan ng ibang uri ng mga kaloob ng Espiritu dahil wala kang kaloob na ganito.

Ang Espiritu ng Katotohanan at ang Espiritu ng Kamalian

Sa 2 Pedro 2:1-3 ay may paliwanag tungkol sa erehiya. Nagbababala ang Biblia tungkol sa mga bulaang propeta at guro na palihim na magpapasok ng mga nakapipinsalang turo. *"At maraming susunod sa kanilang mga gawang mahahalay, na dahil sa kanila ay lalaitin ang daan ng katotohanan. At sa kanilang kasakiman ay pagsasamantalahan nila kayo sa pamamagitan ng mga pakunwaring salita. Ang hatol sa kanila mula nang una ay hindi maaantala at ang kanilang kapahamakan ay hindi natutulog"* (2 Pedro 2:2-3).

Sinasabi din sa 1 Juan 4:1-3, *"Mga minamahal, huwag ninyong paniwalaan ang bawat espiritu, kundi inyong subukin ang mga espiritu, kung sila'y sa Diyos, sapagkat maraming lumitaw na bulaang propeta sa sanlibutan."* Pinaalalahanan ka rin na, *"Dito'y nakikilala ninyo ang Espiritu ng Diyos: ang bawat espiritung nagpapahayag na si Jesu-Cristo ay naparito sa laman ay sa Diyos, at ang bawat espiritung hindi ipinahahayag si Jesus, ay hindi sa Diyos. Ito ang espiritu ng anti-Cristo, na inyong narinig na darating at ngayo'y nasa sanlibutan na."*

Subukin ang Bawat Espiritu Kung Ito'y Mula sa Diyos o Hindi

May mga mabubuting espiritu na mula sa Diyos na aakayin ka sa kaligtasan samantalang may mga masasamang espiritu na dadayain ka patungo sa kapahamakan.

Sa isang banda, ang isang tao na binigyan ng Espiritu ng Diyos ay kinikilala na si Jesu-Cristo ay pumarito sa laman. Naniniwala siya sa Tatlong Persona ng Diyos– sa Diyos, Jesu-Cristo, at sa Espiritu, kaya't siya'y tinatakan bilang anak ng Diyos. Nauunawaan niya ang katotohanan at namumuhay ayon sa katotohanan sa tulong ng Banal na Espiritu.

Sa kabilang banda, ang isang may espiritu ng anti-Cristo'y sinasalungat si Jesu-Cristo ng Salita ng Diyos at itinatanggi ang Kanyang pagtubos sa atin. Dapat kang mag-ingat at matutong kilalanin ang mga anti-Cristo sapagkat sila ay madalas na kumikilos sa gitna ng mga mananampalataya sa pamamagitan ng maling pag-gamit ng Salita ng Diyos.

Sa parehong paraan, ang pagtanggi kay Jesu-Cristo'y hindi naiiba sa paglaban sa Diyos na Siyang nagsugo sa Kanya sa mundong ito.

Nagbabala ang Biblia tungkol sa anti-Cristo sa 2 Juan 1:7-8:

Maraming mandaraya na lumitaw sa sanlibutan, yaong mga hindi kumikilala na si Jesu-Cristo ay naparito sa laman; ito ang mandaraya at ang anti-Cristo. Ingatan ninyo ang inyong sarili, upang huwag ninyong maiwala ang mga bagay na aming pinagpaguran, kundi upang tumanggap kayo ng lubos na gantimpala.

Sa 1 Juan 2:19 ay may isa pang babala para sa atin:

Sila'y lumabas sa atin, ngunit sila'y hindi sa atin; sapagkat kung sila'y kabilang sa atin ay magpapatuloy sana silang kasama natin. Ngunit sa paglabas nila ay ginawa nilang maliwanag na silang lahat ay hindi kabilang sa atin.

May dalawang uri ng anti-Cristo: ang taong inalihan ng espiritu ng anti-Cristo at ang taong nadaya ng espiritu ng anti-Cristo. Pareho nilang sinisikap na dayain ang mga tao na kung saan nananahan ang Banal na Espiritu. Binibihag nila ang mga tao upang sumalungat sa Salita ng Diyos at dinadaya sila sa kanilang pag-iisip. Ang mga tao na may pag-iisip na lubusang kontrolado ng espiritu ng anti-Cristo ay sinasabing "inalihan ng demonyo" (demon-possessed).

Kung ang isang ministro'y nabigyan ng espiritu ng anti-Cristo, ang mga miyembro ng simbahan ay patuloy na patungo sa daan ng kapahamakan na binihag ng espiritu ng anti-Cristo.

Kaya't kailangan mong malaman nang malinaw ang tungkol sa Espiritu ng katotohanan at sa espiritu ng kabulaanan upang hindi madaya ng espiritu ng anti-Cristo, kundi mamuhay ayon sa katotohanan at sa liwanag.

Paano Kikilalanin ang mga Espiritu

Mababasa sa 1 Juan 4:5-6, *"Sila'y sa sanlibutan: kaya't tungkol sa sanlibutan ang kanilang sinasabi at pinapakinggan sila ng sanlibutan. Kami ay sa Diyos. Ang nakakakilala sa Diyos ay nakikinig sa amin at ang hindi sa Diyos ay hindi nakikinig sa amin. Dito'y ating nakikilala ang espiritu ng katotohanan at ang espiritu ng kamalian."*

Ang salitang "kamalian" ay tumutukoy sa "pahayag na hindi totoo." Ang espiritu ng kamalian ay ang makamundong espiritu na dinadaya ka upang paniwalaan ang kamalian bilang katotohanan, at hinihikayat kang iwanan ang mga hangganan ng pananampalataya. Ang taong sa Diyos ay nakikinig sa Salita ng katotohanan, subalit ang taong sa sanlibutan ay nakikinig sa makamundong mga kasabihan, hindi sa katotohanan. Kaya't madali silang kilalanin. Mahahalata mo kung ito ang liwanag o ang kadiliman kung alam mo ang katotohanan. Pagkatapos ay masasabi mong, "Ang taong ito'y nasa katotohanan ngunit ang taong iyan ay nasa kadiliman."

Halimbawa, kung sasabihin ng isang tao sa araw ng Linggo, "Mag-piknik tayo sa hapon. Dumalo lang tayo sa pananambahan sa umaga. Di ba sapat na ito?" o kung sinisikap niyang sirain ang kaharian ng Diyos sa pamamagitan ng mga masasamang pandaraya at pinapahayag pa rin na sumasampalataya siya sa Diyos, ito ang gawain ng espiritu ng kamalian.

Mauunawaan mo ang maraming bagay na malayang ibinibigay ng Diyos kung natanggap mo na ang Espiritu ng katotohanan na sa Diyos (1 Mga Taga-Corinto 2:12). Kaya't ang Banal na

Espiritu'y nananahan sa iyo – tanging anak ng Diyos. Siya ang Espiritu ng katotohanan at pangungunahan ka Niya sa lahat ng katotohanan. Hindi Siya magsasalita nang mula sa Kanyang sarili; ang sasabihin lang Niya'y ang anumang bagay na Kanyang narinig, at ihahayag Niya sa iyo ang mga bagay na darating.

Kaya't sinabi ni Jesus sa Juan 14:17, *"Ito ang Espiritu ng katotohanan na hindi kayang tanggapin ng sanlibutan; sapagkat Siya'y hindi nito nakikita o nakikilala man. Siya'y nakikilala ninyo, sapagkat Siya'y nananatiling kasama ninyo at Siya ay mapapasa inyo."* Binibigyan tayo sa Juan 15:26 ng isa pang paalaala tungkol sa Banal na Espiritu: *"Subalit kapag dumating na ang Mang-aaliw, na aking susuguin sa inyo mula sa Ama, ang Espiritu ng katotohanan, na mula sa Ama, Siya ang magpapatotoo tungkol sa akin."*

Mababasa din sa 1 Mga Taga-Corinto 2:10, *"Ngunit ang mga ito ay ipinahayag sa amin ng Diyos sa pamamagitan ng Espiritu; sinisiyasat ng Espiritu ang lahat ng mga bagay, maging ang malalalim na mga bagay ng Diyos."* Tulad ng nakasulat, ang Banal na Espiritu'y ang tanging nakakaalam at nakakatarok sa isipan ng Diyos.

Samakatuwid, nakikinig ang mga tumanggap ng Espiritu ng katotohanan sa Salita ng katotohanan at sinusunod ito. Kung gaano lumalawak ang kaharian ng Diyos at ang Kanyang katuwiran, ay gayun din ang kanilang kagalakan. Punung-puno sila ng buhay, at nananabik sa makalangit na kaharian.

Ngunit ang ilan ay dumadalo sa simbahan nang walang kagalakan sapagkat wala silang pananampalataya na galing sa Diyos. Sila'y taga-sanlibutan pa rin at mas pinipili ang mga makamundong bagay tulad ng pera at libangan. Kaya't hindi sila makapamuhay sa katotohanan, o manabik sa makalangit na kaharian, o mahalin ang Diyos nang buong puso.

Sa bandang huli'y, iiwanan ng mga taong ito ang Diyos dahil sa espiritu ng kamalian sapagkat sila'y taga-sanlibutan at wala sa kanila ang Espiritu ng katotohanan. At ang sinumang naninirang-puri o nagkakalat ng maling mga bagay tungkol sa mga kapatid sa pananampalataya dahil sa inggit at guguluhin ang iba dahil sila ay tapat sa kaharian ng Diyos at sa Kanyang katuwiran, wala sa kanya ang Espiritu ng katotohanan.

Huwag Kang Padadaya Kanino Man

Hinihimok tayo sa 1 Juan 3:7 na, *"Mga munting anak, huwag kayong padaya kanino man. Ang gumagawa ng katuwiran ay matuwid gaya Niya na matuwid."* Huwag kang tatalikod sa Salita ng Diyos upang hindi ka madaya ng di-makatotohanang kaalaman sapagkat walang iba kundi tanging ang Salita ng Diyos lamang ang magtuturo sa iyo. Saka mo lang matatamo ang lubos na kaligtasan, maging masagana sa mundong ito, tamasahin ang buhay na walang hanggan sa kaharian sa Langit.

Ngunit nagsisikap ang diyablo na pigilan ang mga anak ng Diyos na mamuhay ayon sa Salita, inuudyukan kang makipagkompromiso sa sanlibutan, talikuran ang Diyos, pag-alinlanganan Siya at salungatin. Sinasabi sa 1 Pedro 5:8, *"Magpakatino kayo, magbantay kayo. Ang diyablo na inyong kaaway ay tulad ng leong gumagala at umuungal, na humahanap ng kanyang malalalapa."*

Paano dinadaya ng kaaway na demonyo at Satanas ang mga anak ng Diyos? Maihahambing mo ito sa isang babae na aakitin ng isang lalaki. Kung kikilos nang kagalang-galang at may dangal ang babae, at magpapakita ng magandang-asal sa harap ng iba, hindi magtatangka ang mga lalaki na akitin siya sa masama. Kung hindi, madaling maaakit ng lalaki sa masama ang isang babaeng hindi kumikilos nang tama. Gayunman, ang kaaway na demonyo at Satanas ay lalapit sa sinuman na hindi nakatayo nang matatag sa katotohanan at nag-aalinlangan sa Diyos. Tinutukso ng diyablo ang ganitong mga tao na talikuran ang Diyos at salungatin Siya at sa huli'y aakayin sila sa daan ng kamatayan. Si Eba ay natukso ng diyablo sapagkat hindi siya nakahanda at hindi matatag sa katotohanan kaya't naniwala siya sa binaluktot na Salita ng Diyos.

Siyempre, mahaharap ka sa mga pagsubok kahit wala ka namang pagkukulang. Ito'y sapagkat nais ng Diyos na biyayaan ka, tulad ng makikita mo sa pagsubok kay Daniel nang siya'y ipatapon sa mga leon o sa pagsubok kay Abraham nang utusan siyang isakripisyo ang kanyang anak bilang handog na susunugin.

Kung nahaharap ka sa mga pagsubok o paghihirap dahil hindi matatag ang pagkakatayo mo sa katotohanan, dapat mong talikuran agad ang mga kasalanan mo at magsisi, itaboy ang lahat ng mga tukso at pagsubok sa pamamagitan ng Salita ng Diyos, at pagsikapang tumayo nang matatag sa bato ng katotohanan.

Tumayo nang Matatag sa Katotohanan; Huwag Padadaya

Sinulat ng may-akda sa 1 Timoteo 4:1-2, *"Ngayon ay*

maliwanag na sinasabi ng Espiritu na sa mga huling panahon ang iba'y tatalikod sa pananampalataya sa pamamagitan ng pakikinig sa mga mandarayang espiritu at sa mga aral ng mga demonyo, sa pamamagitan ng pagkukunwari ng mga nagsasalita ng mga kasinungalingan, na ang mga budhi ay tinatakan ng nagbabagang bakal."

Ito'y tumutukoy sa mga huling panahon na kung saan ang ilan na nagsasabi na sila'y sumasampalataya ay tatalikod sa kanilang pananampalataya dahil sa pagsunod sa mga mandarayang espiritu at sa mga katuruan ng mga demonyo.

Ang mga nadaya ay mapagkunwari kahit animo'y tapat at matuwid ang kanilang mga ginagawa. Nananalangin sila sa harap ng iba, at nagsisiskap na maging matapat dahil sa salapi, at hindi dahil sa pasasalamat sa biyaya ng Diyos. Sa huli'y itatakwil nila ang kanilang pananampalataya at tutungo sa daan ng kamatayan sapagkat ang kanilang budhi'y animo'y tinatakan ng nagbabagang bakal dahil sa pagsisinungaling, pamumuhay nang wala sa katotohanan, at pagpapasasà sa makamundong libangan.

Mahigpit na nagbabala ang Diyos sa pamamagitan ng Biblia na huwag kang padadaya. Nagbabala si Jesus sa Mateo 7:15-16: *"Mag-ingat kayo sa mga bulaang propeta, na lumalapit sa inyo na may damit tupa, ngunit sa loob ay mga ganid na asong-gubat. Makikilala ninyo sila sa kanilang mga bunga. Nakakapitas ba ng mga ubas sa mga tinikan, o ng mga igos sa mga dawagan?"*

Sumasalamin ang ating mga salita at kilos sa ating iniisip at kagustuhan. Ibig sabihin, makikilala ang tao sa kanyang bunga. Kung ang isa'y may bunga ng kasamaan tulad ng pagkapoot, pagka-inggit at paninibugho sa halip na bunga ng katotohanan, kabutihan, at pagkamatuwid, siya'y isang bulaang propeta.

Marami nang bulaang propeta, ang anti-Cristo, ang nasa mundong ito. Kaya't dapat magkaroon ng magaling na pag-unawa sa erehiya ang mga anak ng Diyos, at kilalanin ang pagkakaiba ng espiritu ng katotohanan at ng espiritu ng kamalian.

Ang kaaway na demonyo at Satanas ay hindi nagpapalampas ng pagkakataon upang dayain ang mga anak ng Diyos, at pinagkakasala sila tuwing lumilihis sila sa katotohanan. Kapag ikaw ay matatag sa katotohanan at sumusunod dito, hindi ka madadaya ng espiritu ng kamalian, kundi madali mo itong matatalo kahit lapitan ka pa.

Huwag kang tumanggap o manghawak sa mga turo na laban sa katotohanan. Sa halip, sundin mo ang Salita ng Diyos at sumunod sa nais ng Banal na Espiritu upang ika'y manatiling magiting at walang-kasalanan sa Ikalawang Pagbabalik ng ating Panginoong Jesu-Cristo.

Sinabi sa atin ni Jesus, *"Ang mabuting tao ay naglalabas ng mabubuting bagay mula sa kanyang mabuting kayamanan, at ang masamang tao ay naglalabas ng masasamang bagay mula sa kanyang masamang kayamanan. Subalit sinasabi Ko sa inyo, na sa araw ng paghuhukom ay pananagutan ng mga tao ang bawat salita na binigkas na walang ingat. Sapagkat sa pamamagitan ng iyong mga salita ay pawawalang-sala ka at sa pamamagitan ng iyong salita ay mahahatulan ka"* (Mateo 12:35-37).

Ang mabuting tao'y may mabuting puso at hindi gagawa ng

masama at pinsala sa ibang tao, may pakinabang man ito sa kanya o wala.

Subalit ang masamang tao'y hindi nagagalak sa katotohanan. Nagdadala siya ng lahat ng uri ng kasamaan upang tisurin ang iba dahil sa kanyang pagka-inggit at paninibugho. Kahit na mukhang tama at matuwid ang kanyang mga sinasabi, hindi mo masasabi na siya'y mabuting tao kung nagtatangka siyang siraan ang iba o ilayo ang damdamin ng isang tao sa iba.

Kaya't kailangang manalangin ka lagi at maging maingat upang hindi ka madaya. Dapat mong makita kung ang mga espiritu ay totoo o huwad at huwag manghusga ng iba. Bukod dito, dapat kang maging matatag sa pananampalataya sa Tatlong Persona ng Diyos – ang Diyos Ama, Diyos Anak, at ang Banal na Espiritu, paniwalaan ang buong Biblia, sundin at mamuhay ayon dito.

"Pumarito ka Panginoong Jesus!"

Ang May-Akda:
Dr. Jaerock Lee

Si Dr. Jaerock Lee ay ipinanganak sa Muan, Jeonnam Province, Republika ng Korea, noong 1943. Sa kanyang taong mga dalawampu, si Dr. Lee ay nagdusa mula sa iba't ibang sakit na walang kalunasan sa loob ng pitong taon at naghihintay ng kamatayan na walang pag-asang gagaling pa. Isang araw noong pabahon ng tag-sibol 1974, manapa, siya ay sinamahan sa isang simbahan ng kanyang kapatid na babae at nang siya ay lumuhod na upang manalangin, ang Buhay na Diyos ay kagyat na pinagaling siya sa lahat ng kanyang mga sakit.

Mula ng sandaling makatagpo ni Dr. Lee ang buhay na Diyos sa pamamagitan ng napaka-gandang karanasan, minahal niya ang Diyos ng buong puso at sinseridad, at noong 1978 siya ay tinawag na maging lingkod ng Diyos. Siya ay mataimtim na nanalangin ng sa gayon kanyang maliwanag na maunawaan ang kalooban ng Diyos, buong-buo na itinaguyod ito at sinunod ang lahat ang mga Salita ng Diyos. Noong 1982, pinasimulan niya ang Manmin Central Church sa Seoul, Korea, at ang napakaraming mga gawa ng Diyos, kasama na ang mga mahimalang pagpapa-galing at mga himala, ay nangyari sa kanyang simbahan.

Noong 1986, si Dr. Lee ay na-ordinahan bilang pastor sa taunang pagtitipon ng Assembly of Jesus' Sungkyul Church sa Korea, at apat na taon ang lumipas noong 1990, ang kanyang mga mensahe ay nagsimulang maisahimpapawid sa Australia, Russia, sa Pilipinas, at sa marami pa sa pamamagitan ng Far East Broadcasting Company, ang Asia Broadcast Station, at sa Washington Christian Radio System.

Tatlong taon pa ang lumipas noong 1993, ang Manmin Central Church ay piniling isa sa mga 50 Nangungunang Simbahan sa Mundo, mula sa *Christian World* magazine (US) at tinanggap niya ang Parangal bilang Doctor of Divinity mula sa Christian Faith College, Florida, USA at noong 1996 isang Ph.D. sa Ministeryo mula sa Kingsway Theological Seminary, Iowa, USA.

Mula 1993, si Dr. Lee ang siyang nanguna sa pandaigdigang pagmimisyon sa pamamagitan ng mga krusada sa ibayong dagat sa; Tanzania, Argentina, L.A., Baltimore City, Hawaii, at New York ng Estados Unidos, Uganda, Japan, Pakistan, Kenya, ang Pilipinas, Honduras, India, Russia, Germany, Peru, Democratic Republic of Congo, at Israel. Noong 2002 siya ay tinawag na "pandaigdigang pastor" ng mga pangunahing Pahayagang Krisitiyano sa Korea para sa kanyang mga gawa sa iba't ibang bansa Malakihang Nagkakaisang Krusada.

Nitong Febrero 2016, ang Manmin Central Church ay may bilang ng kaanib na 120,000 miyembro. Mayroong mga 10,000 sangay sa sariling Bansa at sa ibayong Dagat sa iba't ibang panig ng mundo, at sa kasalukuyan mayroong mahigit 102 misyonero ay naipadala na sa 23 mga bansa, kabilang na ang Estados Unidos, Russia, Germany, Canada, Japan, China, France, India, Kenya at sa marami pa.

Sa petsa ng paglalathala ng Taga-paglimbag nito, si Dr. Lee ay nakasulat na ng 100 na mga aklat, kabilang na ang pinakamabiling aklat ang Malasahan ang *Walang Hanggang Buhay bago ang Kamatayan, Buhay Ko, Pananalig Ko I & II, Ang Mensahe ng Krus, Ang Sukat ng Pananampalataya, Langit I & II, Impiyerno* at *Ang Kapangyarihan ng Diyos*. Ang kanyang mga aklat ay isinalin na sa mahigit na 76 na wika.

Ang kanyang Kristiyanong lathala ay nakikita sa *Ang Hankook Iibo, Ang JoongAng Daily, Ang Dong-A Iibo, Ang Chosun Ilbo, Ang Seoul Shinmun, Ang Hankyoreh Shinmun, Ang Kyunghyang Shinmun, Ang Korean Economic Daily, Ang Korea Herald, Ang Shisa News,* at *Ang Christian Press.*

Si Dr. Lee ang kasalukuyang pinuno ng maraming samahang pang-misyonero at mga asosasyon; kasama na ang pagiging Chairman, The United Holiness Church of Jesus Christ, Chairman, Global Christian Network (GCN); Tagapag-tatag at Punong kinatawan, World Christian Doctors Network (WCDN); at Tagapag-tatag & punong kinatawan, Manmin International Seminary (MIS).

Iba pang makapangyarihang mga aklat ni Dr. Lee:

Langit I & II

Detalyadong paglalarawan ng napakaringal na tahanan na matatamasa ng mga tao sa langit at ang napakagandang mga antas ng kaharian ng langit.

Pitong Iglesya

Karamihan sa mga laro, may pang-isang tao at may pang-grupong kumpetisyon. Katulad din ito ng pananampalataya. Sa Araw ng Paghuhukom, hindi lang bawat tao ang hahatulan kundi ang bawat iglesya.

Impierno

Isang madamdaming mensahe sa lahat ng nilalang mula sa Diyos, na may kahilingang wala sanang mapahamak na kaluluwa patungo sa kalaliman ng Impierno! Iyong madidiskubre ang hindi pa naihahayag na nakaraan na talaan ng nakapangingilabot na katotohanan ng Mababang Libingan at Impierno.

Espiritu, Kaluluwa, at Katawan I & II

Sa pamamagitan ng espirituwal na pagkilala tungkol sa espiritu, kaluluwa, at katawan, na siyang bumubuo sa tao makikilala din ng magbabasa ang 'sarili' niya at magkakaroon siya ng maliwanag na pagkaunawa tungkol sa buhay mismo.

Ang Sukatan ng Pananampalataya

Anong uri ng tahanan, korona at mga gantimpala ang nakalaan sa iyo sa langit? Ang aklat na ito ay nagbibigay ng karunungan at gabay sa iyo para sukatin ang iyong pananalig at pagyamanin ang pinakamabuti at pinakaganap na pananalig.

Gumising Israel

Bakit nananatiling nakatuon ang Paningin ng Diyos sa Israel mula pa nang simula ng mundo hanggang sa araw na ito? Anong uring Probidensya mayroon Siya na inihanda para sa Israel sa huling araw, na naghihintay sa Mesias?

Buhay Ko, Pananalig Ko I & II

Napakabangong espirituwal na samyo na kinatas sa buhay na umusbong sa walang kaparis na pagmamahal para sa Diyos, sa gitna ng madidilim na alon, malamig na pamatok at ang pinakamalalim na desperasyon.

Ang Kapangyarihan ng Diyos

Ang higit na binabasa na nagsisilbing gabay na kung saan ang isa ay makapang-hahawak ng tunay na pananampalataya at maranasan ang kahanga-hangang kapangyarihan ng Diyos.

www.urimbooks.com

www.ingramcontent.com/pod-product-compliance
Lightning Source LLC
LaVergne TN
LVHW011945060526
838201LV00061B/4210